डेफ हेवन

लेखक
पिंकी विराणी

अनुवाद
विदुला टोकेकर

मेहता पब्लिशिंग हाऊस

Mehta Publishing House Pvt. Ltd., Pune 411030.
✆ +91 020-24476924 / 24460313 / Mob. No. 9545000513
Email : production@mehtapublishinghouse.com
Website : www.mehtapublishinghouse.com

DEAF HEAVAN by PINKI VIRANI

First Published in India 2009 by HarperCollins Publishers India,
a joint venture with The India Today Group
Translated into Marathi Language by Vidula Tokekar

डेफ हेवन / अनुवादित कादंबरी

अनुवाद : विदुला टोकेकर

Email : author@mehtapublishinghouse.com

मराठी अनुवादाचे व प्रकाशनाचे हक्क : मेहता पब्लिशिंग हाऊस प्रा. लि., पुणे.

संस्थापक : सुनील अनिल मेहता

प्रकाशक : मेहता पब्लिशिंग हाऊस प्रा. लि.,
१९४१, सदाशिव पेठ, माडीवाले कॉलनी, पुणे – ४११०३०.

मुद्रक : ट्रिनिटी ॲकॅडमी फॉर कॉर्पोरेट ट्रेनिंग लिमिटेड

मुखपृष्ठ : चंद्रमोहन कुलकर्णी

प्रकाशनकाल : ऑक्टोबर, २०१२ / पुनर्मुद्रण : जुलै, २०२३

किंमत : ₹ ३८०

P Book ISBN 9788184984170

हमको मालूम है।
जन्नत की हकिकत, लेकिन
दिल को बहलाने के लिए
यह खयाल अच्छा है।

स्वर्गाची वास्तवता काय,
ती आम्हाला ठाऊक आहे, पण
मन रिझवायला
ही कल्पना बरी आहे.

– मिर्झा असदुल्ला बेग गालिब
उर्दू कवी, १७९७-१८६९

वाचकांसाठी

तुम्हाला आढळेल की, या पुस्तकात अनेक भारतीय भाषांमधील बोली प्रयोग आले आहेत. कथानकाच्या ओघात खंड पडू नये म्हणून त्या वाक्यात किंवा संदर्भात स्पष्टीकरण दिले आहे.

अनुवादिकेचे मनोगत

काही पुस्तकांचे अनुवाद करणं खरोखरच आव्हान असतं. 'डेफ हेवन' हे तसंच एक पुस्तक.

एक तर या पुस्तकाची रचना जी नेहमीसारख्या छापील पुस्तकांसाठी 'बाय डेफिनिशन' नाही. या कवडसे कथाही नाहीत. त्यांच्यामधला वरवरचा विस्कळितपणा आणि आंतरिक धागा अनुवादातही कायम ठेवायचा होता.

यातील विचार जोरकस आहेत. संवादांमध्येही लांबलांब, कधी तुटक विचार येतात.

भाषाही विचारांना साजेशी जोरकस, थेट, कधी आक्रमक, हळूवार. अशा भाषेचा बाज जसाच्या तसा मराठीत आणणं आव्हानंच होतं. त्यातही काही काही वाक्यं मूळ पुस्तकांतही इतर भारतीय भाषांत आहेत. त्यांचा जिथे आवश्यक असेल, तिथेच अनुवाद केला आहे.

मुळात हे पुस्तक प्रगल्भ वाचकांसाठी लिहिलं गेलं आहे. जे पुस्तक वाचताना बरोबरीने स्वतःही विचार करतात. मराठी वाचक प्रगल्भ आहेत. प्रत्येक गोष्ट संपूर्ण व्याकरणशुद्ध वाक्यांमध्ये पूर्णपणे उलगडून सांगण्याची त्यांना गरज नसते.

अनुवादांमध्येही मूळ भाषेचा जोरकसपणा, आणि लेखिकेची शैली मराठी वाचकांपर्यंत पोहोचवण्याचा मी प्रामाणिक प्रयत्न केला आहे. या पुस्तकाचा अनुवाद करताना मराठी भाषेची लवचिकता, समृद्धी व सौंदर्य यांची मला पुन्हा नव्याने जाणीव झाली. आव्हान असलं तरी हे पुस्तक म्हणजे माझ्यासाठी एक चांगला अनुभव होता. वाचकांना ही या अनुभवाचा आनंद मिळाला तर या अनुवादाचे सार्थक. वाचकांचा अभिप्राय यापेक्षा अनुवादिकेला अधिक सुख नाही त्यामुळे या पुस्तकाइतकाच मोकळेपणे अभिप्राय द्यावा ही विनंती.

– विदुला टोकेकर

अनुक्रमणिका

उपोद्घात

त्यांना माझं शरीर सापडायला अजून थोडा वेळ आहे किंवा भारतात आम्ही नेहमी नेहमी आडवी रेघ देऊन लिहितो तसं मृत-शरीर. त्यांना मी सापडेन तेव्हा माझ्या शरीराला जरा जरा दुर्गंधी येत नसेल एवढीच मला आशा आहे. ग्रंथालयात उंदीर किंवा किडे नाहीत, याची मी खात्री करून घेतली आहे; त्यामुळे सोमवारी सकाळी शाळा उघडेल तेव्हा माझं नाक-कान कुरतडलेलं नसेल.

आज सकाळी आमचा वार्षिक क्रीडादिन होता. मी दुपारी ग्रंथालय उघडं ठेवावं असं प्राचार्यांनी सुचवलं. त्या नव्या आहेत. 'नवा गडी नवं राज्य' म्हणून धडपडत काहीतरी करतात, पण लवकरच त्या शांत होतील आणि त्या झाल्या नाहीत, तर व्यवस्था त्यांना दमवून टाकेल. पाहा, प्रत्येक वर्गात चाळीसप्रमाणे इयत्ता पहिली ते दहावी अशा प्रत्येक वर्गाच्या सहा तुकड्या शाळेत आहेत.

"आपण ज्ञानापासून वंचित राहिलो, असं मोठ्या विद्यार्थ्यांना वाटता कामा नये, नाही का सरस्वती?" त्या मला म्हणतात. विद्येच्या देवतेच्या नावाशी असलेल्या माझ्या नामसाधर्म्यावरून आपण केलेल्या कोटीवर जाम खूश होतात. क्रीडादिनाच्या दिवशी कुणीही विद्यार्थी ग्रंथालयात येणार नाही हे त्यांना माहीत आहे, मला माहीत आहे; पण तरी नवा गडी आहे, नवं राज्य आहे.

दिवसाच्या पहिल्या अर्ध्या भागात प्राचार्यांनी आम्हा सगळ्यांना जबाबदाऱ्यांचे अगदी तपशीलवार वाटप केले. तिसऱ्या क्रमांकांच्या विजेत्यांना चौथऱ्यावर घेऊन येणे हे माझे काम होते. सर्व विजेत्यांना – रिले, उंच उडी, पोहणे ते प्राथमिक विद्यार्थ्यांचे विशेष कार्यक्रम. चमचा लिंबू, तीन पायांची शर्यत, पोत्याची शर्यत अशा सर्व स्पर्धांच्या विजेत्यांना, विजेत्यांच्या चौथऱ्यावर घेऊन यावे लागते. त्या चौथऱ्यांचा नुकताच ठीकठाक केलेला रंग विजयाने उन्हात चमकत असतो. त्या चौथऱ्यांवर बक्षिसांसाठी आणि छायाचित्रांसाठी विद्यार्थ्यांना घेऊन यावे लागते. माध्यमिक विद्यार्थी टीव्ही बघून अधिक तयार झालेले असतात. शतक काढल्यानंतर क्रिकेटवीर जसे आकाशाकडे बघतात त्याची ते नक्कल करतात किंवा आपण

पहिले आलो आहोत असं लक्षात येताक्षणी सेलेब्रिटींसारखे हवेत ठोसे मारतात. विजयी चौथ्यावर चढल्यावर तर ते अगदी कृपावंत होऊन, बाजूला झुकून दुसऱ्या-तिसऱ्या क्रमांकांचं अभिनंदन करतात.

प्राथमिक विद्यार्थ्यांची गोष्ट वेगळी असते. अंतिम रेषा पार केल्यावर बच्चे लोक एकदम गोंधळून जातात. काही तसेच धावत राहतात, काही आडवे-तिडवे पळत इतर मुलांवर धडकतात. काही जण सरळ ट्रॅकवरच बैठक मारतात आणि मम्मीच्या नावाने गळा काढतात. अशा क्षणी अगदी वाईट म्हणजे अगदी घाणेरडं मूल बघूनसुद्धा तुमचे ओठ आवळले जातात, पण तोंडाने मात्र चालू असतं – 'ओऽऽऽह, ओऽले बाळा! काय झालं? यो यो यो! काही नाही, झालं आता!' जेव्हा एखादं बिचारं इवलंसं घामाने न्हालेलं शरीर, गोंधळलेल्या चेहऱ्याएवढाले ढबोळे आकडे ओल्या टीशर्टवर लावलेले आणि ती एवढीशी शूर छाती मोठ्या प्रयासाने हुंदके आवरत असते आणि भोवताली लाल धुरळा आणि इवल्याशा पंजांना आणि गुडघ्यांना ट्रॅकवरचा चिखल लागलेला असतो आणि त्या सगळ्या गोंधळात, जयजयकारात आणि ध्वनिवर्धकावरून दिल्या जाणाऱ्या अनाकलनीय सूचनांमध्ये, छोट्याशा चेहऱ्यावर अश्रू आणि शेंबूड यांची सरमिसळ झालेले चेहरे स्वत:चाच पत्ता शोधत असतात, तेव्हा तुमचंतरी मन विरघळल्याशिवाय कसं राहील? क्रीडा दिन म्हणजे अति स्पर्धात्मक पालकांना काय वाटायचं ते वाटो, पण निरागसतेत गुंतवणुकीसाठी हा एक उत्तम दिवस समजा.

आणि मायेच्या कुशीची ती जादू! मम्मीज झिंदाबाद. मुलं नेहमी आपल्या आयांसाठीच कशी रडतात हे पाहून मला हसू येतं. मी भारताच्या इतर भागांमध्ये, इतर शाळांमध्येही ग्रंथपाल आणि बदली शिक्षक म्हणून काम केलेलं आहे आणि मी अगदी मुलग्यांनासुद्धा वडलांना हाक मारून रडताना पाहिलं नाही. नेहमी-नेहमीच ते 'मला माझी मम्मी पायजे' असतं. अर्थात याचं सरधोपट स्पष्टीकरण म्हणजे जेव्हा आपल्याला थोडं आंबटगोड आणि थोडे लाडकोड हवे असतात तेव्हा आपल्याला आई हवी असते. 'थांब जरा, माझ्या बाबांनाच सांगतो.' हे म्हणजे 'दोन घ्या-दोन द्या'च्या वेळी होतं.

मी डॅडींना कधीच मध्ये घालू शकत नव्हते, कारण ते नव्हतेच. भाऊही नव्हता. फक्त माँ होती. ती एक ज्येष्ठ शिक्षिका होती आणि जी कधीच आवाज चढवत नसे. खरंतर ती तो खाली आणायची म्हणजे कधीकधी दंगेखोर विद्यार्थ्यांनाही तिचं ऐकण्यासाठी शांत राहावं लागे. माझ्या बहिणीने कधी स्वप्नातसुद्धा (स्वप्नात हा शब्द इटॅलिक्समध्ये वाचा आणि तुम्हाला ती ते म्हणत असल्याची कल्पना करायचीच असेल, तर त्यापुढे उद्‌गारचिन्ह जोडा.) भांडणाची कल्पना केली नसेल. जेव्हा तुम्ही आयुष्याच्या अगदी सुरुवातीलाच ठरवून टाकलं असेल की, तुमचे

जीवन कलात्मक-क्रीडात्मक असेल आणि जीवनाच्या आंतरिक स्तरांवर (इटॅलिक्स प्लीज) सर्वार्थाने अर्थपूर्ण असेल; चित्र आणि कवी आणि नाट्य आणि अभिनय आणि सारी दुनिया ज्यांना रविंद्रनाथ टागोर म्हणून ओळखते- त्यांना ठाकूर म्हणणं आणि त्याचा मोठा शो करणं इत्यादी; तेव्हा तुम्हाला जीवनाच्या या व्यापतापात तापलेलं, वैतागलेलं दिसून चालत नाही. दमयंती म्हणते, 'ठाकूर!' तुमच्या कपाळावर विनम्र अशी प्रश्नाची आठी उमटते आणि तिने तुमच्या नशिबाकडे पाहून डोळे फिरवलेले तुम्हाला ऐकू येतात आणि ती उत्तरते, 'तुला माहीत आहे, अर्थातच, बंगालचे प्रिय कवी आणि नोबेलचे मानकरी.'

माझी एकुलती एक बहीण अशी नव-बुद्धिवंत बनण्यात गुंतलेली असल्याने माझी मीच जास्त करून असायचे. माझं उत्तम चाललं होतं. माझ्या ओठांच्या दुष्ट आणि भेदक हालचालींची सफाईदार मालिका मुलांची भीतीने अगदी गाळण उडवत असे. विशेषत: माझ्या वर्गातल्या अगदी सहजपणे क्रूर वागणाऱ्या मुलांची. आईने काही शाळा आणि गावं बदलली; निवासी शाळांना झुकतं माप होतं, कारण शिक्षकांना घर मिळे. आम्हाला मोफत शिक्षण मिळे. नवी शाळा म्हणजे त्यांना दुधारी ओठाची सवय होईपर्यंत माझ्यासाठी टोमणे आणि कुचेष्टांचा एक नवा हप्ता असे.

माझा फाटका ओठ आरशात बघायची मला नीट सवय आहे. जसे माझे डोळे आणि नाक आणि बाकीचं तसाच तोही माझ्या चेहऱ्याचा एक भाग. माझ्या मॉंने फार लवकर मला त्याची सवय लावली. आमच्या सुंदर, जुन्या, लाकडी कपाटाच्या पूर्ण उंचीच्या आरशाजवळ ती मला घेऊन येते. माझं पूर्ण प्रतिबिंब दिसेल अशा रीतीनं मला उभं करते आणि म्हणते, "हे असं आहे, जे तुला सतत दिसेल, बघायला लागेल." मग ती मला वळवते. भिंतीला लटकणारा, स्टीलच्या फ्रेममध्ये बसवलेला लहान गोल आरसा वर धरते. कामावर जाण्यापूर्वी डोळ्यांच्या कडांना काजळ लावताना तो आरसा तिचे डोळे मोठे करून दाखवतो. त्या आरशात माझ्या डोक्याचा आणि नाकाचा थोडासा भाग आणि माझा पूर्ण ओठ दिसेल अशा रीतीने ती आरशाचा कोन साधते. माझ्या वरच्या ओठाची डावी बाजू फाटून वर उचलली आहे आणि त्या ओठाने माझ्या चेहऱ्यावर गुरगुरणे आणि वाकुल्या दाखवणे यांच्या मधला काहीतरी पशुवत् भाव निर्माण केलेला असतो. त्यामधून माझ्या दातांची शुभ्रता दिसते; पण खरंतर त्यामुळे ते अधिकच वाईट दिसतं : *drunken-dolt yet feral*. ती चीर कशीतरी बारीक टाक्यांनी, नवशिक्या हातांनी वरखाली कशीबशी सांधलेली दिसते; ते हिडिस दिसतं.

मी कुरूप आहे का?

आई मला आणखी बारकाईने तपासायला लागते, "नीट बघ सरस्वती." तिच्या मोठ्या विद्यार्थ्यांना समजावून सांगावं तसं ती मला सांगते, "यासाठीही

पाहा, कारण लोक तुझ्याशी बोलताना तुझ्याकडे पाहून न पाहिल्यासारखं करतील, मग ते तुझ्याशी बोलणं टाळायचा प्रयत्न करतील, कारण तुझ्या फाटक्या ओठामुळे तुझी उत्तरं अगदी स्पष्ट नसतील आणि तू संभाषणाचा समाजमान्य स्तर गाठू शकणार नाहीस, त्यामुळे त्यांना अवघडल्यासारखं होईल. त्यामुळे पाहा, सवय कर, आणि त्याबद्दल विसरून जा, कारण तू त्या बडबड्या मूर्खांच्या नेहमी पुढे असशील; जरी त्यांना काही वेगळं वाटत असलं, तरीही स्वत:चं मन असलेली तू एक परिपक्व प्रौढ बनशील आणि काही गोष्टी तुला बोलता येत नसल्या तरीही ते ठीकच आहे, कारण तू त्यांचा विचार करत असशील.''

''हे मलाच का आहे? दमयंतीला का नाही?''

''कारण तिच्या वेळी गर्भार असताना मी ग्रहणात सुई-दोरा, कात्री वापरली नव्हती. तू माझ्या पोटात असताना, तुझ्यासाठी लंगोट शिवत असताना ग्रहण लागलं होतं.''

हे गोंधळाचं असतं आणि अजूनही मी कुरूप आहे की नाही हे मला कळत नसतं. मला रडू फुटतं. ''मी वाईट मुलगी नाही.'' मी ओरडते, ''तू वाईट आई नाहीस.''

''अशी आशा आहे.'' आई तुटकपणे उत्तरते, पण ती मला तिच्या उबदार कुशीत ओढून घेते; पण दुसऱ्या हाताने दमयंतीलाही ओढून घेते. माझा आरडाओरडा बघायला ती शेजारच्या खोलीतून आलेली असते. आई आम्हाला खाली बसवते. ''या ग्रहणाच्या भाकड कथांवर माझा मुळीच विश्वास नाही आणि तुम्ही मुलींनीही ठेवावा, असं मला वाटत नाही, पण तुझ्या वडलांच्या कुटुंबासारखे पुष्कळ लोक ठेवतात. तू पुरेशी मोठी होऊन आपण कोलकाता सोडून नव्या जीवनाची सुरुवात करायला बाहेर पडेपर्यंत आपण तिथे राहत होतो. सरस्वतीचा जन्म झाला तेव्हा त्या घरातल्या म्हाताऱ्यांनी सगळ्यांना ही ग्रहणाची कथा सांगितली.''

''ग्रहण म्हणजे काय?''

माँ अगदी वर्गातल्यासारखं समजावून सांगते, ''जेव्हा तुम्ही आणि एक वस्तू यांच्यामध्ये तिसरी वस्तू येते आणि तुमची दृष्टी अडवते तेव्हा त्याला ग्रहण म्हणतात. तुम्ही असं म्हणू शकता – 'जेव्हा तिने त्या गर्दीच्या खोलीत प्रवेश केला तेव्हा तिच्या उपस्थितीने इतरांना ग्रहण लागलं.' किंवा 'या समस्येने आपल्या आयुष्यांना ग्रहण लागलं आहे.' शास्त्रीय विवेचन हे जरा कमी नाटकी आणि कितीतरी वेधक असते.

आई तिच्या शाळेच्या कॅलेंडरच्या पाठकोऱ्या पानावर एक रेखाकृती काढते. ''ही पृथ्वी. इथे आपण राहतो. इथून आपल्याला नेहमी दोन प्रकारची ग्रहणं दिसतात. एक चंद्रग्रहण आणि एक सूर्यग्रहण.'' दोन्ही कशी घडतात ते ती आम्हाला रेखीव, सुबक आकृत्या काढून समजावून सांगते. ''तर हे चंद्रग्रहण किंवा लुनार इक्लिप्स आणि हे इथलं'' तिच्या पेन्सिलीच्या टोकाचं रबर ती टकटकवते,

"ही पृथ्वीच्या पृष्ठभागावरची ही सावली म्हणजे कुणाचं ग्रहण? चला, मला सांगा...."

"सूर्याचं." आम्ही एका स्वरात सांगतो.

"त्यालाच सोलर इक्लिप्स असंही म्हणतात." चटकन दमयंती भर घालते, शिष्टपणा दाखवायला.

मी अजून गोंधळलेली. "मी कुठल्या ग्रहणात जन्मले?"

माँ झटकून टाकल्यासारखी मान हलवते, "त्याने काही फरक पडत नाही. मूर्खांसारख्या अंधश्रद्धा ठेवायला काहीही कारण पुरतं. ही आकाशातली एक सुंदर घटना आहे. ती तुम्ही पाहाल तेव्हा कृपया त्याचा आनंद घ्या, पण काळजी घ्या. तुमच्या डोळ्यांनी सूर्यग्रहण पाहायचं नाही. त्याने इजा होऊ शकते."

"मी पाहिली आहेत." दमयंती महत्त्वाचं सांगते. "सूर्यग्रहणाची चित्रं आणि...."

मी लगेच मध्ये उडी घेते. मी जरी फोटो वगैरे कधीच पाहिले नसले, तरी हे माझ्याबद्दल आणि माझ्या फाटक्या ओठाबद्दल चाललं आहे आणि सगळं संभाषण काय ते माझ्याबद्दल चालायला हवं असताना मी तिला असं आईचं लक्ष वेधून घेऊ देणार नव्हते. "मीपण पाहिली आहेत."

"ओह?" दमयंती भुवई वक्र करते. रुपेरी पडद्यावर दुष्ट बायकांची भूमिका करताना सिगरेटचा धूर त्यांच्या चेहऱ्यासमोरून तरळत जाताना त्या बायका करतात ना, तशी. "मग सांग आम्हाला, वर्णन कर, चंद्रग्रहणात चंद्राचं काय होतं ते ऐकायला आम्ही अगदी अधीर झालो आहोत."

मी अलगद तिच्या सापळ्यात अडकले. "चंद्र खाली पडतो."

दमयंतीची दुसरी भुवईही वर आणि दूर उचलली जाते. मग सर्वज्ञतेचा जादा आव आणून ती पुस्ती जोडते, "देवाने अगदी भूमितीची आकृती काढावी तसा चंद्राचा तुकडा काढल्यासारखा दिसतो."

"मी तुम्हाला शाळेच्या ग्रंथालयात घेऊन जाईन आणि खंडग्रास आणि खग्रास ग्रहणांमधल्या फरकाची चित्रं विश्वकोशातून दाखवेन. चंद्र आणि सूर्य दोघांना खग्रास ग्रहणं लागतात."

मी घाबरून जाते. "म्हणजे सूर्य सबंध खाली पडतो? अदृश्य होतो? दिवसा सगळीकडे अंधार पडतो?"

माँ सांगते, "ते फार नाट्यपूर्ण असतं सरस्वती, पण तुला वाटतं आहे तितकं भीतिदायक नसतं." ती पुन्हा आमचं लक्ष शाळेच्या कॅलेंडरकडे आणि आधीच्या चित्रांकडे वळवते. आणखी एक आकृती काढून खग्रास सूर्यग्रहण समजावून सांगते. "हे फार फार सुंदर असतं. विशेषतः ही हिऱ्याच्या अंगठीची रचना."

या सगळ्याचा माझ्या फाटक्या ओठाशी काय संबंध? पण दमयंतीला

सगळंच माहीत करून घ्यायचं आहे. "खग्रास सूर्यग्रहण किती वेळ असतं?"

"मला माहीत नाही." आमची आई खरेपणानं सांगून टाकते आणि आपण तिच्या मांडीवर असावं अशी ऊर्मी मला येते. म्हणजे तिच्या कंबरेभोवती विळखा घालून तिला मिठी मारता आली असती. तिच्या खरेपणातल्या साधेपणानं ती मला इतकी प्रिय होती. "मी विश्वकोशात बघते आणि शास्त्राच्या शिक्षकांना विचारते." ती खरंच विचारते आणि आम्हाला नंतर सांगते की, ते जास्तीतजास्त सात मिनिटांचं असतं. काही सेकंद इकडे तिकडे.

तर हा माझ्या ओठाबद्दलचा गोंधळ आणि मला आता ठरवायचं असतं की, माझा चेहरा आणि चंद्र-सूर्यांचे चेहरे यांचा काहीही संबंध नाही म्हणून शक्य तितक्या मोठेपणाचा आव आणून मी म्हणते, "म्हणजे जर सूर्य आणि चंद्र वेगवेगळ्या वेळी जगात सगळीकडे असतील, तर हे ग्रहण जगातल्या प्रत्येकासाठी असेल. प्रत्येकाच्याच आईला बाळ होत असेल आणि तेसुद्धा एकाच वेळी माझ्यासारखं. त्यामुळे ओठ आणि ग्रहण यांचा काही संबंध नाही."

"हुशार मुलगी. याचमुळे जगात सगळीकडे ग्रहणात गर्भवती आया गप्प बसून राहत नाहीत. त्या भाज्या चिरतात, शिजवतात, कामाला जातात, कात्र्या चालवतात आणि आरशात बघतात. आपल्या देशात आपल्याला एका खोलीत बसून राहायला सांगितलं जातं. ग्रहण सुटल्यावर भिकाऱ्यांना जुने कपडे द्यायला सांगितलं जातं आणि बाकी सगळा फालतूपणा — जेणेकरून बाईला तिचं रोजचं आयुष्य जगणं तेवढं नाकारलं जाईल."

ओठांबद्दल खरं-खोटं

- भारतात दर तासाला तीन मुलं फाटक्या ओठांनिशी जन्मतात.
- कारणं : निसर्ग (जनुके)
  संगोपन (अभाव, रसायने)
- काही कारण नाही. (दुर्दैव)

"ग्रहणानंतर भिकाऱ्यांना जुने कपडे का द्यायचे?"

"जुने कपडे, कच्चा तांदूळ आणि धान्य, काहीही. आपल्या देशात काही भागात तेव्हा 'दे दान सुटे गिऱ्हाण' असं म्हणतात."

"म्हणजे?"

"भारताच्या काही भागात भिकारी, बहुतेकदा हिजडे – आणि याचा अर्थ आपण विश्वकोशात बघणार आहोत – ग्रहणाच्या काळात रस्त्यांवर येतात आणि

घरातल्या लोकांना ओरडून सांगतात – 'दे दान सुटे गिऱ्हाण', 'धर्म करा आणि तुमच्या आयुष्यातलं ग्रहण दूर करा.' खरंतर ही रूढीवादी काळापासून चालत आलेली प्रथा आहे. उत्तर भारतात हिंदी भाषिक लोक अखंड दुर्दैवाचं वर्णन 'ग्रहण लगना' असं करतात."

"म्हणजे माझ्या जीवनाला ग्रहण लागलं आहे? मी नेहमी आणि नेहमी आणि नेहमी नेहमी अशीच कुरूप राहणार?"

"बस झालं सरस्वती." आईचा आवाज कठोर वाटतो, पण मला मांडीवर घ्यायला ती पुढे झुकते. नकळत ती माझ्या केसांवर थोपटू लागते. तिचे विचार आकार घेतात तसा तिचा आवाज खाली येतो. "तुझा जन्म झाला तेव्हा डॉक्टर म्हणाले, 'बाळाची टाळू फाटलेली नाही याबद्दल देवाचे आभार माना.' नाहीतर तुझ्या तोंडात आतमध्ये वरच्या बाजूला एक फट राहिली असती कारण हाडं पूर्ण तयार झालेली नसतात. जी मुलं खाताना त्यांचं अन्न नाकातून बाहेर येतं, कारण त्यांच्या तोंडाला नीट छप्परच नसतं अशा मुलांचा विचार कर आणि तुझं काय आहे ते पाहा. एक फाटका ओठ. सध्या आपण तो तुझा ओठ दुरुस्त करू शकत नाही, कारण ते करू शकणारा डॉक्टर आपल्याला माहीत नाही. जेव्हा आपल्याला एखादा चांगला डॉक्टर सापडेल तेव्हा कदाचित या खर्चिक शस्त्रक्रियेसाठी आपल्याकडे पैसा नसेल. म्हणून तू मोठी हो, पैसे मिळव आणि शस्त्रक्रिया हा व्यवहार्य पर्याय आहे का हे तूच ठरव; दरम्यान स्वत:ला कुरूप समजू नको. नाहीतर तू कुरूप वागायला लागशील. कुरूप म्हणजे कुरूप वागणं. जसं सुंदर असणं म्हणजे सुंदर वागणं. काही कमी नाही आणि काही जास्त नक्कीच नाही."

दमयंती विचारात पडल्यासारखी दिसते. ती बोलायला सुरुवात करते, मग मान हलवते आणि गप्प बसते.

"काय?" आमची आई विचारते. "असं काय अर्थहीन आहे की, जे जिभेपर्यंत येतं, पण बोलायचं नसतं?"

दमयंती जरा पुढे-मागे करते, "आपण तिच्या ओठाची शस्त्रक्रिया केली नाही तर कोण तिच्याशी...."

आई माझ्या बहिणीकडे बघते. ती वाक्य पूर्ण करेल म्हणून वाट पाहते. एखादी शापवाणी कोसळणार असावी असे ते अनुच्चारित शब्द हवेत तरंगत राहतात. मला भीती वाटते आणि मी त्याला अधिकच तिला चिकटते.

दमयंती रूळ बदलते, "मला जमेल तेवढ्या भराभर मी मोठी होईन आणि पैसे मिळवेन म्हणजे आपल्याला शस्त्रक्रिया करता येईल आणि मग ती लग्न करून सुखाने नांदू शकेल."

आई स्थिरपणे तिच्याकडे बघते. "धन्यवाद बाळा!" ती माझ्याकडे बघते.

"आपली बहीण आपल्यावर प्रेम करते का याबद्दल तुझ्या मनात काही शंका असेल तर हा पुरावा आहे, पण तुम्ही दोघींनीही हे समजून घ्यायला हवं की, लग्न म्हणजेच काही अंतिम उद्दिष्ट नाही. केवळ सरस्वतीच नाही, तर तुम्ही दोघीही मोठ्या व्हाल तेव्हा तुम्हाला ठरवावं लागेल की, मुळात तुम्हाला लग्न करायचं आहे का. हो, फाटक्या ओठामुळे सरस्वतीच्या बाबतीत 'जर' असेल, पण दमयंती तुझ्या बाबतीत हे 'जेव्हा' असेल. फक्त दोन गोष्टी लक्षात ठेवा; जेव्हा आणि जर 'तुम्हाला' लग्न करायचं असेल; जेव्हा आणि जर कुणा पुरुषाला तुमच्याशी लग्न करायचं असेल तेव्हा आणि तर नाही. दुसरं, स्वत:ला एक धर्मादाय वस्तू बनवू नका. ओह, माझा ओठ फाटका आहे. ओह, मी विधवा आहे. ओह, मला एक कवी पती म्हणून हवा होता आणि माझा तर फक्त वर्तमानपत्र वाचतो. तुम्हाला माणसांमधलं जे उत्कृष्ट असेल त्याची अपेक्षा करण्याचा हक्क आहे, पण लक्षात ठेवा, हक्कांबरोबर जबाबदारीही येते. केवळ नवरा आणि मुलं यांच्याप्रतिच नव्हे; हा तर फारच संकुचित दृष्टिकोन झाला. तुमच्या आजूबाजूला तीनशे साठ अंशांमध्ये काय आहे हे तुम्ही स्पष्टपणे तपासून पाहायला हवं. मग या शक्तिस्थानावरून तुम्ही पूर्ण माहितीच्या आधारे निवड करू शकता आणि मग तुम्ही तुमची आयुष्यं सुरक्षित करता म्हणजे तुम्हाला अधिक माहितीवर आधारित निवडी करता येतील. अशा रीतीने दुसऱ्या कुणाला त्यांच्या भिकार निवडीने तुमची आयुष्यं खुंटवू न देता तुम्ही शक्तीपासून शक्तीकडे जात राहाल. याला म्हणतात मुलींनो, सुखात नांदणं."

माझी आई तरुण, पण शहाणी. अर्थहीन पुराणकथांकडे न जाताही कालातीत. तिला प्रिय अशा कातडीचा कणही न देताही आधुनिक! लाखो वर्षं चालत आलं म्हणून निर्बुद्धपणे त्याची नक्कल न करताही पारंपरिक. त्याऐवजी ज्या रूढी सुरू झाल्या तेव्हा चांगल्या होत्या, पण आज त्या संदर्भ गमावून बसल्या आहेत अशांचा शेवट करून ज्याला मूल्य आहे अशांच्या सातत्यासाठी तिने जागा केली. त्यामुळे तिने माझ्यासाठी सहज, व्यवहार्य अशा रीतीरिवाजांचं एक छोटेसं गाठोडं तयार केलं. अशा परंपरा तयार केल्या, ज्या सुखाच्या काळात मधुर आठवणी देतात आणि कठीण काळात धीर देतात. अशा रीतीने माझ्या आईने अति वापरलेल्या आणि दुरुपयोग झालेल्या 'पारंपरिक मूल्य' या शब्दाला खरं मूल्य दिलं.

मी जेव्हा मोठी झाले आणि रोज माझ्या निवडी करू लागले तेव्हा निवडींवरच्या मर्यादेविषयी माँ बोलायची. त्याचा अर्थ मला समजू लागला. मी इतर स्त्रियांना, काही पुरुषांनादेखील वाईट निवडी करताना बघते. सहसा इतर लोकांच्या निवडी त्यांच्यावर लिंग, कर्तव्य यांच्या आणि धर्म व परंपरा या दोन पवित्र गायींच्या नावाखाली थोपल्या गेलेल्या असतात. अशा ठिकाणापर्यंत, जिथे ती प्रामाणिक चूक राहिलेली नसते. जाणीवपूर्वक चुका त्या खऱ्या शोकांतिका असतात.

आता मी अशा चुका करणार नाही. आता मी आरशातही बघू शकणार नाही. मृत्यूनंतर माझा ओठ अधिकच चिरलेला दिसतो का? माझा हृदयविकाराचा पहिला झटका अगदी गुपचूप आला. मला त्याच्या वेदना, कळादेखील कळल्या नाहीत. फक्त प्रचंड घाम! आणि मला तेव्हा वाटलं की, तो गॅसेसचा त्रास असेल. माझ्या मधुमेहामुळे मी संपूर्ण वैद्यकीय तपासणी करून घेईपर्यंत. आता, जीवनात एखाद-दोन दोष असायचेच.

खरंतर मी काही फारशी गोडाकडे झुकणारी नव्हे. साखरेने ओतप्रोत भरलेले दिसणारे गोड पदार्थ, तसंच मिठाईचं रूप घेऊन हलवायाच्या दुकानात बसलेले ते पदार्थ माझ्या घशाखाली उतरतच नाहीत. तोंडात गेल्यावर चमत्कार वाटणारा वेगळा म्हणजे संदेश; सर्वोत्कृष्ट बंगाली मिष्टि, ज्यात ताजं दूध हलकेच रेणू-रूपात ढकललेलं असतं आणि खरंच त्याच्या डीएनएशी फार खेळ केलेले नसतात.

मी रोज रात्री थोड्याशा, बरं ठीक आहे, बशीभर संदेशांना झुकतं माप दिलं. विशेषत: मोसमी नोलेन गुड संदेश, ही गुळाची व्हरायटी तुम्ही ताजी-ताजी असताना खाऊन बघायलाच हवी. निसर्गाचा काटा हिवाळ्याकडे झुकतो तोपर्यंत तो सर्व झाडांच्या खानदानांच्या नसा परिपुष्ट करत असतो. झाडावर चढणारी अनुभवी मंडळी रसदार नस हेरतात. त्या झाडाला एक मडकं अडकवलं जातं म्हणजे ते झाड केवळ माझ्यासाठी रस देईल. मग तो द्रव मंद आचेवर आटेल म्हणजे ती जादू संदेशात उतरेल आणि रात्री माझ्या बशीत अवतरेल; थेट निसर्गाने पोसलेली. याचा गोड पदार्थांच्या ठोक-किरकोळ बाजाराशी काडीचा संबंध नाही. प्रिझर्वेटीव्हज घातलेल्या, रासायनिक प्रक्रिया केलेल्या, हुशारीने प्लॅस्टिक पिशवीत बंद करून त्यावर पुढच्या शतकातली एक्सपायरी डेट छापलेल्या भुकटीत कुठली आली आहे ती मोहिनी?

तर मला याचा गौरव वाटतो. मी मेले असले तरीही, की मी फक्त चांगले गोड पदार्थ खाल्ले. कृतज्ञसुद्धा, की फार रेंगाळणं, लोळणं-घोळणं झालं नाही. आज संध्याकाळचा माझा हृदयविकाराचा दुसरा झटका! ग्रंथालयाबाहेर गुरुवार संध्याकाळीत सारवला जात होता तेव्हा शाळेची इमारत शांत, रिकामी होती. मी ग्रंथालयात, कुलूप लावून निघण्यापूर्वी इंटरनेटवर फेरफटका मारत असलेली. माझ्या हृदयाच्या जरा खाली सफाईदार क्रूरतेने खोलवर घुमलेली एक कळ- केंद्रानुवर्ती स्फोट!

मृत्यूच्या जबड्यातल्या त्या वेदनेच्या भरात माझा ओठ अधिकच वेडावाकडा झाला आहे का? अरे देवा! इंटरनेटची सोय आणि आंतरराष्ट्रीय नियतकालिकं यांच्यामध्ये गोळा होऊन पडलेली मी त्यांना सापडेन तेव्हा चांगली दिसत नसणार. माझ्या अंगाला गुलाबाचा सुगंधही येत नसणार. उद्या क्रीडादिनानिमित्त सुट्टी जाहीर केली आहे. त्यानंतर साप्ताहिक सुट्टी. थोडा दिलासा. माझे पाय वॅक्स केलेले

आहेत आणि त्यातल्या त्यात नवी अंतर्वस्त्रं घातली आहेत. ब्रा आणि 'च' दोन्ही मार्क्सपार्क्सच्या आहेत. लंडनमध्ये उचललेले, त्यामुळे कॉलनी शॉपमध्ये पाठवण्यासाठी कुठल्यातरी अशा-तशा ठिकाणी बनलेले नाहीत, तर दर्जाबद्दल कटाक्ष असलेल्या ठिकाणी आणि उत्तम सुताचे. माझ्या बहिणीने तिच्या हिरो नवऱ्याबरोबरच्या मागच्या वेळच्या भेटीत माझ्यासाठी खरेदी केल्या.

गॉश, त्यांच्या जेव्हा लक्षात येईल की, हे कळवण्यासाठी तिला मुंबईला दूरध्वनी करावा लागेल तेव्हा त्यांना काय मजा येईल! एका माजी तरीही अजून सुप्रसिद्ध अभिनेत्रीशी, बॉलिवूडच्या प्रसिद्ध अभिनेत्याच्या पत्नीशी ते बोलत आहेत हे माहीत असताना, ते हे काम कसं करतील? नंबर फिरवताना त्यांच्या मनात, फोन लागल्यावर त्यांच्या बोलण्यात, फोननंतरच्या शिक्षक खोलीतील पाठांतरात माझी बहीण ही एका डौलदार 'दिवा'चे रूप घेऊन येईल; तिच्या अभिनेता पतीला जवळजवळ देवाचंच स्थान मिळेल, त्याच्यासाठी डुकरंसुद्धा जीव टाकतात आणि हे दूरध्वनीवरचे संभाषण हे त्यांना खूश करणारं असल्यावर ते तिला सांगतील तरी काय? मी 'कैलासवासी ग्रंथपाल' होईन का?

मृत्यूच्या गांभीर्यावर लोक एकतर अति आदराने (त्यांचे जाणे, त्या गेल्या) किंवा कडवट विनोदाने मात करतात, पण त्यामुळे त्याचं अटळ असणं अधिकच अधोरेखित होतं. भूत झाला, दिवस भरले, माप ओलांडलं. बंगालीत काही जण 'पोटोल तुलेच्छे' म्हणतात. (पोटोल भाजी घेतली.) हिंदीत 'ऊपरवालेको प्यारे हो गए' (वरच्या मजल्यावरच्याला आवडला) दक्षिण भारतातले विनम्र शब्द अनंतता सूचित करतात, त्या चारही दक्षिणी भाषांमध्ये आपले आपले तुच्छतादर्शक शब्द उपटलेले आहेत. उदा. मल्याळममध्ये 'पोट्टिथेरिच्चू' (विस्फोट).

गुजरातेत मजेदार शब्दप्रयोग करतात. 'ऑफ थाय गया' (ऑफ झाला), 'धसरी गया' (घसरला. थोडा त्रास झाला, पण तरी शांतपणे) मुंबईत – या शहराची बंबैय्या नावाची स्वतंत्र भारतीय भाषा आहे, त्यातल्या 'लुडक गया' याचं भाषांतर शक्य नाही. जेव्हा तुम्ही कर्करोगाने, अति खाल्ल्याने, म्हातारपणाने वगैरे मरता तेव्हा 'टपक गया' असंही म्हणतात. 'टपक गया' हे एखादा माणूस पोलिसांसमोर चकमकीत किंवा शहराच्या न टाळता येण्याजोग्या अंडरवर्ल्डमध्ये उडाल्यावरही वापरलं जातं. हा दुसरा अर्थ त्यांच्या स्वत:च्या कुटुंबीयांना आवडत नसला, तरी त्याला रोमँटिक रूप देणाऱ्या लेखकांना तो भलताच प्रिय आहे.

पण माझं मत जातं ते मात्र थेट, वेळ न घालवणाऱ्या, रोखठोक 'मर गया'ला. तेच ते, मेला.

मी मेले. मी प्रवासात आहे; स्वर्गाच्या मार्गावर.

अनाघ्रात कुमारिका तिथेच जातात. बरोबर?

शुक्रवार

"नीच बंगालन."

ही दमयंती. फूत्कार टाकणारी. ती फोनवर आहे. तो प्रसिद्ध शांतपणा आणि उच्च वर्ग गेला उडत! खरंतर दमयंतीमधलं बरंचकाही हळूहळू उडून गेलं आहे. तिने सुखाने नांदण्याच्या तिच्या तयारीत स्वत:ला जसं घडवलं होतं, तशी ती लग्नानंतर राहिली नव्हती. जो भरपूर जीवनरस असतो तो हळूहळू गळून जाणं, हे असं लग्न झालेल्या बायकांचं काही वर्षांमध्ये व्हायलाच हवं का? 'उत्क्रांतीच्या प्रक्रियेतले टप्पे' असं त्याचं गर्विष्ठ समर्थन दमयंती करते. उत्क्रांती? एका चांगल्या की उगीच बदललेल्या मानवात? तिने उत्तर दिल्याचं मला आठवत नाही. आमच्यातल्या टेलिफोनच्या तारेमध्ये स्तब्धता. तिचा मोबाइल वाजला. ती म्हणाली 'तिला जायला हवं.'

दमयंती लँडलाईनवर, उपहासाच्या दुनळी बंदुकीसह.

"कमजात बंगाली बाई!"

शी! हे चांगलं नाही. जेव्हा तुम्ही स्वत: हरवून जाता आणि केवळ कुणाचीतरी पत्नी/आई/काहीही एवढंच राहता, तेव्हा असंही होतं. प्रत्येक बाई एक वेगळी, ना-चीज बनते.

हे जरी मला तिची बाजू राखण्यासाठी म्हणावं लागत असेल– आणि माझ्यावर विश्वास ठेवा, मी काही दमयंती-छावणी उभारणाऱ्या त्या फलकधारी गटांमधली नाही. आपण स्वत:च्याच पार्श्वभूमीचा किंवा बंगाली भाषक अशा त्या उपखंडातल्या संपूर्ण प्रदेशाचा अपमान करत होतो, हे तिच्या लक्षात तरी आलं असेल का, याची मला शंका आहे. अरे हां, ब्रिक लेनही ही भाषा बोलतो. माझ्या डोक्यात होता बांगलादेश. भारतीयांचा पूर्वीचा पूर्व-बांगला आणि आपण त्यांना स्वतंत्र व्हायला मदत करेपर्यंत सीमेपलीकडल्या लोकांचा पूर्व पाकिस्तान. आमच्या बांगला प्रांताला पूर्व उरलीच नाही. कदाचित ढोबळ आठवणींमध्ये? आम्ही अजून त्याला पश्चिम बंगाल म्हणतो. जसं आपण राजधानीला नवी दिल्ली म्हणतो. नवी? सर्वांत उत्तम म्हणजे

मुघल किंवा लुटयन्स. नवी काय ती दिखाऊ, नव्याने ओरबाडलेल्या पैशांची चमक, रस्त्यांवरचे नवनवीन उन्माद म्हणून? आणि या राजधानीत आकर्षित होणारे राजकारणी! त्यांच्या डोक्यात इतक्या जुनाट कल्पना असतात की, ते मात्र हट्टाने 'ये ओल्ड भारत' म्हणत राहतात. जेव्हा बाकी सगळे- इतर देश धरून– त्याला त्याच्या छानशा नावाने संबोधतात- इंडिया. भारतीबानमध्ये आपली शाळकरी मुलं दुसऱ्याच एका देशाच्या भूगोलाचं – ज्याला पृथ्वीवरच्या अत्यंत खतरनाक जागांपैकी एक म्हटलं जातं – वर्णन करणारं राष्ट्रगीत गातात, यात काहीच आश्चर्य नाही.

मी विचार करते, विशेषत: जेव्हा आपले कितीतरी विद्यार्थी हे पुस्तकं आणि शाळा-महाविद्यालयांची ग्रंथालयं यांना दुर्लक्षून केवळ गृहीत धरतात त्याचा मला त्रास होतो तेव्हा विचार करते, त्या देशातील तालिबानीकरण झालेल्या मुलांचा, ते काय ग्रहण करत असतील, विशेषत: मुलगे, ज्यांचा निरागसतेचा उत्सव बुडूनच गेला?

मोठ्या माणसांनी, तर त्यांचा तो उत्सव स्वत:च बुडवला. राजकारणी, सैनिक, धर्मांध, अतिश्रीमंत, प्रभावी प्रौढ, सुरुवातीला कदाचित जे नकळत या कटात भागीदार झाले असतील. मानसिक नकारात (denial) होत असतं.

परिणाम: तालिबानीकरण. भाषेच्या नावाखाली दुसऱ्याला नामशेष करण्याची आज्ञा आपल्या खाजगी सैन्याला देणारा एक दाढीवाला. धर्माच्या नावाखाली दुसऱ्याची हत्या करण्याची आज्ञा आपल्या सेनेला देणारा एक लांब झगेवाला. कुणी सुटाबुटातील नाहीतर कुर्तेवाला. आपल्या सेनेला सुडापोटी दुसऱ्याला लुटायची आणि शिरकाणाची विनंती करणारा. सगळे हत्यारं, तिरस्काराचा गणवेष घातलेले. पण तरी गणवेषच तो, त्यामुळे दुसऱ्या विरुद्धची सगळी कृत्यं अधिकृत होतात.

पण हे इतरांबद्दलचं, नाही का?

आपलं नाही.

इतक्या परक्या माणसांना बलिष्ठ माणसांची युद्धं खेळायला लावलेलं. त्याचा थोडाही काय, काहीही फायदा ना त्यांच्या स्वत:च्या भविष्याला ना त्यांच्या देशाच्या, ना त्यांच्या मुलांच्या.

ना आमच्या.

दु:खी, भरकटलेली दमयंती.

वेडी कुठली! स्वत:ची अशी उत्क्रांती करून घेते. ती कशी होती? अगदी उच्चभ्रू आणि बंगाली साड्या आणि उच्चार – आम्ही सगळ्या 'अ'चा उच्चार 'ओ' करतो. उदा. दोमोयोन्ती. तिने ज्याच्याशी विवाह केला असता, त्याच्या आयुष्यात कला आणि संस्कृती घेऊन येण्यासाठी ती सज्ज आणि परिपक्व होती. तिच्या भावी पतीला – तेव्हाच्या स्ट्रगलरला – ती एका चित्रपटाच्या सेटवर भेटते. तिनेही

तोपर्यंत काही कलात्मक बंगाली आणि हिंदीही चित्रपट केलेले असतात आणि बाळाच्या जन्मानंतर तिने आपली अभिनयाची कारकीर्द चालू ठेवली असती. तसं घडलं नाही, सगळे 'ओ'ही बाजूला पडले.

माझी बहीण शालीनपणे नवऱ्याशेजारी बसली आहे आणि तो मुलाखत देतो आहे, असं मी टी.व्ही.वर पाहते तेव्हा मी तिच्या चेहऱ्याकडे अगदी निरखून पाहते. तो डुक्कर गंभीरपणे म्हणतो, "मी एक नशीबवान माणूस आहे. तिने मला आमच्या सहजीवनातली सर्वोच्च भेट दिली आहे – आमचं मूल आणि त्याला वाढवण्यासाठी तिने तिचं करिअर बाजूला ठेवलं." कट कट, दमयंतीचे दात वाजतात आणि ती कॅमेऱ्याच्या क्लोजअपसाठी साधारण नम्रतेच्या जवळपास जाणारे भाव धारण करते.

दर्शनीयता ठेवायला जरा उशीरच झाला असल्याने ती चेहरा आणखीनच पोलादी करते. तिच्या 'करवा चौथ' अधिकच तपशीलवार, विधिवत होतात, अधिक समारंभ आणि दिखावा, निवडक आमंत्रित, आहेर देणे वगैरे वगैरे. या दिवशी काही भारतीय स्त्रिया त्यांच्या नवऱ्यासाठी उपास करतात. जगात कुठले नवरे करतात का त्यांच्या बायकांसाठी उपास? सूर्योदयापासून सूर्यास्तापर्यंत? उपासामुळे तिच्या रक्षणकर्त्याचं रक्षण होणार असतं. चांगला नवरा म्हणजे आयुष्यात लागलेली लॉटरी! तो बहुमान आणतो; अनुषंगाने सुख. तस्मात त्यांच्या आरोग्याची आणि दीर्घायुष्याची खात्री करण्यासाठी उपाशी-तापाशी राहा. नशिबाच्या लॉटरीची आरती करा.

भारतीबान देशात एक पोलादी सभ्यता आहे; निर्विवाद परंपरा आहे. जेव्हा केव्हा त्यांना आपल्या पैतृक शक्तीचे दंड थोपटावेसे वाटतात, तेव्हा ते ही सभ्यता नावाची वस्तू बाहेर काढतात. पुष्कळदा ते भारतीय नारी नावाच्या विशेष प्राणिमात्राकडून काय भूमिका अपेक्षित आहे हे सांगण्यासाठी पुराणकथांचा आधार घेतात. 'करवा चौथ'चीही काहीतरी पुराणकथा आहे. यमदेव नवऱ्याचे प्राण हरण करण्यासाठी येतो. बायको त्याच्या प्राणांची भीक मागते. देव नकार देतो. बायको खाणं-पिणं बंद करते. नवरा मेला, तर बायकोलाही जगण्याची इच्छा नसते. त्यामुळे लाज वाटून देव हरतो. पुराणात एका बाईच्या नवऱ्याला मगरीने पकडण्याचीही एक कथा आहे. ती धाग्याने मगरीचे तोंड बांधते. यमराजाकडे धाव घेते की, त्याने मगरीला – नवऱ्याला नव्हे – शासन केलं पाहिजे. देव स्पष्ट नकार देतो. बाई उठून उभी राहते आणि जाहीर करते की, त्याने मान्य केलं नाही, तर ती त्याला शाप देईल आणि यमदेव या पतिव्रता भारतीय नारीच्या भयंकर धाकाने मगरीची नरकात रवानगी करतो. पशुहक्क चळवळ नव्हती तेव्हा!

दमयंती आणि तिच्या उपास करणाऱ्या मैत्रिणी इकडेतिकडे करत नवरे आणि चंद्र उगवायची वाट पाहत असताना करवा चौथ संपतं. त्या दोघांकडे चाळणीतून पाहायचं असतं. साधी छलनी- चहाची गाळणी नव्हे, पण पास्ता निथळता येईल

इतपत मोठी चाळणीएवढी चाळणी. चाळणी? का कोण जाणे? फक्त करा — विचारू— नका — परंपरा. जेव्हा पती पत्नीला त्या दिवसातला पाण्याचा पहिला घोट पाजतो आणि त्यानंतर अन्नाचा पहिला घास भरवतो तो उत्कर्षबिंदू! नवऱ्यांना – दमयंतीच्या धरून – बहुतेक अशा वेळी आपण स्वर्गातले देवच आहोत असं वाटत असेल.

या परिस्थितीत त्याच्या दीर्घायुष्याबद्दल काही म्हणू शकत नाही, पण दमयंतीच्या वार्षिक 'चाळणीतून चंद्रदर्शनाने' त्याच्या मर्दानगीबाबत मात्र बरंचकाही केलं आहे. दमयंतीचा नवरा त्याच्या कल्पनेतल्या प्रत्येक बाईच्या द्वारातून ते आत घुसवत आला आहे. त्या पुष्कळ प्रमाणात सेटवर उपलब्ध असतात. बॉलिवूडचे चित्रपट जिथे चित्रित होतात त्या दूरदूरच्या विदेशी चित्रीकरण स्थळी, तुमचे आयुष्यातलं अंतिम ध्येय जर मुख्य नायिका बनण्याचं असेल तर कास्टिंग काऊचेस वर आणि तुम्ही जर आधीच नायिका असाल आणि शृंगारात जिंकलं जाण्यासाठी तळमळत नसाल तर मग तुमचं काही खरं नाही. तुम्हाला नायक-नायिका पावसात भिजत हातगाडीवर मस्ती करत असतात, ते गाणं माहीत आहे का? त्याने नीट काळजी घेतली की, चित्रीकरणादरम्यान तिच्या शरीरभर इथे तिथे सगळीकडे तिला छेडता येईल. ते चित्रीकरण संपायला अंमळ जास्तच वेळ लागला. ती त्या गाण्यात फारच गोड दिसते. ओलेती, पेटलेली, श्वेतवस्त्रा, वाऱ्या-पावसात चिंब, तिची चमकती तपकिरी त्वचा, तिच्या बारीक कमरेभोवती चांदीची नाजूक साखळी. चित्रीकरणानंतर ती घरी गेली आणि त्याचा स्पर्श खरवडून काढत सोलून काढणाऱ्या शॉवरखाली रडली.

आपल्या कृत्यानंतर लगेच शिक्षा मिळाली, तर लोकांना ती समजतच नाही. हे किती विचित्र आहे! शिक्षा फक्त शेवटीच मिळेल किंवा पुढच्या जन्मावर ढकलली जाईल अशी त्यांची काहीतरी आशावादी कल्पना असते, त्यामुळे उघडमीट करणाऱ्या भडक लाल खुणांकडे ते थांबून बघणार नाहीत. माझ्या बहिणीचा नवरा एच.आय.व्ही. पॉझिटिव्ह असला, तरी थांबायचं नाव घेत नाही. मिडियाला सांगितलं गेलं की, त्याच्या परदेशाच्या हॉस्पिटलच्या वाऱ्या एक दुर्मीळ स्नायूविकार बरा करण्यासाठी आहेत.

दमयंतीला आवडतच असेल ना, एक विशिष्ट स्नायू कायमचा लुळा पडलेला. तिच्यावर सोडलं, तर ती ते कापूनच टाकेल. तिला त्याची भयंकर घृणा येते. काही महिन्यांपूर्वी त्याचं निदान झालं तेव्हापासून तिने केलेल्या रक्ताच्या तपासण्यांमुळे, रिपोर्ट मिळेपर्यंत वाट पाहण्यातल्या भयंकर भीतीमुळे, ते समोर आल्यानंतर संगणकाने काळं-पांढरं स्वच्छ छापलेलं की, त्याने तिला बाधित केलं नाही, हे कळल्यावर भरून आलेली सुटकेची भावना. त्याने निदान तिचं रक्त तरी बाधित केलेलं नाही. हा शकुनाचा 'खिडकी काळ' टळेपर्यंत तिनं नियमित चाचण्या करून

घ्याव्या असा वैद्यकीय सल्ला तिला मिळाला आहे. भीतीपोटी ती त्या चूपचाप करून घेते. ती त्याला तिच्याबरोबर संबंध ठेवू देत नाही, पण करवा चौथ पाळते. शांतता, दर्जा, प्रतिष्ठा सांभाळायला हवी.

आणि एकुलत्या एक मुलाला जपायला हवं. नैसर्गिक मातृ भावनेपलीकडे जाऊन. स्त्री शक्तीच्या वेड्या वेड्या आविष्कारातून. पाहा ना! सारं प्रेम, माया, ऊब देणारे वडील नाहीत, भाऊही नाही की धड नवरा नाही. सगळे रस, भूमिका एकाच आयुष्यात बायकांनी वठवायच्या.

तर ती सध्या फुत्कारते आहे.

"खालच्या जातीतली मादी, तू माझ्या मुलाशी लग्न करशील असं वाटलं तुला? याला परवानगी मिळेल यावर विश्वास ठेवण्याइतकी बुद्दू आहेस तू? आणि तुला काय वाटतं, काल रात्रीच्या ॲवॉर्ड कार्यक्रमात तुला सर्वोत्कृष्ट नायिकेचं पारितोषिक मिळालं, तेव्हा माझा अपमान करून मला अभिवादन न करता शेजारी बसलेल्या माझ्या मुलाच्या, सगळ्या फोटोग्राफर्ससमोर, गळ्यात पडणं ही तुझी जगाला काही सांगायची पद्धत आहे?"

फोनवर दुसऱ्या टोकाला ती मुलगी काय बोलते ते ऐकू येत नाही. असं समजू की, ती दमयंतीचं हृदय जिंकण्याचा आटापिटा करत असेल.

प्रवेश बंद.

"प्रेम! तुझं त्याच्यावर प्रेम आहे आणि तेवढं पुरेसं आहे? त्याचं तुझ्यावर प्रेम आहे असं तुला वाटतं? असेल, पण कुटुंबाला जी मुलगी साजेशी असेल, तिच्याशीच तो लग्न करेल. तिला थोडीफार संस्कृती, काव्य, चित्र, विचार यांची जाण असली पाहिजे. कॉर्पोरेट जगातीलही कुणी चालू शकेल. सोन्याची कोंबडी म्हणून तुला या लाइनीत आणेपर्यंत तुझे वडील सी-ग्रेड भयपटांचे निर्माते होते. केवनजी त्यांच्या मुलासाठी याला कधीही परवानगी देणार नाहीत."

दमयंतीने हा गोड, फिल्मी, प्रेस आणि प्रेक्षक दोघांमध्येही चटकन लाडका झालेला शब्दप्रयोग शोधून काढला होता. पुन्हा एकदा ती बरोबर ठरली. तिच्या नवऱ्याच्या आणि मुलाच्या नावाची आणि आडनावांची आद्याक्षरे एकच असल्याने मुलगा म्हणजे के टू. हिमालयाच्या रांगेत पर्वतारोहींना सामोरी येणारी शिखरं के वन आणि के टू यांच्यावरून ही नावं! मिडियाला ती एकदम आकर्षक आणि होतकरू वाटतात. पितापुत्रांची ही जोडी बॉलिवूडमधल्या कुठल्याही खन्ना किंवा खान खानदानापेक्षा सरस नाही, तर निदान बरोबरीतरी करेल. तेही मागे खुणा सोडतील; नातू होतील. खानदानातून अधिकृतता येते. अधिकृतता म्हणजे वारसा. वारसा म्हणजे सर्वकाही!

बेगडी, हलका असला, तरी तो वारसा. बरेचसे हिंदी चित्रपट म्हणजे निव्वळ डोळ्यांचं च्युईंगम, त्यामुळे फारच थोडे अभिनेते, खरा राजा जो आशय, त्यावर काम करतात. तिथे विषय हा खरा नायक आणि कथा हीच सार असते आणि उच्च, कलात्मक, सुप्त क्षमता असणाऱ्या चांगल्या लिंगभेदविषयक मुद्यांवरच्या कथांना बॉलिवूडने नुसती बाजारू कला करून टाकलं नाही, असं अजून घडायचं आहे.

दमयंतीच्या फूत्काराचा शेवट आला आहे. ''के टूपासून दूर राहा. मी काय सांगते ते ऐक, कारण ते तुझ्या भल्यासाठी आहे. मागचीचं काय झालं आठवतंय?''

'मागची' खूपदा के टूकडून कारबाहेर ढकलली गेली होती. काही ठरावीक वेळा असतात जेव्हा अगदी नक्की लोकांनी त्रासदायक संभाषण करू नये. जेव्हा ते कामावर जाण्यासाठी तयार होत असतात, जेव्हा ते रात्री अंथरुणावर पडलेले असतात, जेव्हा ते चालत्या गाडीत पुढच्या सीटवर बसलेले असतात.

पण हाय, हे 'मागची'च्या बाबतीत बऱ्याचदा घडलं. का ते सांगते. ती आणि के टू विचित्र वेळांमध्ये सेटवर एकत्र काम करतात. भोवती लोक असतात. सार्वजनिक ठिकाणी एकत्र असताना कॅमेऱ्याला तुमचं आठ्या घातलेलं कपाळ किंवा भांडणारं आवळलेलं तोंड दिसून चालत नाही.

शिवाय त्याने फोटोही चांगले येत नाहीत. फोनवरची संभाषणं म्हणजे जुन्या हिंदी चित्रपटांची वाईट चेष्टा असते, ज्यात नायक आणि नायिका फोनवर एकमेकांशी फक्त कूजन करतात किंवा एकमेकांना गाणी म्हणतात. आपले तरुण प्रेमी फोनवर कधीही भांडत नाहीत. ते कुचि कूऽऽ करतात. एकमेकाला जानूऽऽऽ करतात, बेऽऽ बीऽऽ करतात, 'नाही, मी नाही फोन ठेवत आधी बेऽऽबीऽऽ, तू ठेव.'

राहता राहिली कार. जर चोरून ऐकणारा चालक नसेल, तर ती काहीतरी म्हणेल ते त्याला आवडणार नाही. 'आपण लग्न कधी करायचं? मी पंचविशी ओलांडली. लवकरच मी तीस वर्षांची होईन. मला मुलं हवी आहेत.'

फिल्मी! पण तिचं सारं जीवन तसंच तर होतं.

तो गाडी हळू करेल. तो जगातला सर्वोत्कृष्ट ड्रायव्हर नाही. त्याच्या कोऱ्या स्पोर्ट्‌स कारवरचं नियंत्रण सुटायला त्याला नको आहे. कार रस्त्याच्या कडेला घेणार, ऑटो लॉक आणि तिचा सीट बेल्ट दोन्ही काढून टाकणार, ढकल तिला ढकल, जा ढकल ढकल. ''आत्ताच्या आत्ता चालती हो माझ्या कारमधून आणि आयुष्यातून. किती वेळा तुला सांगायचं की, आपलं लग्न होण्यापूर्वी मला निदान एकतरी मोठा हिट हवा आहे.''

''तुझ्याकडे आत्ताच तीन हिट आहेत!''

''ते हिट आहेत, कारण त्यात के वनजी हा तारा चमकतो आहे, हे तुला माहीत आहे. मला एक सोलो हिट मिळवून स्वत:ला सिद्ध करायचंय.''

"पण तू एकटा नायक आहेस, असा एकही चित्रपट तू स्वीकारलेला नाहीस. फक्त तुझ्या बाबांबरोबरचे आणखी चित्रपट आणि ते तीन मल्टीस्टारवाले. तुझ्या पुढच्या दोन वर्षांच्या तारखा पूर्णपणे भरल्या आहेत."

तेच वाद, शब्द वेगळे, रस्ते वेगळे. जरी प्रत्येक वेळी 'आपण एकमेकांवर प्रेम करतो' इथून सुरुवात होते. अचानक गूढपणे आवाजातला फरक, पट्टीतला, स्वरातला फरक आणि उघड्या जखमेवर कुणी मीठ चोळणं, होरपळणाऱ्या, जळणाऱ्या जखमा ते न मिटलेले वाद...

ढकल, गेट आऊट, ढकल तिला रस्त्यावर. सारखं तिला धमकावत राहा, म्हणजे ती वठणीवर राहील. तिच्या प्रतिष्ठेच्या स्टारला असं रस्त्यावर सोडून देता येत नाही. तिच्या छोट्याशा क्लच पर्समध्ये तिचा सेलफोन असेल, पैसे नाही; आणि याआधी तिने सार्वजनिक वाहनातून प्रवास तरी कधी केला होता? तिला एखादी रिक्षा थांबवण्याचा प्रयत्न करून बघू दे. तिच्यात प्रवाशांच्या दोन्ही बाजूंवर तिचीच प्लॅस्टिकमधली हसरी छबी चिकटवली असेल किंवा हात दाखवून एखादी टॅक्सी थांबवू दे आणि तिला टिस्का म्हणून ओळखतील, मग जमाव गोळा होईल, मग घेरलं जाण्याची शक्यता. हे जमाव जणू रक्तातच घोळवण्याची मनोवृत्ती असलेले असतात. चान्स मारो! पहिली संधी मिळेल तिथे छाती चुरगळा, कुल्ल्याला चिमटा काढा.

याच्यावर विश्वास नाही बसत? निवडणुकांच्या प्रचारात उतरणाऱ्या नायिकांना विचारा, पटकन फिरणाऱ्या हाताकडे कशी नजर ठेवावी लागते ते.

बॉलिवूडवाल्यांची राजकारणात लुडबुड वाढली आहे, पण टिस्काचं कुटुंब निर्धाराने त्यापासून दूर राहतं. ते पूर्णपणे चित्रपट खानदान आहे. उच्च निर्मिते असलेल्या पापाजींनी, आपला वसाहतवादाचा झगा फेकून नव्यानेच लक्ष्मीचा लाभ झालेल्या देशात भविष्याच्या सुचिन्हांनी भारलेल्या काळात अनेक खन्ना पुत्र आणि कन्या यांच्यासोबत दुकान थाटले होते. पापाजींच्या अभिजात चित्रपटांसह सर्वत्र आदर्शवादाची चलती होती; निष्पाप प्रेमकथांचं चित्रपटांवर राज्य होतं. मधुर भावबंध जागवणारं काव्य लिहिलं जात होतं. जिवंत संगीताने नटत होतं आणि उत्कृष्ट गीतं गायली जात होती. चित्रपट सर्जनशील होते; ते हिट होते; ते अर्थपूर्णसुद्धा होते.

आणखी अनेक खन्ना जन्माला आले. खानदान बहरलं. खन्ना पुत्र पापाजींनी निर्मिलेल्या चित्रपटात काम करू लागले. खन्ना कन्यांच्या शाद्या होऊन त्या दिल्या घरी गेल्या. खन्ना पुत्रांपैकी ज्यांनी नायिकांशी लग्नं केली त्यांना आपल्या बायकांना कामापासून दूर ठेवण्याबद्दल बजावण्यात आलं. खन्ना-विवाह कुटुंबाच्या शेतावर साजरे होत. उत्तमपैकी मदिरा, सर्वांत चविष्ट आणि लुसलुशीत मांस, उकडलेल्या अंड्याचे दोन भाग करून त्यातला पिवळा भाग किंचित मसालेदार खिम्यात

मिसळून मग हे पूर्ण शिजवलेलं, हाताने तुकडे केलेलं अंड्याचं सारण एका सोललेल्या कोंबडीत भरून आणि अशी अनेक कोंबडी कांदा लसूण दह्यात मुरवलेल्या बोकडात भरून आणि मग, मगच हे खास पक्वान्न सबंधच्या सबंध खास तयार केलेल्या खड्ड्यांवर भाजलं जायचं. याच खास कामासाठी लावलेल्या झाडांची लाकडं जाळून आग पेटवलेली असते. सगळ्यांनी भरपूर ऐश केली. खन्ना पुत्र धीरेधीरे पण निश्तिपणे बाळसेदार होऊ लागले आणि मदिरासक्ती आणि कोलेस्टरॉलच्या सीमारेषेवर तर ते होतेच.

खन्नांचे खापरपणतू जन्मले, तेव्हा फारसं लाकूडही शिल्लक राहिलं नव्हतं. वारसा हासुद्धा त्याच्या अंगभूत मर्यादांसह येतो. जिवंत राहण्यासाठी वारसा ही अखंड चालू राहणारी गोष्ट. वर्क इन प्रोग्रेस असावी लागते.

सर्व खन्ना स्त्रियांपैकी फक्त एका नातीला अभिनयाची सदैव इच्छा होती. जरा दुरुस्ती करते : सर्व खन्ना स्त्रियांपैकी टिस्का ही एकमेव होती, जिने आपली इच्छा बोलून दाखवली. तिची आई तशी अपघातानेच अभिनयाच्या क्षेत्रात आली होती आणि टिस्काचे वडील भेटेपर्यंत ज्या मोजक्या चित्रपटांत तिने जी कामं केली होती, ती चांगली केली. टिस्काचे वडील चांगले अभिनेते होते. दारूने त्यांचा ताबा घेतला नसता, तर महान अभिनेते होऊ शकले असते. टिस्का शाळेत असताना तिने 'मि. इंडिया' पाहिला. परीक्षणात लिहिलं होतं की, नायिका इतकी चांगली होती की, चित्रपटाचं नाव 'मिस इंडिया' असायला हवं होतं. कॉलेजात असताना टिस्काने 'बेटा' पाहिला. परीक्षणात म्हटलं होतं की, नायिका इतकी चांगली होती की, चित्रपटाचं नाव 'बेटी' ठेवायला हवं होतं. टिस्कानं हे आव्हान म्हणून स्वीकारलं. 'एक दिवस माझ्या चित्रपटाबद्दल असंच परीक्षण छापून येईल.'

टिस्काची जमेची बाजू ही की, तिने तिच्या सदोष उच्चारांवर, भडक कपड्यांवर खूप मेहनत घेतली. तिच्या सुरवंटासारख्या भुवया कोरून सदा आनंदी-अचंबित डोळ्यात रूपांतरित झाल्या; परीक्षणही सत्यात उतरलं. खन्नांनी तोवर फक्त 'पुरुष अभिनय करणार' परंपरेशी प्रतारणा केल्याबद्दल टिस्काला आणि तिच्या आईला खड्यासारखं वेगळं काढलं होतं. याच दरम्यान कधीतरी टिस्काचे आई-वडील विभक्त झाले होते, पण तिच्या वडलांनी तिच्या पहिल्या मोठ्या हिटला आणि जेव्हा 'राजा भारत'चं नाव खरं म्हणजे 'राणी भारत' असायला हवं, असं परीक्षण छापून आलं तेव्हा फोन करून तिचं अभिनंदन केलं होतं.

इथपर्यंत सगळं ठीक! म्हणजे जर तुम्ही भंगलेल्या विवाहातील एकुलतं एक मूल असणं सोडून दिलं तर- खन्ना खानदानातील जाहीररीत्या वेगळं झालेलं- आणि कुठेतरी ही आपलीच चूक वाटत राहणं सोडून दिलं, तर तुम्हाला अत्यंत विनाकारण जन्माला घालण्याव्यतिरिक्त पालक हे एवढं मात्र चांगल्या रीतीने करू

शकतात. ते विनाकारण तुमच्या आयुष्यात राडा करतात, त्यासाठी सूचनापुस्तकांची गरज नसते.

टिस्काचं के टूबरोबरचं प्रेमप्रकरण सेटवर बहरलं. त्यांचे एकत्र चित्रपट जोरात चालले. यानं त्याला मदत झाली. निर्माते टिस्काच्या आईला तारखांसाठी जथ्याने भेटतात आणि एकत्र चित्रपटांचे प्रस्ताव आणतात. त्यांना वाटतं यांच्या प्रेमप्रकरणामुळे चित्रपट बनवणं जरा सोपं जाईल. त्यांचं वाटणं चुकीचं आहे. टिस्काची मॅनेजर कम आर्थिक सल्लागार असलेली आई कुठल्याही नवोदित अभिनेत्याला हेवा वाटावी अशीच होती. टिस्काची सबकुछ म्हणून ती एकदम फुल्ली स्टारमॉम आहे, जी चित्रीकरणाची दूरदूरची स्थळं उडवून लावते आणि अगदीच अशक्य झालं, तर टिस्काची अंगरक्षक म्हणून त्या सगळ्या ठिकाणी जाते.

"तू त्याच्याबरोबर झोपायचं नाहीस."

"मम्मी, प्लीज!"

"तो किसका बेटा है पाहिलं, तर त्याने आत्तापर्यंत प्रयत्न केला नसला, तर नवल आहे."

"तो कुणाचा मुलगा आहे याने काही फरक पडत नाही."

"तुझा नायक मेकअपमनचा मुलगा असता तर तू त्याच्या प्रेमात पडली असतीस का?"

"मम्मीऽऽऽ...!"

"मेरी भोली बच्ची, तिला विचार करायला सांगितलं की, तिला त्रास होतो. अगं बाळे, कोणीही पुरुष तुझा उपयोग करून घेणार नाही हे पाहण्यासाठीच तर मी इथे आहे. काही काळजी करू नको."

"पण त्याने मला परेशान केलं तर?"

"तू स्वतःला लग्नाच्या रात्रीपर्यंत राखून ठेवते आहेस, असं सांगितलंस, तर तो तुला त्रास देणार नाही."

"मग तो इतर नायिकांकडे जाईल."

"हो सकता है आणि तसंही तो जाणारच आहे. शेवटी, किसका बेटा है? खाण तशी माती."

दमयंती प्रवेश- सगळ्यांना या ताणतणावांपासून दूर ठिकाणी भेटून- आता लोक बोलायला लागले आहेत तर पुढे काय असं बोलण्यासाठी- एकांतात आणि आरामात भेटायची व्यवस्था ती करते. दमयंतीला वाटतं की साखरपुडा व्हावा. हे नवीन जोडपे गॉसिप कॉलमचा विषय होण्याअगोदर, कारण तेच बरोबर राहील. दोन्ही कुटुंबीयांसाठी ते चांगलं दिसणार नाही, शिवाय असा विचार केला तर...

"कसा विचार करता?" तिच्या मुलाला जाणून घ्यायचं असतं.

"आपण दोन्ही हिंदी चित्रसृष्टीची आघाडीची कुटुंब आहोत. आपण चांगला पायंडा पाडला पाहिजे."

"खाजगी साखरपुडा अधिक चांगला राहील." स्टार मॉम सुचवतात.

"रोक्कासारखं – ज्यात दोन्ही कुटुंबं एकमेकांना वचन देतात."

"माझ्या मनात लहानसा, पण शानदार समारंभ होता." दमयंती विरुद्ध मत मांडते. "दोन चांगली घराणी एकत्र आलेली बघू दे लोकांना."

या मूर्खपणाच्या विधानावर स्टार मॉम – तिच्या वेळची कसलेली अभिनेत्री आपलं हसू शिताफीने लपविते. "अर्थात, चांगली घराणी! पण मी टिस्काच्या करिअरचा विचार करत होते. तिला अजून चांगलं काम करायचं आहे. थोडे-बहुत अॅवॉर्ड्स जीत सकती है। ती आत्ताच ठरावीक भूमिका नाकारणारी ज्येष्ठ अभिनेत्री झाली आहे. समीक्षकांची वाहवा मिळवेल अशा भूमिका ती आता करू शकते. एखाद दुसरं राष्ट्रीय पारितोषिक! जाहीररीत्या साखरपुडा झाला, तर भूमिका बंद होतील. टिस्काचं लग्न झाल्यात जमा होईल."

"एवढ्यात लग्न माझ्या मुलासाठी फार घाईचं होईल." निर्वाणीच्या स्वरात त्याचे वडील फैसला देतात.

दमयंती तिच्या उद्योगपती मित्राच्या खाजगी जेटमधून या गटचर्चेसाठी सर्वांना आमंत्रित करते. टिस्का त्यात भाग घेत नाही. गोव्यातल्या सर्वांत ऐषारामी हॉटेलमधल्या सप्ततारांकित एकान्त सूटमध्ये त्या सर्वांचं बुकिंग झालेलं असतं. ते नव्या वर्षाची सुरुवात एकत्र करणार असतात; एक कुटुंब म्हणून. रोक्काच्या वेळी तिचे डॅडी इथे नसतात, पण आयुष्यात प्रथमच तिला त्यांची तेवढीशी आठवण येत नाही. ते विवाहाला असतील आणि मग बाळं आणि ते सारं सुख. टिस्का हलकेच गुणगुणते ते गाणं पुढच्या आठवड्यात जैसलमेरच्या वाळवंटात वाळूची सोनेरी चमक विरोधाभासाने उठवणाऱ्या उजळ रंगाचे कपडे घातलेल्या शंभरएक नर्तकांबरोबर तिच्यावर चित्रित होणार असतं. मुंबईमधली तालीम अगदी परफेक्ट होती. गाण्यातला तिचा पोशाख ७० एमएमच्या धडधाकट डोळ्यांचं पारणं फेडणार होता. ते गाणंच मुळी पुढच्या वर्षातलं हिट होतं.

"शुअर शॉट हिट है बेबीजी." कोरिओग्राफर म्हणाला.

"एकदम!" दिग्दर्शकाने दुजोरा दिला आणि बेबीच्या भल्यासाठी भर घातली.

इंडस्ट्रीत तिला तिच्या नावाने कुणीच हाक मारत नाही. ती इतकी निरागस दिसते आणि वाटतेही. अं, बालिश – 'कॉन्सर्ट के लिए भी फिट है।' आघाडीच्या हिंदी नायिका चांगल्या नृत्याच्या गाण्यांच्या शोधातच असतात. त्यात सगळं लटका-झटका वगैरे व्यवस्थित असलं पाहिजे, पण हलका 'आयटेम नंबर' नव्हे.

लक्षात घ्या, त्यात फक्त अर्धावृत वक्षस्थळं आणि चमचमत्या टिकल्यांनी जेमतेम झाकलेल्या अंगावरून फिरणारा कॅमेरा एवढंच असतं. फडकत्या गाण्यांवरची चांगली नृत्यं टी.व्ही.वर झळकणाऱ्या पारितोषिक समारंभात करायला बरी हाताशी येतात. या गाण्याचा समावेशही अनिवासी भारतीयांसाठी आयोजित केलेल्या बऱ्याच स्टार शोजमध्ये नक्कीच केला जाणार होता. व्यवस्था गाते आपल्यासोबत; वडलांच्या पावलावर पाऊल टाकून चालणाऱ्या के टूच्या शब्दात, "प्रेक्षकांचा पैसा पुरा वसूल. सिताऱ्याच्या एका झटक्यासाठी आणखी पुष्कळ पैसा."

टिस्का खूश. सारे मस्त! या लग्नात काही उणं नसणार. तिच्या आई-वडलांसारखं नसणार. तिचं जीवन तिच्या आईच्यापेक्षा आणि तिच्या माहितीतल्या सर्व आयांच्या जीवनापेक्षा अधिक चांगलं असणार. ती अंथरुणावर पडते तेव्हा तिला त्या हिट-फिट गाण्याची आणि त्यावर ती वाळूत गिरक्या घेत असल्याची स्वप्नं पडतात. दूरवरून शुभ्र घोड्यावर बसून के टू येतो. (प्लीज लक्षात ठेवा, टिस्काला फिल्मीच स्वप्नं पडतात. या सीनच्या स्टाइलमध्ये उंट मार खाईल.) सोनेरी धुळीतून दौडत थेट तिच्याकडे येतो. हाताच्या एकाच डौलदार हालचालीने तो तिला उचलतो आणि 'फूलों की सेज'वर ठेवायला पळवून घेऊन जातो आणि इथेच, या पुष्पशय्येवर, या गुलाबाच्या शेजेवर ती तिच्या पुरुषाला समर्पित होते.

नववर्षाच्या पहिल्या परफेक्ट दिवशी टिस्का डोळे उघडते, तेव्हा सुखानं तिचं डोकं जड झालेलं असतं.

एक उसाशाचा क्षण!

दमयंतीच्या उसाशाचा क्षण. आत्ताच तिने ठेवला होता तो फोन तुमचा मुलगा 'सेटल' होतो आहे का असं विचारणाऱ्या चित्रपटाच्या एका वित्तपुरवठादाराचा होता. आत्ता किती विचार करते आहे ती, जो झालाच नाही त्या साखरपुड्याचा! जेव्हा जेव्हा तिला त्याची आठवण होते तेव्हा तेव्हा हा दमयंतीच्या अगदी आतून, खोलातून आलेला उसासा येतो.

घरमदतनिसांच्या – त्यांना नोकर म्हटलेलं माझ्या बहिणीला आवडत नाही – ताफ्यातला एक जण एका अनाहूत पाहुण्याला आत घेऊन येतो. ते कोण हे पाहताच या व्यत्ययामुळे आतल्या आत उमटलेली तिची आठी ती आपोआप सरळ करते.

"हॅलो त्रिपुरसुंदरी! सर्व लोकांतली सुंदऱ्यांची सुंदरी ऐसे अचानक? ये ना. बैस. काय घेणार? चहा, कॉफी, ज्यूस? शहाळ्याचं पाणी घे ताजं. त्याने सारी टॉक्सिन्स धुऊन जातात. ऑल ठीक? घरी त्याच्याबरोबर सारं ठीक?"

"सध्या तो दुसऱ्या घरी आहे. तिची तब्येत फारशी ठीक नाही. ओके. एक,

मी काहीतरी कारणाने जातीने खास आले आहे. हे जर खरं असेल, जर तू ते मला तुझ्या दृष्टीने योग्य वेळी सांगशीलच हे माहीत आहे मला, पण खरं आहे का ते? मी बरंच ऐकते आहे की, तुला न आवडणाऱ्या एकीबरोबर के टू सेटल होतोय म्हणून?''

''माझं न आवडणं हा काही प्रश्नच नाहीये. कुठून ऐकलंस तू हे?''

''इंडस्ट्रीतले लोक. तिच्याकडूनच ही बातमी सोडून दिली असणार.''

''अस्सं!''

''खरं म्हणजे मी हे चेन्नईतही ऐकलं. मी तुला सांगितलं ना, मी माझ्या मृत आईचे फ्लॅट्स विकायला थोडे दिवस तिथे राहणार होते ते?''

''फ्लॅट्सना किंमत चांगली आली का?''

''हो, टचवूड. चेन्नईत रिअल इस्टेटच्या किमती गगनाला भिडल्या आहेत. मला वाटतं बेंगळूरूपेक्षा चांगल्या आणि माझ्या अम्माने चांगल्या परिसरात गुंतवणूक केली होती. पायाभरणीसुद्धा होण्यापूर्वी थेट बिल्डरांकडूनच खरेदी केल्या होत्या. तिने काही जमिनीही घेऊन ठेवल्या होत्या, त्याचेही चांगले पैसे आले. सगळे चेकने. लक्षात घे.''

''टिस्काच्या आईने विकायला मदत केली का?''

''अं, हो. चालेल ना तुला? माझ्या काही ओळखी होत्या, पण टिस्काच्या आईच्या ओळखीचे इतके मोठमोठे ब्रोकर्स सगळीकडे आहेत. तिची स्वत:साठी आणि इंडस्ट्रीतल्या लोकांसाठी सारखी खरेदी-विक्री चालू असते. ती खरेदीदार आणि विकणारा दोघांकडून दोन दोन टक्के कमिशन घेते, पण रिअल इस्टेटच्या बाबतीत ती चांगली आहे, हे मान्य करायलाच हवं. त्या दिवशी मन्यासुद्धा तिची तारीफ करत होती.''

''ओह?''

''काही खास नाही गं, मन्या एवढंच म्हणत होती की, ती एवढ्या शक्तिशाली राजकारण्याची मुलगी असूनसुद्धा टिस्काच्या आईचे रिअल इस्टेटच्या बाबतीत जसे देशभर लागेबांधे आहेत, तसे तिचेदेखील नाहीयेत.''

''तसं असेल, कारण मन्याचे वडील राज्याच्या पातळीवर राजकारणात आहेत. आपण हिंदी फिल्म इंडस्ट्रीतली माणसं राष्ट्रीय नाही, आंतरराष्ट्रीय व्यक्ती असतो.''

''हंऽऽऽ, पण हे तिच्या लक्षात आणून देऊन मला काही तिला डिवचायचं नाही. समजा, माझ्या फिल्ममधल्या कशालातरी आक्षेप घेऊन तिने तिच्या वडलांच्या गुंडांना थिएटरवर पाठवलं तर? राजकीय पक्ष मिडियाचं लक्ष वेधून घेण्यासाठी नेहमी आपल्यालाच लक्ष्य करतात, म्हणून तर अलीकडेच मी एक भूमिका नाकारली. एका लहान गावातल्या डॉक्टरची, जिला कळतं की, एक आत्महत्या ही खरं म्हणजे प्रतिष्ठेसाठी केलेली हत्या आहे. त्या मुलीवर विषप्रयोग होतो. तिची

स्वत:ची आई तिला अन्नातून विष देते. कॅन यू इमॅजिन? दुसऱ्या जातीतल्या मुलाच्या प्रेमात पडल्याबद्दल. तो तरुण दिग्दर्शक म्हणाला सत्यकथा आहे. सीमेपलीकडच्या विचित्र लोकांसारखी. मी म्हटलं, डोण्ट वाँट.''

''चित्रपट लहानसा, पण चित्रपट महोत्सवाच्या वर्तुळात पोहोचला असता.''

''त्यांनी बनवू दिला तर. है ना? त्या संन्याशिणीला, श्वेतांबराला कोण विसरेल? बालविधवांवरच्या चित्रपटाविरुद्ध बनारसमध्ये निदर्शनं करून ती किती चटकन सेलिब्रिटी झाली! सगळे कपडे घालून भारतीय सभ्यतेची विदारणा केल्याबद्दल घोषणा देत कशी ती सगळ्या न्यूजचॅनल्सवर उभी होती. तरुण आणि वृद्ध विधवांना त्यांचे कुटुंबीय काशी आणि वृंदावनमध्ये कसे सोडून देतात, याबद्दलचे कितीतरी लेख त्यानंतरही छापून आले होते, पण हू केअर्स?''

''वाईट आहे, पण खरं आहे, 'मन्या जिस थाली में खाती है, थूकेगी नही।' एवढीच आशा करू शकतो किंवा के वनजी म्हणतात तसं आपल्याच दारात पोट रिकामं करू नका. मन्याने नुकतीच हिंदी चित्रपट-निर्मितीला सुरुवात केली आहे. हिंदी चित्रपटसृष्टीला मारक असं काही तिने करू नये. तिच्या कुटुंबाने २६/११ वरून काहीच धडा घेतलेला नाही, त्यामुळे हेही किती दिवस टिकेल शंकाच आहे.''

नम्र टकटक. शहाळ्याचं पाणी आणि दुपारचं वर्तमानपत्र घेऊन घर-मदतनीस.

शहाळ्याचं पाणी पिण्याआधी दमयंती पहिल्या पानावर एक नजर टाकून मग तो खाली ठेवते. 'त्यांचं पुन्हा सुरू झालं का?' प्रश्न विचारण्याआधी त्रि. तिच्या ग्लासातून एक घुटका घेते.

''कल के टूच्या निर्मात्याला त्यांच्या मनहूस चळवळीची 'अनौपचारिक' आठवण करून देण्यात आली. परकीयांना काम द्यायचं नाही, बाहेरचे कोण आणि या राज्यातले कोण हे ते ठरवणार. आपल्या चित्रपटांवरसुद्धा त्यांची देखरेख असणार. आपण जर आपल्या संवादात हिंदी-इंडियन बंबई शब्द वापरला किंवा मुंबई ऐवजी बॉम्बे म्हटलं, तर ते थिएटर जमीनदोस्त करायच्या धमक्या देतात. त्यांचा नवीन फतवा म्हणजे एक तरी गाणं त्यांच्या पद्धतीचं पाहिजे. त्यांच्या सांस्कृतिक स्टाइलचं पाहिजे. नाहीतर ते रेडिओवर हिंदी गाणी वाजवू देणार नाहीत. त्यांचे पक्ष-कार्यकर्ते 'निषेध' करतील.''

''हिंदी ही त्यांचीसुद्धा राष्ट्रभाषा आहे, हे त्यांना माहीत नाही का?''

दुपारच्या वर्तमानपत्रातल्या पहिल्या पानावरच्या मोठ्या मथळ्याकडे दमयंती बोट दाखवते, ''हे बघा.''

त्रि मान हलवून नकार देते आणि पुढे शहाळं पिणं सुरू ठेवते. ''मी मानसिक आरोग्य राखण्याचा प्रयत्न करते. आणखी अतिरेकी गोष्टी वाचल्या की, डोक्याचा आणखी भुगा होतो.''

"हे आपल्याबद्दल आहे. फिल्म इंडस्ट्रीबद्दल. तुला निदान माहीत तरी असायला हवं. हा लेख वाच. हा दुसरा गट अजून कुणाला माहीत नव्हता. तो आत्ता आधीच्या गटाशी स्पर्धा करतो आहे. आता त्यांनी एक मनहूस फतवा काढला आहे. इतर लोकांशी कोण जास्त शत्रुत्वाने वागतो त्याची स्पर्धाच लागलेली दिसते. नवरात्रीत जर का त्यांची गाणीही वाजवली नाहीत, तर धनिक बाळांना आता हिंदी सिनेसंगीतावर नाचायची परवानगी मिळणार नाही. बऱ्याच हौसिंग सोसायट्या ते पाळतीलही. भीती हीच या माथेफिरूंची किल्ली असते. तुझ्या मन्यालासुद्धा आपल्याला घटनेच्याही वरचे अधिकार आहेत असं वाटत असेल. आदर हा कधीही हुकूम करून मिळत नाही. तो कमवावाच लागतो, हे तिच्यासारख्या लोकांना कळत नाही, हे दुर्दैव."

दहशतीचा दाह

२६/११ जेव्हा दहशत समुद्रमार्गे शिरली.

२६ नोव्हेंबर, २००८ रोजी १० ब्रेनवॉश्ड युवकांनी सागरी सीमा ओलांडून येऊन ६२ तास मुंबईला ओलीस ठेवले.

माझी बहीण जे बोलून दाखवत नाहीये ते मला सांगू द्या.

एका भारतीयाला आता नुसता चांगला नागरिक असणं हे दिवसेंदिवस कठीण होत चाललं आहे.

एक उदाहरण घेऊ. मुंबईत, अगदी अलीकडपर्यंत मानवी कहाणीचा सुखान्त करणं सोपं होतं. या शहराची विस्मयकायकरीत्या प्रसिद्ध अशी कार्यसंस्कृती, बोलण्याचा ढंग, कल्पकता आणि 'करू शकतो' संस्कृती होती. हेसुद्धा अशा देशात, जिथे समस्या सोडवण्यासाठी दैवी किंवा तत्सम हस्तक्षेपाची वाट बघण्याची सहसा वृत्ती आहे. आजही सर्वसामान्य मुंबईकर दाबून काम करतो, थोडी मौज करतो, कसून प्रार्थना करतो, कर भरतो; पण आता त्याला सुखी राहण्यात यश मिळत नाही.

होय, मला माहीत आहे की, मुंबई १२/९२पासूनच भीतीच्या छायेत जगते आहे. कत्तल करून, जाळून किंवा बलात्कार करून ज्यांना संपवून टाकायचं होतं, त्यांच्या दारांवर रातोरात निळ्या खडूच्या खुणा उमटल्या. याचं उट्टं म्हणून पहिले मोठे बॉंबस्फोट झाले आणि त्यानंतर हे थांबलंच नाही. अंतर्गत दहशतवादाने शहराला वेठीस धरलं आणि त्यातून विस्तारलेल्या शाखांनी आपल्या बाकीच्या/उरलेल्या देशाला शरण आणले.

दोन स्वाभाविक परिणाम : आपणच तयार केलेली ही भुतं आता मोठी झालीत आणि अनेक ठिकाणी पोहोचली आहेत. कुठला भारतीबान आता काय विषय घेऊन

उभा असेल ते सांगणं कठीण आहे. भाषा, गुणाधारित नसलेलं कामातलं आरक्षण, धर्म, जात, पोटजात, स्त्रियांनी 'पाश्चिमात्य पेहराव' करू नये किंवा 'इतर' मुलांबरोबर फिरू नये... अशा रीतीने साक्षीदार व्हा मानवी हक्कांची वाळू पायाखाली घसरतानाचे- ब-गटांकडे पोलीस कानाडोळा करतात तेव्हा- त्यांच्या दुःखाच्या उडणाऱ्या धुळीच्या लोटांचे.

दहशतीचा दाह २

- *१२/९२ : जेव्हा दहशतीने भूमीवर हल्ला केला.*
- *६ डिसेंबर, १९९२ रोजी डोकी भडकवलेल्या शेकडो तरुणांनी मशीद जमीनदोस्त केली.*
- *भारतीयत्वाची कल्पना तेव्हापासून ओलीस पडली आहे.*

होय, होय! आपल्या राजकारण्यांमध्ये आणि नोकरशहांमध्ये काही चांगले लोक आहेत, याची मला पूर्ण जाणीव आहे. आपल्या सर्वांना माहीत आहे की, स्थानिक स्वराज्य संस्थेपासून ते कायदा आणि सुव्यवस्था तसंच राजकारणी नावाच्या लांडग्यांच्या कळपाच्या प्रमुखापर्यंत सर्व सरकारी संस्था सर्वसामान्य भारतीयासाठी काम करायला नकार देतात. या संस्थांमधल्या काही व्यक्ती अशा आहेत, ज्यांनी हा डोलारा भीम ताकदीने सावरून धरला आहे. याच कारणामुळे, फालतू जहागीरदारांच्या ताब्यात गेलेले दयनीय प्रदेश अशी अवस्था होऊनसुद्धा आपली शहरं म्हणजे नागरी हक्कांचे कत्तलखाने झालेले नाहीत. पण अजून किती काळ? धन-दांडगे नागरिक काही वेगळ्याच मुद्द्यांवर एकजूट करून राहतील, तर भीमाचेसुद्धा बाहू कधीतरी थकतीलच. कदाचित तालिबानस्तानची सुरुवातही अशीच झाली असेल. शहरातला उच्च वर्ग अगदी झटकन आपल्या गुहेत जातो. अंतर्गत शत्रूंना आरामात एकेकाशी निपटता येतं.

या विषयांतराबद्दल पुन्हा एकदा क्षमस्व! तुमची सूत्रधार म्हणून मी तुम्हाला एक छानशी गोष्ट सांगायला हवी आणि इथे हे वाईट वास्तव जणू हे सांगायला वर डोकं काढतंय की, स्वर्गाला शॉर्टकट नाही.

नरक! हाच भाव २६ जुलै, २००५चं सकाळचं आभाळ पाहिल्यावर वाटत होता. मुंबईवर महापूर प्रलय कोसळल्यावर एका सहशिक्षिकेच्या नवऱ्याला वाटलं, हा तर जिवंत नरक! मान्सूनने शहराला झोडपून काढलं. ब्रिटिशांच्या नंतर दुरुस्तीच न झालेली ड्रेनेज भरून उलटी वाहू लागली. पिण्याचं पाणी नाही, वीज नाही, पदपथांवर मोटारी वाहून चाललेल्या, नागरिक रात्रभर कार्यालयांमध्ये आणि रस्त्यांवर

अडकलेले. कुणी गटारात बुडून मेले. त्यांची प्रेतं गटारांमधून वाहत गेली. त्यातली काही नंतर समुद्राला मिळाली.

पाणी ओसरेपर्यंत मुलं घरी जाण्यासाठी शाळेतून बाहेर पडू शकली नाहीत. वर्गातल्या जमिनीवर बसून शिक्षिका अंधारात त्यांच्या गरजांकडे लक्ष देत होत्या. खोटं वाटेल असं हे वास्तव. माझी बहीण म्हणाली, चिंब ओल्या दप्तरांसह भिजलेल्या शरीरांमध्ये जाणवणारी ती भीती, घटनेनंतर त्यांच्या मनावरच्या प्रचंड ताणाचे वृत्तांत यांनी माझा भडका उडाला. आपल्या मुलाबाळांशी हे शहर असं काय वागत आहे आणि त्याच्याकडे पैसा नाही असेही काही नाही; मी नेटवर जाऊन चेक केलं आहे. शहराची महानगरपालिका भारतात सर्वांत श्रीमंत आहे. अंदाजपत्रक- ज्यातलं अर्धं महापालिका स्वत:वरच खर्च करते- शेकडो कोटी रुपयांमध्ये पोहोचतं. आपल्या ईशान्य भारतातल्या सर्व राज्यांचं मिळूनसुद्धा एवढं अंदाजपत्रक नसेल.

पुढच्या वर्षीच्या पावसाळ्यात पुन्हा पावसाचे पडदे कोसळू लागले. पुन्हा तीच ड्रेनेजेस वाहू लागली. पुन्हा एकदा पाणी कापत घरी जावं लागू लागलं. तेव्हा मुंबईकरांनी मदतीसाठी स्वर्गाकडे दृष्टी लावली. कदाचित तोपर्यंत देव पाण्याचा निचरा करायच्या कामी असतील. माझ्या सहशिक्षिकेचा नवरा म्हणाला, त्याला आता या फसवणुकीत राहण्याची इच्छा नव्हती. रोज आपली बायको-मुलं सुरक्षित घरी पोहोचतील की नाही या धास्तीत जगणं त्याला शक्य नव्हतं. तो स्वत: लोकल-ट्रेन प्रवासातल्या गर्दीच्या भीतीचा रुग्ण होता. कुटुंबाला घेऊन बाहेर हलावं, असं त्याला वाटत होतं. ती 'नाही' म्हणाली, पण ११ जुलै, २००६ला मात्र ती लगेच तयार झाली. लोकल ट्रेन बॉंबस्फोट- गुजरातमधील शिरकाणाला प्रत्युत्तर.

दहशतीचा दाह ३

२००२/२००६ जेव्हा मानवतेला ओलीस ठेवले.
दुष्टता वाढते; गुणाकाराच्या पटीत वाढते.
१९९२मधील मुंबईतील कत्तल. ही २००२मधील गुजराथेतील कार्यक्रमाची चाचणी, ज्यात डोकी भडकलेल्या हजारो तरुणांनी अचूक मारा केला; सुडापोटी २००६ साली निरपराध्यांना लक्ष्य केलं.

ट्रेनमध्ये झालेल्या बॉंबस्फोटानंतर काही आठवड्यांनी झालेला प्रसंग एका शिक्षिकेने आम्हाला शिक्षकखोलीत सांगितला.

पहिलीतल्या मुलांचा एक गट- जास्त करून मध्यमवर्गीय कुटुंबातील, सर्वांची पार्श्वभूमी आणि भाषा एकच गुजराती, मग हिंदू असोत किंवा मुस्लीम-

घाईघाईने वर्गात घुसला. ती रडत होती, वेड्यासारखी ओरडत होती.

"पळा", ती ओरडली, "पळा पळा मुसलमान येत आहेत."

२६/११चा हल्ला या सर्वांच्यावर होता. अधिक अमेरिकेला पटवून दिलेला मुद्दा होता. अधिक काही नाही, कारण एकदा तुम्ही पिसाळलेल्या कुत्र्यांना मोकळं सोडलं की, व्यवस्था अशीच असते की, ती चावतेच. कुत्र्यांना मोकळं सोडलं कुणी?

आपण आपल्या मुलांसाठी बरोबर गोष्टी मागे सोडतो आहोत का? आपला वारसा असायला हवा रविंद्रनाथ टागोरांची आशा. जिथे भीती नाही मनात, जिथे मस्तक आहे उन्नत, अशा स्वातंत्र्याच्या स्वर्गात प्रत्येक मुलाला रोज सकाळी जाग यावी. त्याऐवजी आपल्याला दिसतात प्रश्नचिन्हांकित तरुण मुलं आणि मुली!, जशी २६/११ नंतर दिसली. आपल्या गोंधळलेल्या रागाचं, लोकांचं काय करावं हे त्यांना समजत नव्हतं. आपल्या देशाचं भविष्य! आत्ताच स्वत:ला नपुंसक समजणारे. त्यांना मतदान करून आपली देशभक्ती सिद्ध करायची आहे, पण राजकारणी त्यांना परत बोलवण्याचा हक्क बहाल करणार नाहीत. जर त्यांनी निवडून दिलेल्या लोकप्रतिनिधींनी महानगरपालिकेत, राज्यात, केंद्रात पुरेसं काम केलं नाही, तर त्यांना राजकीयदृष्ट्या इतिहासजमा करण्याचे अधिकार तरुण नागरिकांना नाहीत.

बरं, एवढं पुरे. चला, माझी बहीण आणि तिची पाहुणी यांच्यात काय घडलं ते पाहू या.

"ऐक, मी चेन्नईत असताना एका ज्योतिषाकडे गेले."

"कोण?"

"तुला आठवत नाही का, माझ्या आईच्या सांगण्यावरून के वनजींच्या तब्येतीसाठी आपण सल्ला घेतला, ते ज्ञानी?"

"आत्ता मला आठवलं."

"या वेळी मी स्वत: भेटायला गेले. मला फक्त एक-दोन गोष्टी विचारायच्या होत्या. त्यांनी मला सांगितलं की, एका तमिळ मासिकात तुझा मुलगा या मुलीशी लग्न करणार असल्याचं लिहून आलं आहे. तिला मंगळ आहे का?"

"मंगळ असतो म्हणजे काय ते मला माहीत नाही."

"अरे, विवाहविषयक जाहिरातींमध्ये मंगळवाल्यांचा स्वतंत्र रकाना पाहत नाहीस का तू?"

"मी कशाला लग्नाच्या जाहिराती वाचू?"

"तू कधी पाहिलंसुद्धा नाहीस?"

"अं, मी एकदा माझ्या बहिणीशी तिच्याबद्दल जाहिरात देण्यासंदर्भात बोलले होते. कसं 'असायचं' ते ठरवणाऱ्यांपैकी ती आहे. तर ती म्हणाली की, लग्न करायची तिला आवश्यकता वाटत नाही. मी एखादं कारण विचारलं, तर म्हणाली, त्यामुळे तिच्या घरकामाचा बोजा वाढेल. लग्न हे पती आणि पत्नी या दोघांसंदर्भात असतं. केवळ नवऱ्याच्या नाही असं काहीतरी ती म्हणाली. मग मी ते तिथेच सोडून दिलं."

माझी बहीण इतकी ढोंगी आहे, तुम्हाला सांगते. तिने मुळीच 'सोडून' वगैरे दिलं नाही. तिच्या मोठ्ठ्या सुखाच्या कल्पनेसारखं मी असावं हे एकदा डोक्यात आल्यानंतर तिने मला पूर्ण वेडं करून सोडलं. ती मला फोन करत राहायची. त्यामुळे एका माणसाला एक फोन बस झाला असं म्हणत मी टेलिफोन कंपनीला माझी लँडलाइन तोडू दिली. मग तिने माझ्या सेलवर इतके मेसेजेस पाठवले की, माझा मोबाइल चार्ज करायला मी 'विसरले'. माझ्या सुदैवाने ती मुंबई सोडू शकत नव्हती. नाहीतर माझी पाचावर धारण बसली असती! अनेक प्रश्नचिन्हं तोंडावर घेऊन ती येऊन माझ्या डोक्यावरच बसली असती. अशा प्रसंगातसुद्धा आम्ही बोललो, पण ते काही फार सुखावह नव्हतं. याच कारणामुळे इ-मेल्स बऱ्या पडतात. एक नीटस अनाक्रमक परिच्छेद अगदी समाधानकारक ठरला असता. तुम्ही काळजीपूर्वक त्याची रचना करता आणि 'एंड' बटण दाबता. दमयंतीला दोन बोटांनी टायपिंग जरी येत असतं ना, तरी मी तिला इ-मेल पाठवली असती.

ती फोनवरून माझ्या अंगावर ओरडली, "तू का अशी वागते आहेस?"

मी : "तू का वागते आहेस अशी?"

ती : "वेळ निघून जाते आहे."

मी : "नाही नाही. मी वेळाबरोबर मोठी होते आहे आणि त्याचा आनंद घेते आहे."

ती : "मला म्हणायचंय, तुझं वय वाढत चाललंय."

मी : "आपल्या सगळ्यांचंच. मला तर खरं म्हणजे आपण किती छान म्हातारे होऊ शकतो याचा शोध लागला आहे. मला कामातसुद्धा त्याची मदत होते. मला आता अधिक महत्त्वपूर्ण वाटतं, ते म्हणजे वय वाढल्यावर आपण अधिक काहीतरी देऊ शकतो."

ती (तोडून टाकत) : "तुला लग्न का करायचं नाही?"

मी : "तू आपल्या दोघींना त्या दिशाहीन आशेच्या आणि अर्थशून्य दुःखाच्या चक्रात का ओढते आहेस?"

ती : "ऐका हिचं नाटकातलं उत्तर. तू ही कल्पना तपासून पाहिलीच नाहीस, तर तुला त्या मूर्खपणाच्या चक्राबद्दल काय कळणार आहे?"

मी : "जरा तर्कशुद्ध विचार कर. विवाहविषयक जाहिरातीत काय लिहिणार तू? फाटलेल्या ओठाच्या मध्यमवयीन स्त्रीस जीवनसाथी पाहिजे?"

ती : "याच्याबद्दल इतकं.. अं.. इतकं उघडं करायची काही गरज आहे का?"

मी : "हां, बरोबर. खरं कशाला सांगायचं? मला फक्त एक नवरा हवा आहे. तुम्ही लबाड लोक असल्या जाहिराती लिहिता ना! तशी लिहिण्याची सूचना तुझ्या सचिवांना दे. ते म्हणतात, 'आधुनिक पुरुष' म्हणजे यांच्या मुलाचा वाईट घटस्फोट झाला आहे. 'जातीची अट नाही' म्हणजे जातीतील मुलीकडे लक्ष देणार नाही. 'घरगुती मुलगी हवी' म्हणजे बिनपगारी नोकर- जिला घराबाहेर पाऊल टाकायची बंदी आहे."

ती : "मी आपल्या नातेवाइकांना सांगू शकते."

मी : "नामी कल्पना! तू कोण आहेस, याच्यामुळे मध्ये पडायला त्यांना आनंदच होईल. त्यांच्यातल्या कुणालातरी आपल्या आईची आठवण येईल. उरलीसुरली दया माझ्याबद्दल वाटेल. अशिक्षित, मालकीचं घर नसणारे, अयशस्वी, स-अपत्य विधुर, प्रौढ फालतू अशी सगळी स्थळं आणतील ते आणि क:पदार्थ लोकांची रांग लागेल याची खात्री बाळग."

ती : "असले अतिशयोक्तीचे डायलॉग बास कर. मी काही पहिल्या येणाऱ्या कुण्या लंगड्याशी तुझं लग्न लावून देणार नाहीये."

मी : "हे अगदी खास तुझ्यासारखं बोललीस. गोष्टींच्या दिसण्याला महत्त्व देऊन. मी क:पदार्थ म्हणाले ते वैचारिक आणि नीतिमत्तेच्या दृष्टीने."

ती (जरा वैतागून): "मला म्हणायचं आहे की, निवड 'तुझी' असेल."

मी : "मी माझी निवड केली आहे आणि मी आरामात आहे, याचा त्रास तुला होतो आहे. लग्न करून तेवढ्याशा सुखात नसणाऱ्या स्त्रियांना नेहमी प्रत्येक स्त्रीचं लग्न लावून देण्याची एवढी घाई का असते?"

ती (तेवढ्याच शिष्टपणे): "मला हे तुझ्या भल्यासाठी करायचं आहे, म्हणून तू आत्ता जे काही बोललीस त्यावर मी प्रतिक्रिया देणार नाही. फक्त एवढंच म्हणेन की, तू हे बोलायला नको होतंस. प्रत्येकाला एक जोड हवी असते, त्याला पूर्ण करण्यासाठी आणि अगदी सुधारण्यासाठीदेखील."

मी : "पटतंय मला."

ती (तत्क्षणी विरघळून): "मग तू...."

मी (विषय बदलण्यातली शिताफी पाहा): "यिन आणि यँग, गोड आणि आंबट. सशक्त आणि दुर्बल... पण मी याच्याकडे जसं पाहते आणि माझ्यासारख्या दृष्टीने याकडे पाहणारे बरेच लोक मला माहीत आहेत. आम्हाला पूर्ण करण्यासाठी आम्हाला कुणा प्रत्यक्ष आल्टर इगोची गरज वाटत नाही. आमच्या सगळ्यांच्यात

दुहेरी व्यक्तिमत्त्वं असतात. ती बदलता येतात, त्यामुळे मला कधी बळ गेल्यासारखं वाटलं, तर मी फक्त माझ्यातल्या सशक्त बाजूचा शोध घ्यायचा आणि मला उभं करायचं. मला फक्त मीच पूर्ण करू शकते. पुरुष कदाचित माझं सत्त्वच शोषून घेईल.''

ती : (मला काय वाटतं याच्याकडे संपूर्ण दुर्लक्ष करून तिच्या स्वतःच्या बॉलिवूड भाषेतला ढासू संवाद) ''म्हातारपणी काय करशील गं?''

मी : ''तू काय करशील? माझं स्वतःचं घर आहे. चांगली पक्की नोकरी आहे. बचत खातं आहे. शहाणपणाने केलेली गुंतवणूक आहे. वैद्यकीय विमा आहे. मॉंने ज्यांची काळजी घ्यायला शिकवलं होतं त्या गोष्टी आहेत. खरं आहे, मला आत्ता अतिशय आवडतात त्या गोष्टी मला म्हातारपणी करता येणार नाहीत – त्यात शक्य तितका प्रवास करणं आलं. मी एकटीच झोपेन आणि एकटीच उठेन. ज्यांच्या बिछान्यात पुरुष असतो, त्याही सगळ्या अगदी हेच करतात आणि मी बहुतेक रात्री जे करते तेच करीन. एक छानसं पुस्तक हाताशी घेऊन आणि बाजूला संदेश ठेवून आडवी होईन. तू म्हातारी झाल्यावर तुझा नवरा तुला असं सुरक्षित पांघरूण देऊ शकतो असं तुला वाटतं का?''

ती : ''मी तुझ्या उद्धटपणाकडे लक्ष देणार नाहीये आणि आणखी एकच प्रश्न विचारणार आहे. मुलांचं काय? ते जो आनंद बरोबर घेऊन येतात, त्याचं काय?''

मी : ''आणतात? तुझ्या मुलाने आणला?''

दमयंती त्यानंतर बराच काळ माझ्याशी बोलली नाही. मला तिची आठवण येत होती.

पुन्हा ती विनाकारण ढवळाढवळ करते.

''मंगळाचा दोष म्हणजे तो ग्रह त्या व्यक्तीच्या पत्रिकेत विशिष्ट प्रकारे येतो. त्याचा अर्थ जोडीदार दूर जातो किंवा त्याचं आरोग्य ठीक नसतं. योग्य जोडीदार मिळवायचा म्हणजे विशेषतः मंगळाच्या मुलीच्या घरच्यांना किती मानसिक ताण येत असेल, तू कल्पना करू शकतेस.''

''तू जरा जास्तच टोकाची भूमिका घेतेस असं नाही वाटत? हजारो लोक प्रेमात पडतात अन् रोज लग्न करतात. त्यातले खूप मंगळाचे असतात. त्यातल्या प्रत्येकाचा जोडीदार कुठेतरी जात नाही.''

''आपण इतकं तर्कशून्य असू नये हे पटतंय मला, पण ज्या लोकांचा अशा गोष्टींवर विश्वास आहे त्यांना असंही वाटतं की, त्यांचा मुलगा मंगळाचा नसेल आणि मुलगी मंगळाची असेल तर सुनेचा स्वभाव अधिकार गाजवणारा असतो.''

मी : ''ते तर मुलाच्या मृत्यूपेक्षा वाईट!''

माझी बहीण तिच्या कोरड्या विनोदबुद्धीचं क्वचितच प्रदर्शन करते.

“आणि या चांगल्या ज्योतिष्याला कसं कळलं की, उतरायला परवानगी न दिलेल्या हेलिकॉप्टरसारखी मंगळाची मंडळी माझ्या घरावर घिरट्या घालताहेत ते?”

“त्यांनी तिची पत्रिका पाहिली आहे.”

“बेंगालीपण जातात का त्यांच्याकडे?”

“ओहो, यू वेण्ट नो, के वनजींच्या तब्येतीसाठी. तू बंगाली नाहीस का? तिची पत्रिका त्यांनी कशी पाहिली माहीत नाही. कदाचित तिच्या घरच्यांनीही त्यांच्या ज्योतिषकौशल्याबद्दल ऐकलं असेल आणि त्यांचा सल्ला घ्यायला गेले असतील. त्यांनी मला पत्रिकेबद्दल सांगितलं, कारण आपण एकमेकींना ओळखतो हे त्यांना माहीत होतं.”

“काय म्हणाले ते?”

“तुझ्या मुलाची पत्रिका पाहिल्याखेरीज ते या संबंधावर काही भाष्य करू शकत नाहीत. शिवाय मी जरी पत्रिका घेऊन गेले तरी ते मला काही सांगणार नाहीत. ते फक्त तुला किंवा वडलांना सांगतील. ते इतके शहाणे आहेत, म्हणूनच तर धनाढ्य उद्योगपतींचे जथ्थे जातात त्यांच्याकडे. पण त्यांनी मला तुला सांगायला सांगितलं आहे की, मुलीला मंगळ असेल, तरी तुम्ही काळजी करू नये. त्यांनी त्यांना एक उपाय दिला आहे.”

“उपाय? इतकं अटळ, वाईट असताना त्यातून बाहेर जाण्याचा मार्ग असतो?”

कधीकधी मला वाटतं आमच्या आईची तिरकस विनोदबुद्धी दमयंतीत उतरली आहे. त्रिपुरसुंदरी किंचित संशयाने तिच्याकडे पाहते, पण हे ग्रहताऱ्यांचं गूढ कोडं सोडवण्यात ती पूर्णपणे रंगून गेली आहे.

“हा भारत आहे. आपल्याकडे प्रत्येक गोष्टीवर उपाय आहे. खास करून आम्ही दक्षिण भारतीय. उत्तर हिंदुस्थानी लोकांना हसू येतं, पण नेहमी रसम आणि सांबार आणि दहीभात खाणारे आणि ‘साऽऽर’ म्हणणारे आम्हीच कॉम्प्युटरच्या जगातले प्रश्न सोडवून आपल्या देशाला कीर्ती आणि परकीय चलन मिळवून देता. दिल्लीची मेट्रो कशी बांधायची आणि अगदी कशी वापरायची हे त्यांना कुणी शिकवलं, सांग मला? आणि अमेरिकेला कुणी शिकवलं सिलिकॉन व्हॅलीज कशा चालवायच्या आणि गाण्याच्या आवाजाचं ऑस्कर कुणी मिळवलं, सांग मला, सांग सांग?”

“त्रि, ते काय म्हणाले?”

“आहा, हिला माहीत करून घ्यायचंय. ते म्हणाले की, त्यांनी मुलीच्या घरच्यांना सुचवलं आहे की, तिचं लग्न मुलाशी होण्याअगोदर आधी एका पिंपळाच्या झाडाशी लावावं. असं केल्याने दुर्दैव, त्रास हा त्या मुलाकडे न जाता फक्त पहिल्या

संबंधाकडे जाईल.''

दमयंतीचे ओठ आवळले जातात. तिच्या मनात काय आलं, ते मला समजलं. मुंबईतले उरलेसुरले पक्षी पिंपळाच्या बिया आपल्या विष्ठेतून शहरभर टाकतात. अगदी निवासी संकुलाच्या उघड्या प्लंबिंग पाइपातसुद्धा. कित्येकदा तुम्ही वरती पाहता तेव्हा पाइपातून डोकावणाऱ्या पिंपळाच्या फांद्या दिसतात. त्यांची मुळं त्या इमारतीच्या डागाळलेल्या कॉंक्रीटमध्ये शिरून नक्कीच मोठा उपद्व्याप करत असणार. मुलीचं पिंपळ-पाइपाशी लग्न लावलं जातं आहे आणि म्हटलं तर एका दगडात दोन पक्षी! मंगळाकडून त्रासदायक मुळांचा विनाश! डोळ्यापुढे उभ्या राहिलेल्या चित्राने फुटलेलं हसू दमयंती कष्टाने दाबते.

''ते असंही म्हणाले की, तुझा मुलगा मंगळाचा असेल, तर याची काही गरज नाही. आहे का तो?''

काही न कळल्यासारखी दमयंती खांदे उडवते.

''मुलगा-मुलगी दोघं मंगळाचे असतील, तर वेगळं असतं. बहुतेक त्यांच्या मुलीलाही मंगळ आहे, पण तसाच तो तिने निवडलेल्या मुलाला – दिल्लीकडचा आहे कुणीतरी – त्यालाही आहे. तिने पळून जाऊन कोर्टात त्याच्याशी लग्न केलं. त्यांनी नाही सांगितलं. त्या मुलीची आई मला कॉफी देत होती तेव्हा मी मुलीची चौकशी केली, तेव्हा तिने सांगितलं. खरंतर तिला ते सांगताना अभिमान वाटत होता. वडील मात्र फारच नाराज झाले होते. एकुलती एक मुलगी. गंमतच आहे ना! हे ज्योतिषी, वास्तुशास्त्रवाले आणि फेंगशुईवाले त्यांच्या मुलांच्या बाबतीत मात्र काही करू शकत नाहीत.''

दमयंतीचा टेलिफोन वाजतो. ''परत फोन करीन'' असं ती सांगते. ''लावण्या होती.'' ती सांगते.

''लावण्यासुद्धा ज्योतिषाचा सल्ला घेणार आहे. तिने मला तिच्यासाठी शनिवारची वेळ घ्यायला सांगितलं आहे. तिचा तो राजकारणी पहिल्या बायकोला घटस्फोट देऊन हिच्याशी लग्न करेल असं काही दिसत नाही. तिला बाळ हवंय. बाळ, बाळ, बाळ! बायका कशाला सारखं बाळाच्या मागे लागतात आणि पुरुषांबरोबरचं सगळं बिघडवतात! गर्भाशय आहे म्हणजे वापरलंच पाहिजे अशी काही जबरदस्ती आहे का? मग आपणही पुरुषांसारख्याच झालो, दांडू वापरला नाही की, त्यांना वेड्यासारखं होतं. तेसुद्धा केवळ आहे म्हणून वापरतात. त्यामुळेच ते म्हातारे झाले की, बायकांपेक्षा वेड्यासारखं करतात. ते तिथे आहे तर खरं, दोन पायांच्या मध्ये लठ्ठ घंटा लोंबकळते तर आहे, पण वाजत तर नाही. याने ते वेडे होतात.''

त्रि तिच्या ग्लासातलं शेवटचं शहाळ्याचं पाणी संपवते. ग्लास टेबलावर ठेवते. 'अच्छा, मला गेलं पाहिजे. ब्लाउजच्या फिटिंगसाठी शिंपी घरी येणार आहे.

मग नृत्याचा सराव. मला माझ्या पुढच्या कार्यक्रमांच्या वर्ल्ड टूरची तयारी केली पाहिजे. या वेळी मी करवा चौथ थीमवर आधारित नृत्य नाट्य करणार आहे. कशी काय वाटते तुला कल्पना? अनिवासी भारतीयांना आवडेल असं वाटतं? नंतर मला मुलाखत द्यायची आहे की, 'परिवार – द फॅमिली'मध्ये माझं चित्रीकरण किती वाईट केलं आहे. मी किती सुरकुतलेली दिसते आणि चित्रपटात मी आहेच कुठे? आमच्या पडद्यावरच्या भरकटलेल्या मुलाला मी सांगते की, वृद्ध आई-वडलांची काळजी घेण्यातच आशीर्वाद असतात. तो माझा सीन कापून टाकला आहे. फक्त के वनजी बोलतात तेवढंच ठेवलं आहे. मी काय ठोकळा आहे का? चल, मी चलते. बाय बाय."

तिला बाहेर पडताना पाहून दमयंतीच्या ओठावर हसू उमटलं. डोळ्यात मात्र राग, राग, राग होता.

तिच्या मनातले विचार मी सांगू शकते. टेलिफोनवर आमचं याबद्दल बोलणं झालं आहे. स्वगत खरंतर, कारण ते दमयंतीचं एकतर्फी स्वगत होतं. मी लाइनवर आहे एवढं जाणवून देण्यापुरतं मी 'हंऽऽ' आणि 'ओह!' असं मध्येमध्ये म्हणत होते. मला जरा आठवू दे.

"जसे दिवस जातायेत, तशी ती किती आत्मकेंद्रित होत चालली आहे बघ! फाजील आत्मविश्वाससुद्धा वाढतोय. तरी तिचं नृत्य एवढंकाही खास नाही. परदेशातले भारतीय ओळखीच्या नायिकेला बघायला जातात. कशाला एका विवाहित माणसाशी लग्नं करून त्याच्या बायकोचं आयुष्य नासवायचं? लग्न तरी कसलं! तो माणूस दोन लग्न करतो म्हणून तुम्हाला बायको म्हणून प्रतिष्ठा मिळते. जोवर पहिली बायको जाऊन पोलिसात तक्रार देत नाही तोवर त्या पुरुषाला दोन्हीकडची मजा. त्रिचा जर स्वत:वर एवढा विश्वास होता, तर दुसरी बायको व्हायचं कारणच काय? तुला वाटतं का की, बाल कलाकार म्हणून चित्रपटात ढकलणाऱ्या आपल्या हुकूमशहा आईचा बदला म्हणून तिने त्याच्याशी लग्न केलं? कदाचित तिला स्वत:ची मुलं होऊ शकणार नाहीत म्हणून तिला एवढा आधुनिकतेचा आव आणावा लागत असेल. कदाचित पहिली बायको म्हणाली असेल की, जोवर त्याला तिच्याकडून मुलं होत नाहीत तोवर ती दोन लग्नांची तक्रार पोलिसात देणार नाही. तिला त्याच्याकडून मुलं नको आहेत म्हटल्यावर त्याला सुटल्यासारखं वाटलं असेल, असं वाटतं. बऱ्याचशा बायका त्याला नवरा टिकवून ठेवायचा एक मार्ग समजतात; लग्नासाठी सिमेंट. बायकांना गुंतवून ठेवायला व्यवस्थित काम असेल, तर त्या बाळांच्यासाठी एवढा जीव काढणारही नाहीत."

जो साखरपुडा झालाच नाही, त्यावर दमयंतीची ही भूमिका.

टिस्काला अपेक्षित होत्या तशा भूमिका रोकानंतर तिला मिळाल्या नाहीत.

निर्मात्यांचा एक विशिष्ट प्रकार नसतो; तर गुंतवणूकदार, वितरक, एक्झिबिटर्स सगळ्यांचा एक कार्यक्रम असतो. त्यांच्या प्रकारच्या चित्रपटात स्त्रिया, मुलं, धार्मिक अल्पसंख्य यांना जर कडेला ठेवता आलं नाही तर त्यांचं एक तर गौरवीकरण किंवा मग राक्षसीकरण करतात, पण के वनना विरोध केला असं दिसायला नको, म्हणून टिस्कासाठी एका भूमिकेचा प्रस्ताव पाठवला. पण तो निर्णय घेण्यासाठी टिस्काकडे किंवा तिच्या आईकडे पाठवला नाही, तर के वन कडे पाठवला.

"भाई, ये तो बहू की चॉईस है." त्यांनी प्रतिक्रिया दिली, "हम तो चाहेंगे सब खूश रहे. हे खरं आहे की, आपल्या परंपरेत, विशेषतः आपल्या फिल्मी इंडस्ट्रीत लग्नाच्या तयारीसाठी आणि पुढे येणाऱ्या मुलांसाठी मुली काम आवरतं घेतात. घर-गृहस्थी कोई छोटी चीज तो है नहीं, पण काळ बदलला आहे, मॉडर्न जमाना है अब! तर हा चित्रपट स्वीकारायचा नाही हा निर्णय सूनबाईचा असावा, पण मला माफ करा. मी काही मुहूर्ताच्या शॉटच्या शुभदिवशी हजर राहू शकत नाही. अच्छा नहीं लगता, बहू आम्रपालीमें हमारे सामने. एक सून तंग कपड्यात. प्लीज समजून घ्या."

असं म्हणून भारतीय दिसत (प्रागतिक, आधुनिक), पण लबाडीने त्याचा नेहमीचा भारतीयता ब्रँड वापरत (परंपरा, संस्कृती इत्यादी) टिस्का नायिका झाल्यास चित्रपटाचे भविष्य काय असेल यावर शिक्कामोर्तब केलं. दमयंतीने नंतर मला सांगितलं की, हा धक्का इतका जबरदस्त होता की, तिला खाली बसावं लागलं. लग्नानंतर तिच्या करिअरला काय झालं होतं, हे तिला आत्ता पहिल्यांदा कळलं.

काय घडतंय याचा स्टारमॉमला चटकन सुगावा लागला. प्रथम चकमक घडली के टू बरोबर, मग के वन बरोबर फोनवर. घोडचूक. नंबर एकवर पोहोचण्याएवढी के वनची उंची जास्त नव्हती. 'खाली हाइट में मार खा गया' असं म्हटलं जायचं. तरी ते बुटांच्या आत उंच हाय अपर घालायचे, पण त्याची पहुंच पार दूरवर होती. टिस्काकडे ऑफर्स येईनाशा झाल्या. कार्यक्रमांच्या, जाहिरातींच्याही नाही. टिस्काला लग्नाची, मुलांची फार, अगदी फारच तळमळ लागली. एका विशिष्ट वादळी ड्राइव्हनंतर तो इतका वैतागला होता की, गाडी थांबवून टिस्काला ढकलून द्यायलासुद्धा तो विसरला. के टू वादळासारखा घरी आला.

"संपवून टाक." वडलांनी त्याला सांगितलं. "अरे, तुझ्या आयुष्यातल्या सध्याच्या स्थितीत गोठ्यात इतक्या गाई असताना आणि इतकं दूध उपलब्ध असताना तू एका कपाची काय चिंता करतोस?" त्यांनी स्मितहास्य केलं.

दमयंती दचकली. तिनं हसून ते झाकलं, कारण के वनजी हा एक विनोद आहे असं दाखवत होते.

के टू रुंद हसतो. हे प्राथमिक आहे हे त्याला उमजलं. इन्ट्रिन्झिक बात है भाई. बायकांकडे निवडीची शक्ती असती तर त्या पुरुषच झाल्या असत्या.

'मागची'चा फास्ट फॉर्वर्ड आता लग्न करून दिल्लीत. टिस्काच्या वडलांनी त्यांच्या दारूच्या धुंदीतून थोडी शुद्धीवर राहण्याची सवड काढली आणि डोक्यावर समारंभाची गुलाबी पगडी घालून सगळ्या कामात बौजीचं आणि पार्ट्यांमध्ये पापाजींचं यजमानपद निभावलं, त्यांच्या मुलीच्या लग्नासाठी सगळं यथासांग झालं. भाजलेल्या बोकडात, कोंबडीतल्या अंड्यात खिमा तिथपर्यंत. के वन आणि कुटुंबाला आमंत्रण नाही.

टिस्काच्या गूढ वडलांकडून अचानक नवरदेव उपटतो. इतक्या झटपट आणि इतकं छान काहीतरी घडून येऊ शकलं तेही तिच्या नेहमीच्या आदळआपटीशिवाय, यानेच स्टारमॉमसुद्धा आनंदी आणि चकित झाली होती. तिचं तिच्या एकुलत्या एक अपत्यावर खूप प्रेम आहे, पण खरं सांगायचं तर हे सगळं खूपच आणि अवघड काम होतं.

ते असं झालं.

दमयंतीच्या नवऱ्याने सूचना दिल्या नसत्या, तर दमयंती कधीही गेली नसती अशा एका कार्यक्रमाला दमयंती जाते. अनिवासी भारतीयांचं ते बिग फॅट वेडिंग होतं, नेहमीपेक्षा जरा जास्तच.

वाङ्निश्चयाआधी मुंबई, थीम-मूलां रूज. स्पॅनिश फ्लेमेन्को नर्तकही करमणूक करतील.

वाङ्निश्चय जयपूर जवळची नूतनीकरण केलेली हवेली, थीम-व्हिक्टोरियन.

नृत्य-शिका, दिल्लीच्या पंचतारांकित हॉटेलचे तीन कॉन्फरन्स हॉल्स एकत्र केलेले. फिल्मी नृत्याच्या स्टेप्स शिकवायला बॉलिवूडच्या नृत्यदिग्दर्शकांना खास विमानाने आणण्यात येणार, सर्व झटका-मटका नीट, पण पार्श्वभाग आणि उरोजाच्या डौलदार हालचाली, लहान गावासाठी बनलेल्या फालतू सी-ग्रेड चित्रपटातील कंबर उडवणे नाही. शिवाय उझबेकिस्तानचा मुजरा, जुन्या भोपाली कोठीवाल्यांचं नवं रूप.

मेहंदी-संगीत, दिल्लीबाहेरचं फार्महाऊस, थीम-एथनिक इंडियन... त्याशिवाय आगीचे खेळ करणारे.

खुद्द लग्न, कोण जाणे कुठे, थीम- तपशीलवार भारतीय सभ्यता.

स्वागत समारंभ, थीम- व्हेनेशियन, गोंडालाच्या आकाराच्या शामियान्यात वाढलेलं जेवण. रशियाचे बॅले नर्तक; इजिप्तचे बेली डान्सर्स किती जुन्या झाल्या... आणि हे लग्न 'हटके' असल्याने याची थीम ही वधूवरांच्या शुभ अंकांवर आधारित येती आहे. ११ प्रकारच्या रोट्या, २१ प्रकारचे मांसाहारी पदार्थ, ५१ तऱ्हेच्या

भाज्या आणि डाळी, १०१ डेझर्टस.

एका टेलि-स्वगतात दमयंती मला : आपलं लग्न अर्थपूर्ण असायला हवं ही गोष्ट हे वर-वधू का विसरतात? आपल्या सहाही इंद्रियांची एकाच वेळी आणि तत्काळ तृप्ती झाली पाहिजे हा या पाहुण्यांचा मग्रूर हक्क कशासाठी? इतक्या लोकांना कशासाठी विमानाने आणायचं? हे सगळे काही नक्कीच धंद्याशी संबंधित नसणार. आपल्याच घरच्या कार्यक्रमाला फुकटात लोकांना गाडी भाडं देण्यातला प्रकार आहे हा!

मी पक्की इंटरनेटर - माझी बहीण मला असं म्हणते - आणि आकडेवारीची वाकनीस (पुरवठादार) - भोक्ती असल्याने मी तिला लेखाचा प्रिंटआऊट पोस्टाने पाठवून दिला, ज्यात लिहिलं होतं की भारतीय विवाह उद्योग हा प्रचंड गाडा थांबणे अवघड आहे. रु. १,२५,००० कोटी, चांगल्या वर्षांमध्ये २५%च्या गतीने वाढणारा. सर्वसाधारण आर्थिक काळात एक अमेरिकन माणूस लग्नावर २६,००० डॉलर्स खर्च करतो, पण भारतीय माणूस ३४,००० डॉलर्स खर्च करून त्याच्यावर कडी करतो. लेखाच्या तळाशी मी स्केचपेनने खरडलं, 'बॉलिवूड स्वप्नांपेक्षा भारतीय अधिक पुढे!' आणि पोस्टात टाकून दिलं. ते तिला मिळालं का, हे मी विचारलं नाही. इथे कुणाला आणखी एक टेलिस्वगत ऐकण्याची इच्छा आहे? मंदीच्या काळात वेडिंग प्लॅनर्सचं काय होतं आणि त्यांना पर्यायी करिअर असतं का?

असो! माझ्या बहिणीला या लग्नाला जायलाच हवं होतं. या काळात के वन आणि बेटा मागच्या लोकेशनवर चित्रीकरणासाठी असणार होते. के वन तिच्या हातात चांदीचं तबक ठेवतात, त्यात झगमगीत वेष्टनातली आमंत्रण पुस्तिका आणि बाजूने भडकपणे केलेले अरेबियन खजूर आणि बेल्जियम चॉकोलेट्स असतात.

"आमच्या वतीने तू यातल्या एखाद्याला जाशील." ते तिला माहिती देतात.

"आपण अमेरिकेला भेटवस्तू पाठवू या." दमयंती म्हणते. त्या पॅकेटमध्ये एखादं डार्क चॉकलेट आहे का ते शोधते. बहात्तर टक्के कोको असलेलं चॉकलेट तिला आवडतं, पण अजून ती एक पूर्ण बार एकदाही संपवू शकलेली नाही.

"आपण नुसती भेट पाठवून चालणार नाही. त्याच्या मुलीच्या लग्नाच्या वेळी आपण तसं केलं. हा त्याचा मुलगा आहे. सर्व प्रकारच्या महत्त्वाच्या गोऱ्या अमेरिकनांशी आणि कॅनडामध्येही त्याचे संबंध आहेत. तिथे त्यांची मोटेल्सची साखळी आहे. शिवाय पाँटीजी आता आपल्या मुलाला, माँटीला संपूर्ण उत्तर अमेरिकेत आणि कॅनडात सर्व हिंदी चित्रपटसृष्टीच्या कार्यक्रमांचं आयोजन करण्यासाठी शिकवून तयार करत आहेत. ते चित्रपटनिर्मितीत उतरणार असल्याचंही त्यांच्या

बोलण्यात आलं. त्यांचे हिंदी आणि इंग्रजी संबंध वापरून बॉलिवूड आणि हॉलिवूड अधिक जवळ येऊ शकतात का असं ते पाहणार आहेत. के टूच्या करिअरच्या दृष्टीने पाँटी आणि माँटी महत्त्वाचे ठरू शकतात.

'कितने का गिफ्ट?' एका खजुराचा दळदारपणा चाचपून पाहत आणि त्यात भाजलेला बदाम भरलेला आहे का ते तपासून पाहत दमयंती विचारते. तिला तसे खजूर खूप आवडतात, पण ती थोडेसेच खाते. दमयंती तशी गोडापासून दूर राहते. तिचं खरं आवडीचं म्हणजे एकच, खसखशीचं पेय. खसखस शिजवून किंचित गोडसर हिरवट रंगाचं दारूसारखं पेय, जे ती विशेष निवांत असते तेव्हा थंडगार जिनमध्ये मिसळून चाखते. थोडं ग्रासहॉपर वजा क्रीम डी मेंथे. दमयंती क्वचितच निवांत असते, त्यामुळे तिचं खसहॉपर किंवा खुशहॉपरही नेहमी घेतलं जात नाही.

"ते लग्नात अडीच लाख डॉलर्सपेक्षा कमी खर्च नक्की करत नाहीत. काहीतरी चांगलंसं घे. सोन्याचे दागिने दोघांसाठी, वडील आणि मुलासाठी. त्यांच्या कुर्त्यासाठी थोडे हिरे आणि माणकं जडवलेली सोन्याची बटणं. या नॉन रेसिडेंटवाल्यांना पारंपरिक भारतीय गोष्टी आवडतात."

दमयंती मान हलवते. "पारंपरिक माँटी समलिंगी आहे हे प्रत्येकाला माहिती आहे. त्यांना मुलगे देण्यासाठी ही मुलगी त्यांना दिल्लीत सापडली. नुसत्या मुलीच झाल्या, तर काय होतं बघू."

"तू किती टोकाला जातेस? काय अपेक्षित आहे ते त्यांनी तिला कदाचित सांगितलंही असेल."

"आत्मसन्मान असलेल्या कुठल्याही बाईला ते का म्हणून मान्य असावं?"

के टू येतो. "मॉम, पा, सोडा! लोक एकमेकांच्या सुखात बिब्बा का घालत आहेत याचं इतरांना काय घेणं आहे?"

"भाषा! चांगल्या संस्कारात वाढलेला मुलगा असे शब्द वापरत नाही."

"सॉरी, माँटीचं लग्न हे ब्रोकबॅक लग्न आहे. म्हणजे समलिंगी मुलाने स्ट्रेट मुलीशी लग्न करणं. कदाचित तिची या फरफटीला हरकत असेल, पण तिच्या उच्चभ्रू कुटुंबाने वर शोधाचा निष्फळ प्रयत्न केल्यावर नाइलाजाने हे ठरवलं असेल. पा, ती त्या कोका-क्राउडमधली आहे. तिच्या मॉडेलिंगच्या दिवसात ती सौंदर्यप्रसाधनांची लाइन करत होती तेव्हा सडपातळ राहण्यासाठी तिने हेरॉईन सुरू केलं. माँटीभी ड्रग्ज करता है। त्याच्या वडलांचा घामाचा पैसा प्रत्येक पार्टीत थेट त्याच्या नाकात जातो. मला तर कळलंय की, लग्नाच्या प्रत्येक कार्यक्रमाला स्टॅशेस मिळतील याची खात्री करताना ड्रग सप्लायर्सची दमछाक होते आहे. बहुतेक लाइन्स कट करायला क्रेडिट कार्ड्स देतील आणि ओढायला करकरीत पाचशेच्या नोटेची सुरनळी. सो, दुल्हा-दुल्हनचा नाश्ता म्हणजे टोस्टवर हॅश, जेवणात हेरॉइन स्टफ

पराठे; पण नॉन स्टिक तव्यावर हं,प्लीज.''

वडील आणि मुलगा 'हो हो हो' करून हसतात. मुलं झाल्यावर त्यांचं काय होणार म्हणून दमयंती विचारात पडते. 'बिचारी मुलं, त्यांची काही चूक नाही. अजून संभवदेखील झाला नाही आणि आत्ताच मोठ्यांच्या खेळातली प्यादी बनली आहेत. त्यांना प्रत्येक भौतिक गोष्ट मिळेल, पण तरी ती शोभेचीच मुलं राहतील. सुदैवाने ती मुलं निरोगी निपजतील. सुदैवाने त्या शोभेच्या बायकोचं डोकं ताळ्यावर येईल आणि गर्भवती असताना ती धूम्रपान करणार नाही. तिच्याबरोबर मुलं जन्माला घालताना त्याच्या मनात नागड्या पुरुषांचेच विचार येत असतील, नाही का?'

ती त्या भव्यदिव्य स्वागत समारंभात पोहोचते आणि इकडेतिकडे बघते तेव्हा तिच्या मनात हेच विचार घोळत असतात. आपले चित्रपट- ती मला नंतर म्हणाली वास्तव जीवनात जे घडतं त्याच्यापेक्षा फारच पारदर्शी असतात. गर्दी असूनही दमयंतीचं स्वागत करण्यासाठी एकदम धावपळ होते आणि चटकन वधूवरांना आशीर्वाद देण्यासाठी तिला नेलं जातं. मग निवडक नातेवाइकांना – कुनयदा अमेरिका पंजाब विच – ओळख करून देण्यासाठी पुढे आणलं जातं आणि तिच्याबरोबर फोटो काढले जातात. ''ओह जी वन्स अपॉन अ टाइम भाभीजी भी ॲक्टिंग करती थी। बडी क्लास दी पिक्चरों में काम किया है।'' भाषांतराची गरज नाही. फक्त लोक ढकलाढकली करत, पोझ घेत. 'बॅक होम' गेल्यावर फोटो दाखवताना काय सांगायचं याचा विचार करत.

दमयंतीने फोनवर मला सांगितलेली तपशीलवार गोष्ट थोडक्यात सांगायची, तर त्या स्वागत-समारंभात तिला तिची कॉलेजमधली एक मैत्रीण भेटली. तिच्या मृत बहिणीचं लग्न दिल्लीच्या एका उद्योगपतीशी झालं होतं आणि तिला परदेशात शिकलेला, छान उंची, वजन असलेला, आता वडलांचा रिअल इस्टेटचा धंदा वाढवणारा आणि बिझिनेस प्रोसेस आउटसोर्सिंगमध्ये नवा उद्योग उभारणारा एक मुलगा होता. त्याच्यासाठी त्यांनी टिस्काच्या नात्यातली एक मुलगी शोधली होती. आता या मैत्रिणीचा कुणाचा अपमान वगैरे करण्याचा हेतू नव्हता, पण इतक्या योगायोगाने ती दमयंतीला भेटलीच होती, तर तिला वाटतं दमयंतीला विचारावं या मुलीच्या चारित्र्याची तिला माहिती होती का ते?

दमयंतीच्या तोंडून जातं, ''मला टिस्काच्या चारित्र्याची माहिती आहे. ती चांगली मुलगी आहे. तुम्ही तिचाच का नाही विचार करत?''

अशा तऱ्हेने ते चटकन घडून येतं. चट मंगनी पट ब्याह, धार्मिक कार्यक्रमांच्या आणि स्वागत समारंभांच्या गदारोळात.

तर आता अशी नवपरिणित टिस्का. तिच्या हातापायावरती मेंदीची नाजूक नक्षी आता पुसट होऊ लागली आहे, पण ती इतकी उजळ गोरी आहे की, मेहंदीचा

लालिमा अजून कायम आहे. कोपरापर्यंत भरलेल्या लग्नाच्या चुड्यातल्या बऱ्याच लाल आणि पांढऱ्या बांगड्या एकमेकांवर आपटून फुटल्या आहेत. सॉफ्ट फोकस केलेल्या सुहाग रातीच्या फिल्मी दृश्यात दाखवतात तशा त्यातल्या कित्येकांचे तुकडे दीर्घ आणि जोरदार मधुचंद्राच्या दरम्यान फरशीवर पसरले आहेत.

याच दरम्यान काही धंदाही साधला गेला. बाली आणि इतर बेटे. बँकिंगची कामे सुरळित करण्यासाठी. मग फिलिपाईन्स- जिथे तिच्या नवऱ्याने व्हॉईस प्रोसेसला तेजी आणण्यासाठी हवा दिली होती. शेवटी ब्राझील, त्यांचा नवा बीपीओ, बिझिनेस प्रोसेस आऊटसोर्सिंगचा धंदा केपीओमध्ये, नॉलेज प्रोसेस आऊटसोर्सिंगमध्ये कसा वाढवता येईल हे ठरवण्यासाठी. पुढे येणाऱ्या मंदीच्या अंदाजाने त्याला सगळी अंडी एकाच डॉलर टोपलीत ठेवायची नव्हती; दूरदृष्टीवर त्याचा विश्वास आहे.

"पुढच्या वर्षी" तो टिस्काला सांगतो. "आपण आपली पोलोची टीम बनवू या आणि आपल्याला नवीन वर्षाची भेट म्हणून आपल्यासाठी एक घोडा विकत घेऊ या."

त्याची नजर थेट समोर. दिल्लीच्या घोड्यांच्या शर्यतीच्या मैदानावर दोन संघ पोलो खेळत होते, त्यावर होती. तो पोलोचा मोसम होता. तो कुरकुरीत, थंड आणि स्वच्छ काळ कडाक्याच्या थंडीच्या जरा आधी दिल्लीतल्या खऱ्याखुऱ्या धनवंतांचा खरा मौजेचा काळ. पाचूसारख्या हिरवळीच्या कडेने फुलांची दाटी करण्यासाठी माळ्यांना जास्तीचे मदतनीस मिळतात. शिवाय कुंड्या, हंड्या, मडकी आणि बागेतल्या ब्रंचेसमध्ये अधिक रंग भरतील अशा रीतीने कोवळ्या उन्हाच्या जागी बरोबर ठेवलेली तयार वाढलेल्या फुलझाडांची प्लँटर्स. सायंकालीन भोजनाच्या वेळी उबेसाठी बागेत अंगीठीची व्यवस्था त्याने केलेली असते. सुंदर खांद्यांभोवती जुन्या स्टाईलच्या शाली लपेटलेल्या असतात. हिरे चमकतात, पाचू चमकतात. मांस आणि कबाब दरवळतात. थोडी अधिकच दारू घशाखाली उतरते. कुणी म्हणतात की, स्कॉटलंडमध्ये जेवढी स्कॉच बनते, त्यापेक्षा जास्त स्कॉच दिल्लीत हिवाळ्यात प्यायली जाते.

हिवाळा गोठण्याच्या जरा आधी पोलोचे सामने भरवले जातात. पण ग्लोबल वॉर्मिंगने हाहाकार माजवला आहे आणि हवा जरा अधिकच बोचरी आहे. अर्थातच थंडीचा तडाखा आता एक-दोन रात्रींपेक्षा दूर नाही आणि पोलोसाठी आलेलं कुणीही तशा प्रकारच्या कपड्यात नाही. शिफॉन साड्या फारच तलम असतात. आखूड स्कर्ट आणि हाल्टर टॉपमधून गुबगुबीत अंग बाहेर डोकावत असतं. डिझायनर दागिने ल्यायलेल्या कलाकुसरीच्या फॅशनेबल हॅट्स हातांनी खाली ओढून धराव्या लागतात. नाहीतर त्या उडून जाण्याची भीती असते. एखाद्या साध्याशा पट्ट्याने

ती जागेवर बसवली, तेही तुम्हाला शक्य नसतं. नाहीतर मग अल्ट्रा-स्ट्रेट केलेल्या केसांना दहा हजारांचं ब्लँड हायलाईट्स केलेले कसे दिसणार? पोलो- मग तिथे जाण्यासाठी बूट हवे, फॉक्स फरच्या झालरीची जॅकेट्स, भडक केस, तांबूस छटेतले किंवा भलेमोठे गडद गॉगल्स- horses & high society with indistinguishable vision - किंवा मिलानमध्ये जो काही ट्रेंड असेल तो इथे या वर्षी येऊन पोहोचल्यावर ते ते सर्व हवे. विस्मयात गोठलेले आविर्भाव की तो फक्त बोटॉक्सचा परिणाम आहे?

छायाचित्रकार क्लिक क्लिक करतात, काही प्रत्यक्ष पोलो खेळाचीही छायाचित्रे काढतात. टिस्का आणि तिच्या नवऱ्यावर क्लिक क्लिक क्लिक होतं. टिस्काचा नवरा आश्चर्यकारकरीत्या सरावलेला दिसतो. टिस्काला दूरवरच्या एका भिंगाची जाणीव होते. आपसूकच ती तिच्या नवऱ्यावर जरा रेलते. एक हात उचलून सहजच त्याचा गाल कुरवाळते. त्याचा चेहरा आपल्याकडे वळवते. येस, हेच चित्र सगळ्या वर्तमानपत्रांमध्ये जातं. प्रेमात असलेल्या नवपरिणितांचे गरमागरम हॉट शॉट्स!

मंडळी पुन्हा आपले चेहरे ठाकठीक करतात. आता कॅमेऱ्यांचं त्या जोडप्याबरोबरचं काम झालं होतं- हे फोटोग्राफर्स ना, इतके स्टार्सच्या मागे लागतात- आता यांची पाळी होती. एक पुरंध्री दटावते, "माझं नाव सोशलाइट म्हणून नका लिहू हं, मी किती सोशल वर्क्स करते, फॅशनिस्टा? पर्फेक्ट, माझं स्पेलिंग आहे ना तुमच्याकडे? पहिल्या नावात तीनदा 'ई' आणि आडनावात दोनदा 'वाय' आहे. फोटो छापून आला की मग तुम्हाला या न्यूमरॉलॉजिस्ट-टॅरो कार्ड रीडरला भेटायचं आहे का? एकटीला? ती बघा ती तिकडे बसली आहे, जाडीशी ती. पुढच्या कित्येक महिन्यांचं तिचं बुकिंग फुल्ल आहे आणि अर्ध्या तासात तीनच प्रश्न म्हणजे इतकं कॉस्टली आहे आणि ती साधं प्यायला पाणीही विचारत नाही. मी तुमच्यासाठी भेट ठरवून देऊ शकेन, माझ्यातर्फे." असं म्हणत ती तिचं टोकदार सँडल टकटकवत, तिच्या अतिघट्ट डिझायनर स्पॅघेटी टॉपमधून सगळीकडे सांडत निघून जाते.

टिस्काचा सेलफोन बीप करतो. अनेक बीप. ही स्टार मॉम पोस्टकार्डासारखे एसेमेस करते. "आपलं कॉन्टिनेण्टल फूडचं केटरिंग करणारी मुलगी आठवते? ती आता बेंगळुरूला राहायला गेली आहे. तिच्या बुढ्ढ्या बॉयफ्रेंडमुळे. तो मुंबई सोडेल आणि तिच्याशी लग्न करेल म्हणून वाट बघता बघता बेचारी बुड्ढी होऊन जाईल. तिने मला दिल्लीतल्या एका बाईचा नंबर दिला आहे. ती वाइनबद्दल सल्ला देते. हिला ती बेंगळुरूमध्ये भेटली. कॉम्प्युटरवाल्यांचं सेलर तयार करताना. तूसुद्धा तुमच्या नवीन फार्महाउसवर वाइन सेलर बनवू शकतेस. तिचं नाव आणि नंबर तुला बिझिनेस कार्डने पाठवते. तुझ्या दिल्लीच्या सेक्रेटरीला तिला फोन करायला सांग. ता. क. तू लिप बाम बरोबर लावत असावीस अशी आशा आहे. दिल्लीत थंडी फार

वाढते आहे. तुझे ओठ लगेच फुटतात. ता. ता. क. बॉडी बटरचं काय? तुझ्याकडे आहे का बऱ्यापैकी शिल्लक? मी लंडनहून शीआ बटर आणायला सांगते. कडाक्याच्या थंडीला ते उत्तम!''

टिस्का आपलं लक्ष पुन्हा पोलोकडे वळवते. हा खेळ समजून घेण्याचे कष्ट घेणं कितपत गरजेचं आहे, असा विचार तिच्या मनात होता. 'ही बिचारी घोडी दमत नसतील का? चित्रपटात प्राणी वापरले की समस्त पशुप्रेमींना राग येतो. आता हे बघा!'

''येस!'' थेट समोर बघत तिचा नवरा बोलला, ''पुढच्या वर्षी आपली स्वत:ची पोलो टीम करू या. पुढच्या आठवड्यात एक छान घोडा घेऊ या. तू माझ्यासाठी घे. तुझी संपत्ती दिल्लीत आण.''

एक फोटोग्राफर फोटो घेतो. त्यांच्यासाठी टिस्का आपल्या चेहऱ्यावरचे भाव छान ठेवते. घोड्यांच्या टापांचे आवाज तिच्या डोक्यातल्या कल्लोळात भर घालतात.

शनिवार

कशी काय ही थंडी सहन करत असेल? बिचारी जरा निस्तेज दिसते आहे. पॉटीवर बसल्या बसल्या पोलोच्या फोटोंकडे पाहत भाग्यलक्ष्मी मनात म्हणते.

'पोलो मैदानावर टिस्का' हे फोटो रंगीत पुरवणीभर आहेत. भाग्या आणि तिचा नवरा पाच वर्तमानपत्रं घेतात. तो ती क्वचितच वाचतो, पण दाखवतो मात्र उलट. तो दिल्लीतल्या 'करवा देंगे' संस्कृतीचा एक भाग आहे. उक्त्या दिलेल्या प्रश्न सोडवण्याच्या कामात तो काहीतरी अंधूक अस्पष्ट अवांतर सेवा पुरवतो. भाग्या सर्व वर्तमानपत्रं वाचते. माहिती घ्यायला तिला आवडतं. शिवाय ती स्टॉक मार्केटमध्येही लुडबुड करते; हे नंतरचं. तिला चांगलं ओळखणाऱ्यांनाही हे माहीत नाही.

रोज सकाळी भाग्या पेज थ्री पुरवण्या स्वच्छतागृहात घेऊन जाते आणि सिंहासनावर बसून वाचून काढते. गंभीर असेल ते ती नंतर कडक वाफाळत्या फिल्टर कॉफीचा मोठा थोरला मग हातात घेऊन वाचते. कॉफीच्या बिया ती निवडून आणते आणि फार दूर नसलेल्या बाजारातून ताज्या दळून आणते. उत्कृष्ट बिया आणि फक्त दहा टक्के चिकोरी मिसळलेल्या. तयार पावडर याच्या जवळपाससुद्धा जाऊ शकत नाही.

ही भाग्यलक्ष्मी. ओळख करून द्यायची ही सर्वांत चांगली जागा नाही, मान्य आहे मला. आत्ताच्या क्षणी भाग्यलक्ष्मी ही काही तिच्या परीने खास सुंदर दिसत नाहीये. एक भुवई आणि डोळा यांच्यामधली जागा फुगीर झाली आहे. त्या सुजलेल्या जागेचा एक भाग अजून ठणकतो आहे. त्या जॉयसमधल्या म्हशीने एका फटकाऱ्यात त्वचाच थ्रेड केली होती काल.

भाग्यलक्ष्मी तिच्या मासिक 'नखशिखान्त सौंदर्यासाठी' पडद्यांनी झाकलेल्या कॉलनीत 'ब्युटी पार्लर' असं नाव धारण करणाऱ्या खुराड्यात – जॉयस छळछावणीत जाते. ती तिला घाबरण्याचं वेड आहे म्हणून नाही. तिथल्या त्या म्हशीच्या तोंडावर पडद्यापलीकडे सिगरेटच्या धुराचा वास मारत असलेल्या नवऱ्याच्या अंगावर जमेचे

आकडे ओरडताना सदा नासके भाव असत. छतालाच लाल धाग्यात बांधलेली शुभचिन्हं टांगलेली. कोपऱ्यात एका फळीवर खालच्या घासणी-भादरणीपासून एकदम दूर तरंगत जाणारं, लाल सफरचंदाची नक्षी असलेलं आणि लाल सॅटिनची शिडं असलेलं एक पांढरं सिरॅमिकचं जहाज. त्याच्या नाकापासून सुकाणूपर्यंत आनंदाने वेड्यासारखी झगमगणारी समारंभाची लाल दिव्यांची माळ. या वेड्या दिव्यांच्या खाली ती वेगवान म्हैस कुणाचेतरी केस उपटत, लंचला निघालेल्या आंटीजींचे केस ब्लो ड्राय करत असते. पार्लरमध्ये जाण्याच्या सुखापासून भाग्याला वंचित ठेवणारं काय असेल, तर ते म्हणजे बऱ्यापैकी सार्वजनिक वाहतुकीच्या संपूर्ण अभावापासून सुटकाच नसणं हे होय.

भाग्याला भेटण्याचा हा सर्वोत्तम काळही नाही, कारण ती किंचित अस्वस्थ आहे. गर्भारपणाची सुरुवातच आहे. खात्रीलायक रिपोर्ट्स काल संध्याकाळीच आले आहेत आणि तिला थोडं मळमळल्यासारखं वाटतं आहे. आणखीही काहीतरी कारण आहे, पण तिला आत्ता ते नेमकं सांगता येत नाहीये. ती हातातल्या वर्तमानपत्राची फडफड करते. हार्मोन्समधला बदल असणार हा, तिला वाटतं की ज्यामुळे तिला टिस्काबद्दल एवढं ममत्व वाटतंय की जिला तिच्या अस्तित्वाची दखलसुद्धा नाहीये- ती खरंच सुखात असलेली दिसते आहे का? भाग्या पुन्हा एकवार फोटोकडे पाहते. दिल्लीचा हिवाळा मेंदू गोठवून टाकण्याइतपत वाईट असतो. पण उन्हाळा, अय्यो! तो मोसम तर मेंदू भाजून काढतो. काय करेल ही अश्राप पोर? पापम! बिचारी!

भाग्याचा हा दिल्लीतला दुसरा हिवाळा. तिच्या दुसऱ्या उन्हाळ्याची तिला धास्ती वाटते आहे. तिला त्याची सवय नाही असं नाही. चेन्नईही बऱ्यापैकी गरम असतं आणि ती तिथेच जन्मली, वाढली, लाडावली; पण दिल्लीची ती गर्मी आणि थेट तिच्या नाकाडोळ्यात जाणारी ती धूळ! भाग्याला तर तिच्या वेणीतसुद्धा धूळ गेली होती याची खात्री होती आणि तशीच ती फर्निचरच्या घड्या-वळ्यांमध्ये जाते आणि सारखी झाडून, झटकून, पुसून निघणारी अति बारीक तपकिरी भुकटी ती बाहेर घालवत राहते. दिल्लीवाले आपलं त्याला काव्यात्म 'धूल-मिट्टी' म्हणतात; असतात ती धुळीची वादळंच! त्यांच्याबरोबर ती लू, गरम झळा.

धूळ आणि गर्मी. त्यासोबत असंख्य तासचे तास वीज कटिंग! गरमी आणि धूळ. लग्नाची सुरुवात आणि झटक्यात शेवट तसं वाटतं.

गीझरचा लाल दिवा बंद होतो. वॉटर बॉयलर वापरण्यासाठी तयार आहे हे दाखवणारा हिरवा दिवा उघडझाप करत नाही. बिजली गॉन. ताबडतोब गरम पाण्याच्या स्नानाची इच्छा तिथेच विरते. निर्दयी थंडी तिच्या उघड्या घोट्यांना टोचत असली, तरी ती रंगीत पुरवणी पूर्ण तपशीलवार वाचायची ठरवते. तिच्या

स्वर्गवासी सासऱ्यांनी बांधलेल्या या तीन मजली घरातल्या या बाथरूम-कम-टॉयलेटला झडपा नसलेली एक खिडकी आहे. डासांना दूर ठेवण्यासाठी तिला एक जाळी तेवढी मारलेली आहे. आतलं कुणी बघू शकत नाही कारण सर्व स्नानगृहं – घराच्या पलीकडल्या बाजूची धरून सर्व – शेजारच्या घरांमधल्या हवा आणि प्लंबिंगच्या पोकळ्यांच्या बाजूला आहेत, पण जर शेजाऱ्याच्या घराच्या स्नानगृहाचं दार उघडं असेल, तर प्रत्येक स्नानगृहात सर्व बाजूंनी तुम्हाला टी. व्ही., संभाषणं आणि आणखीही बरंच काही ऐकू येऊ शकतं.

आपल्या बेडरूमला लागून असलेल्या स्नानगृहाऐवजी या स्नानगृहाचा वापर भाग्यानं करण्याचं हेही एक कारण आहे. तिथे तिला शेजारच्या घरातल्या पहिल्या मजल्यावरच्या जोडप्यामधली भांडणं ऐकू यायची. ते सकाळी जरा कमी भांडायचे, पण संध्याकाळी तो कामावरून आल्यावर खूपच भांडायचे. ती त्याला चहा द्यायची आणि कुरबुर सुरू व्हायची. तिची संध्याकाळच्या जेवणाची तयारी भाग्याला ऐकू येते. तळमजल्यावरून सगळं आपल्या मुठीत ठेवणाऱ्या त्याच्या आईबद्दल ती काहीतरी म्हणते. तो घशात रेकतो. सहसा तिचं मत फारच जहाल वाटलं, तर तो गुरगुरतो. ती पुटपुटते, तो ओरडतो. त्याच्या सामान्यपणाच्या मानाने त्याचा आवाज फारच मोठा आणि कर्कश्श आहे. ताटांची खणखण, दारांची आपटाआपटी, एक सणसणीत थप्पड. तो दारू पिऊन घरी आला असेल, तर आणखी काही थपडांचे आवाज. चहाच्या कपाऐवजी त्याने व्हिस्कीचा ग्लास रिचवला असेल, तर बुक्क्याचा गप्प रानटीपणा. त्या गप्पपणाचा भंग करणारी प्रेशर कुकरची आनंदी शिट्टी!

किंवा त्यांची छोटी मुलगी ओकारी करायला बाथरूमकडे धावते तेव्हा. तिचं वय सांगता येणार नाही, कारण ती इतकी हडकुळी आहे आणि नॉर्मल असण्याच्या सर्व आशा ती ओकून टाकत असते. काही आठवड्यांपूर्वी ती बाळी फारच जास्त वेळा उलटी करत होती, तेव्हा भाग्याने खालच्या मजल्यावर जाऊन आपल्या सासूला सुचवलं की, त्या मुलीच्या भल्यासाठी त्यांनी काहीतरी केलं पाहिजे. खालच्या मजल्यावरच्या सासूशी चर्चा केली पाहिजे किंवा योग्य त्या अधिकाऱ्याकडे तक्रार नोंदवली पाहिजे.

सरकारी शाळेची मुख्याध्यापिका म्हणून निवृत्त झालेल्या तिच्या सासूने यावरच्या प्रतिक्रियेची सुरुवात आता नेहमीच्या झालेल्या – 'आमच्यात असं करत नाहीत'ने केली, 'हमारेमें ऐसा नहीं करते'. मग हे आमच्या संस्कृतीच्या विरुद्ध आहे. आम्ही इथे पुष्कळ वर्षं राहिलो आहोत आणि तसंही बहू हे सगळं आपल्यावर ओढवून घेते आहे. शेजारच्या बहनजींनी सांगितलं की, त्यांच्या मुलाने बायकोला डॉक्टरकडे नेलं तेव्हा 'तात्पुरतं बहिरेपण येण्याइतकं तुला कुणी एवढ्या जोरात मारलं?' असं डॉक्टरने विचारल्यावर ती याच्याकडे अगदी रोखून पाहत होती. तुझ्या लक्षात येतंय

का, तिच्यामुळे तिच्या नवऱ्याला अटक झाली असती. 'एक तो घर की इज्जत चौराहे पर ले आयी' आणि मग या इतक्या बायकांकडे कोण पाहणार होतं? विधवा आई, ही आणि ती सदा आजारी मुलगी? तिच्या वडलांनी पाठवले असते का महिन्याचे पैसे, बिलं भागवली असती का मुलीचं लग्न करून दिलं असतं?

भाग्याने बाथरूम बदलली. शेजाऱ्यांच्या घरातला आवाज बंद करणं आश्चर्यकारकरीत्या सोपं होतं, कारण त्यानंतर मुलगी कमी ओकायची कारण तिचे आईबाप कमी भांडायचे. भाग्याच्या बोलण्याचा काहीतरी परिणाम झाला होता हे उघडच होतं. दोन्ही तळमजल्यावरच्या कैदाशिणींचं कुंपणाजवळ काहीतरी कुचकुच बोलणं झालेलं दिसत होतं.

भाग्या पुरवणी मांडीवर चाळवते. त्यात आलेल्या सगळ्या धनपती मूढमतींच्या जीवनावरचं सगळंकाही वाचून काढायचं तिने ठरवलेलं आहे. तिच्या दाही बोटांना काहीतरी उद्योग हवा असतो. दोन्ही हातांनी डोकं गच्च दाबून धरणं रोखण्याचा तेवढा एकच मार्ग आहे. गेल्या हिवाळ्यातही असंच झालं होतं. ती नुसती शू करायला जरी पॉटीवर बसली, तरी डोकं खाली जातं, हात वर येतात, कोपरं गुडघ्यांवर टेकतात आणि ती कपाळ गच्च दाबून धरते. तिची जांभळी पडलेली बोटं, तिच्या पायाची सुजलेली बोटंसुद्धा गारठ्याने धुरकट निळसर पडतात. जेव्हा ती तिच्या थंडगार कपाळावर टेकतात तेव्हा पुचक असा बारीकसा आवाजदेखील येतो. त्याने तिला अगदी किंचित ऊब येते, पण ही वाढत्या दुःखाची खूण असते हे भाग्याला माहीत असतं आणि पोटातल्या गर्भाला तिला आनंदाव्यतिरिक्त काहीही जाणवायला नको आहे.

पोलोबद्दल अधिक काही. 'हूज हू' जमलेले, ब्रह्मचारी- ज्याने नुकताच आपल्या वाढदिवसाचा केक कापला तो स्त्रीच्या वक्षांच्या आकाराचा- फोटोग्राफर्ससमोर अधिक शहाणपणा करणारा, कधीच अस्ताला गेलेल्या संस्थानाचा, दिमाखदार बंद गळ्याचा पोशाख केलेला नवाब. एक डोळा काचेचा असलेला, हॅट घातलेला एक ऐटबाज माजी क्रिकेटर. तरुण राणी छेरंधरी तिचा पोलो प्रेमी नवरा राजा ऑफ सिंहगड, जिंकणाऱ्या संघाला प्रेमाने प्रोत्साहन देताना हिज हायनेस कॅमेऱ्यात पकडले जातात. हर हायनेस झोपाळल्यासारख्या बसल्या आहेत. त्यांच्या नाजूक कंठाभोवती मोत्यांची माळ शोभून दिसते आहे. त्यांच्या साडीचा पल्लू ना शोभा वाढेल अशा पद्धतीने खांद्यावर लपेटलेला ना राजघराण्यातल्या स्त्रिया चारचौघांत घेतात तसा डोक्यावर घेतलेला. त्यांच्या शेजारी बऱ्याच दिवसांनी दिसलेली मख्ख चेहऱ्याची त्यांची भाची. या राजकुमारीचं लग्न एका प्लेबॉयशी झालं असतं, पण त्याने दारू-ड्रग्जच्या आहारी जाऊन, तिरस्काराच्या तीव्र झटक्यात त्याच्या आई-वडलांना जेवायला बसलेले असताना गोळ्या घालून ठार केलं. शस्त्रास्त्रं व्यापाऱ्याची

सिगार विक्रेती मुलगी, आपण विकतो त्या अति उच्च श्रीमंती खुणा आपण ओढतो असा तिचा दावा होता, पण कुणीही तिला अजून सिगार पेटवतानादेखील पाहिलं नव्हतं. तिच्याजवळ सोफ्यावर बसून सिगार ओढणारा किंग ऑफ ब्लिंग! दारू विकून गब्बर झालेला राजा. त्या विक्रीच्या पैशातलं जेवढं म्हणून अंगावर घालता येईल तेवढं त्यानं घातलेलं.

त्याच्यासोबत दिल्लीचा स्टाईल गुरू. तो फॅशन उद्योगाला मॉडेल्स, विशेषत: पुरुष मॉडेल्स पुरवतो, म्हणून पुरवण्यांनी त्याला हा किताब दिलेला, तर त्याच्याबरोबर बेंगळुरूमध्ये मुलांसाठी एक सेवाभावी शाळा चालवणारा दानशूर मित्र. त्याच्या बाहूवर रेललेली स्त्री ही एका आंतरराष्ट्रीय कुख्यात बाल अत्याचाऱ्याशी शेकहँड करण्यासाठी रांग मोडून मध्ये घुसून झटक्यात प्रसिद्ध मिळवणारी स्तंभलेखिका. तो अत्याचारी मुंबईत एका राजकीय धर्मादाय संस्थेसाठी गायला. पैसे कुठे गेले? अळीमिळी गुपचिळी. शहरातल्या अति अति निवडक लोकांसाठी आयोजित केलेल्या 'बाल अत्याचाऱ्याशी भेट' कार्यक्रमात त्या मोजा घातलेल्या हाताला हात मिळवण्यासाठी ती थेट पुढे घुसली आणि अखिल भारताच्या वतीने जाहीर केलं, 'वुई लव्ह यू!'. शेवटी एका लहानशा गावातली मुलगी ती. स्मिता म्हणून जन्माला आलेली. मॉडेलिंगच्या रस्त्याने मोठ्या शहरात आलेली. स्मीटी म्हणून पुनर्जन्म झालेली. तिने स्तंभलेखनही चालू केलं. जाहिरातवाल्याबरोबर झोपल्याने ही मदतच झाली.

स्मीटीने एका बिझिनेस खानदानाच्या चुकीच्या शाखेबरोबर लग्न केलं. एका मुलीला जन्म दिला. दिल्लीच्या वाऱ्यांमध्ये एका विदेशी राजनैतिक अधिकारी टाइप माणसाशी तिने संधान बांधलं आणि तिकडेच गेली. तो सोडून गेला, ती चिकटून राहिली; अधिक स्तंभ लिहू लागली. त्यातला एक असा होता – त्या बाल लैंगिक शोषणवाल्याचा खटला त्याच्या देशात उभा राहिला तेव्हाचा, की ती केव्हाही तिच्या मुलीला त्या गायकाबरोबर एकटी सोडायला तयार असेल. स्मीटीला अधिक साहित्यिक प्रसिद्धी मिळाली. तिने एका प्रकाशक टाईपची शय्यासोबत केली. त्याने तिची अति उद्‌गारचिन्हवाली शैली बदलून विक्रीयोग्य रद्दीत तिचं रूपांतर केलं.

भाग्याला हे सगळं माहीत आहे, कारण न भांडणाऱ्या बाजूच्या शेजाऱ्यांच्या सुनेचा भाऊ पुस्तक प्रकाशनात बऱ्यापैकी अव्वल आहे. ते पहिल्या मजल्याच्या गॅलरीतून गप्पा मारतात. त्यांच्या गप्पांमध्ये मसालेदार भर म्हणजे त्यांच्या जवळचाच एक मजला स्मीटीने भाड्याने घेतला आहे. भाग्या आणि तिच्या शेजारची सूनबाई त्यांच्या गॅलऱ्यांमधून जरा डोकावल्या असत्या – अगदी माना बाहेर काढायचीही गरज नव्हती – तरी आपण बघत नाही एवढं न दाखवतासुद्धा तिच्या जीवनातल्या सगळ्या ये-जा वर लक्ष ठेवू शकत होत्या. स्मीटीच्या हे लक्षात आलं, तर तिला त्यात गौरवच वाटतो. तिला मिळणारं लक्षच तिला वर्तमानात ठेवतं हे तिला

पटलेलं आहे. तिची राहणी आणि तिचं लिखाण याद्वारे ती लक्ष वेधून घेण्याचा अथक प्रयत्न करते.

उपरीनिर्दिष्ट पॉटीवर बसून भाग्या सध्या वाचत असलेला या आठवड्याचा स्तंभ म्हणजे तरुणाईसाठी विचारांची एक संक्षिप्त आवृत्ती – झिप फाइल आहे. एखाद्याचे शेजारी अतिरेकी नाहीत किंवा बंगाली आहोत असं भासवणारे नोकर बांगलादेशी नाहीत याची खात्री करण्यासाठी एखादी व्यक्ती काय करते? सध्याच्या चालू मधल्या विदेशी लोकांबद्दलच्या भयगंडाने पछाडलेल्या 'नाजूक' निळ्या, गोड गोऽऽड कार्डिगन'मधल्या राजकीय भुरट्याला काय म्हणावं? पुढच्या परिच्छेदात तिच्या मोलकरणीबरोबर झालेलं स्त्री मुक्तीवरचं संक्षिप्त संभाषण वाचताना भाग्या पुटपुटते – 'शाब्दिक जुलाब'. आपण मोठ्यानं बोललो हे लक्षात येतं आणि ती पान उलटते.

या सुप्रसिद्ध व्यक्तींच्या आयुष्यात सगळंकाही कालच्यासारखं, परवासारखं, गेल्या वर्षासारखंच आहे; त्यांच्या प्रसिद्धीमुळेच ते प्रसिद्ध आहेत. लोक इतका प्रचंड पैसा खर्च करतात ते केवळ एकसारख्या फॅशनचं दिसावं म्हणून. आरशातल्या एकमेकींच्या प्रतिमेसारख्या बायका दिसतात. मॉडेल्स आपली समांतर हिप बोन्स मिरवतात. भाग्या आणखी काही पानं उलटते.

टेलिव्हिजनवरच्या कौटुंबिक मालिकांची निर्माती आपल्या एका नवीन 'फाइंड'ला घेऊन राजधानीतल्या पत्रकारांशी तिची ओळख करून देण्यासाठी दिल्लीला आलेली आहे. प्रतिभा बरोबर हेरून आपल्या मालिकांद्वारे त्यांचं रूपांतर घरगुती नावांमध्ये करण्याची हातोटी काजोलीला साधलेली आहे. भाग्याची सासू काजोलीनिर्मित मालिका बघते. एकत्रित कुटुंबांमध्ये घोळके करून राहणाऱ्या अति भपकेबाज पोशाखी बायकांची कारस्थानं, हेरगिऱ्या आणि लफडी-कुलंगडी! 'बायका अशा असल्या तर राडा करायला पुरुष लागतीलच कशाला?' भाग्या पुटपुटते. पुन्हा एकदा आपण मोठ्यानं बोललो असं तिला जाणवतं. 'आपल्याला मालिकेतल्या बायकांकडून म्हणायचं होतं की खालच्या मजल्यावरच्या नाटकी राणीबद्दल?' असा काहीसा विचार तिच्या मनात येतो. उघडच असलेल्या उत्तराने ती खुदकन हसते आणि आता कॉफीची वेळ झाली असं ठरवते.

पोलोच्या फोटोतली राणी छेरंधरी आठवते?

तिच्या पत्रकार मैत्रिणीने, नफीसाने तिला पाठवलेली इ-मेल, एसेमेस, असंख्य प्रश्नचिन्हं –

'Khamaganee Or wotevr is latest grovel by peasants 4 royalty. Ultimate in news-o-tainment, pic of Tisca at polo, hand on hubby face, on front page leading paper here. Nationally important event? Now ex-fiance will feel goaded into owing paper good foto too. U 2 at polo, pix suitably splashed in Delhi papers? U m8 Smeete whose sis mite just b ur step-mom? How old ur dad, btw? He knows latest medical research? After 40 guys who sire have children with higher chances of schizophrenia. U going Pune 2 c him? Cum en route Bom, long time no c, 2 cold 4 me 2 cum ur side, not my scene such gaand fatu thudee. Ciao4now.'

('खमाघणी! किंवा शेतकरी तुम्हा राजांना जे काही म्हणतात ते. करमणूक बातम्यांमध्ये सर्वांत टॉपला. पोलोमध्ये टिस्काचे फोटो, पतीच्या चेहऱ्यावर हात, इथल्या मोठ्या पेपरात छापलेत. राष्ट्रीय महत्त्वाची घटना? आता पेपरातल्या इतक्या छान फोटोने माजी प्रियकराला झिणझिण्या असणार. तूपण पोलोला, दिल्ली पेपरात नीट फोटो? स्मीटीला भेटलीस? तिची बहीण कदाचित तुझी सावत्र आई असू शकते. बरं, पण तुझे डॅड किती वर्षांचे आहेत? त्यांना अलीकडचं वैद्यकीय संशोधन माहीत्ये? पुरुषाच्या चाळिशीनंतर आलेल्या अपत्यांना स्किझोफ्रेनियाची जास्त शक्यता असते. त्यांना भेटायला पुण्याला जाणारेस? वाटेत मुंबईला ये ना. फार दिवसात भेट नाही. मी आले असते, पण तिकडे फार थंडी. असली गांड फाटू ठंडी आपलं काम नाही. आता बाय.')

टिस्काचा नवरा गोल्फ खेळून परत आला आहे. कामावर जाण्याची तयारी करतो आहे. तो या सगळीकडे झळकलेल्या फोटोंनी मिळालेल्या कौतुकामुळे अगदी भारून गेला आहे, हे टिस्काला कळलंय. सारखे फोन आणि एसेमेस येत आहेत. स्टारमॉमने तिच्या जावयाला लिहिलंय, 'खरंच, जोडी सलामत रहे, खुश रहे, नजर ना लगे.' आपल्या मुलीला तिने एसेमेस केला, 'तुझ्या नवऱ्याला सांगितलंय की, तुम्ही दोघं सुखात, एकत्र नांदा, कुणाची दृष्ट न लागो. इथं मुंबईत पहिल्या पानावर फोटो झळकलेत. पहिल्या पानावर! पैसे देऊनही एवढी प्रसिद्धी मिळाली नसती. कुणीतरी त्यांच्या बंगल्यात जळत असणार खास. हॅं, त्यांना काय वाटतं, ते तेवढे ग्रेट! नो बुरी नजर, ठो ठो. ता. क. घरात जिम पूर्ण बसवून झालं का? थंडी कमी वाजावी म्हणून थोडा जास्त व्यायाम कर. ता. ता. क. हिवाळ्यातल्या उन्हात बसणार असलीस, तर आठवणीने सन्सक्रिन लोशन लाव. दंड आणि पावलांना लावायला विसरू नको.'

टिस्काच्या नवऱ्याला शाळेतल्या मित्राकडून आलेला एसेमेस तो तिला दाखवतो. 'तुला तुझ्यासाठी मस्त छोकरी आणि धंद्यासाठी झकास प्रसिद्धी मिळाली. झकास

गड्या! आमचीपण कुणाशीतरी ओळख करून दे की, आम्हाला पण हिरॉइनशी लग्न करायचंय.'

नवऱ्याला सेलफोन परत देताना टिस्काच्या चेहऱ्यावरचं हसू ओठाच्या कोपऱ्यात किंचित साशंक असतं. हिवाळ्यानं दिल्लीत जम बसवला आहे. धुकं हळूहळू कमी होण्याच्या बेतात आहे. अडकून पडलेल्या सकाळच्या विमानांवर जणू उपकार म्हणून ते त्या प्रदेशातून पसारा तात्पुरता आवरता घेतं आहे. टिस्का बाजूच्या बागेत आहे. उंच पाम आणि काटेरी कुंपणावरची झुडपं यांनी काळजीपूर्वक बनवलेल्या पडद्याआड बागेच्या भिंतीवर मारलेल्या बांबूच्या कपचा, बाहेर डोकावणाऱ्या बोगनवेली, साध्या, नि:शस्त्र शिपायांसारखी उभी असणारी बागेची एक भिंत संपूर्णपणे झाकून टाकणारी अशोकांची रांग. आजूबाजूच्या नजरा आणि कॅमेरे यांच्यापासून एका प्रसिद्ध व्यक्तीचा खाजगीपणा जपण्यासाठी निसर्गाला कामाला लावलेलं.

मोलकरीण हलकेच येऊन नाश्त्याचे ट्रे उचलून नेते. बागेतल्या टेबलावर विखुरलेली वर्तमानपत्रं गोळा करते. अति थंड हवामानातून स्थलांतर करून हिवाळ्यात दिल्लीत येणारे सर्व आकारांचे, रंगांचे पक्षी बोगनवर अखंड वटवट करतात, हिरवळीवर उड्या मारतात, तुरतुरतात. सकाळचा प्रकाश त्यांच्या पिसांत शिरून त्यांना उडती इंद्रधनुष्यं बनवून टाकतो आहे. असं ग्रीन टीच्या कपाबरोबर बागेत बसून राहणं, एखाद्या चित्रपटातलं दृश्य असावं तसा भोवतीचा हा रंगांचा उत्सव/उधळण पाहत राहणं, पक्ष्यांचा साउंड ट्रॅक ऐकत राहणं हे टिस्काला फार आवडलं असतं, पण तिच्या नवऱ्याचा उत्साह तिचं लक्ष खेचत होता. त्या फ्रेमवर अतिक्रमण करत होता.

"तुझी सगळी संपत्ती" तो म्हणतो, "मुंबईत केंद्रित करण्यात काय अर्थ आहे? ती इकडे आण. आपण काही घोडे घेऊ या आणि पोलोचा संघ बनवू या, म्हणजे आपण या सगळ्या राजे-महाराजांच्या आणि वरच्या क्रीमवाल्यांच्या बरोबरीला येऊ. आपण सिंहगडच्या राजांचा सल्ला घेऊ शकतो. लठ्ठ फी देऊन त्यांना बांधूनही घेऊ शकतो. काल संध्याकाळी थोडे फोन करून घोड्यांचा ताफा सांभाळायला वार्षिक खर्च किती, आघाडीच्या व्यावसायिक पोलो खेळाडूंशी कंत्राट करण्याचा खर्च किती या आकड्यांची मीही नीट माहिती घेतली आहे. ते त्यांचेच घोडेही घेऊन येऊ शकतात. यातले खूप जण राजघराण्यातले आहेत. सर्वोत्कृष्ट निवासी शाळांत शिकलेले, एकमेकांच्या बहिणींशी किंवा नातलगांशी लग्न केलेले आहेत. एक तऱ्हेचं फॅमिली चक्करच म्हण ना! ते सगळे एकदम खास थरातले – टॉप ड्रॉवर आहेत. आपल्या बिझिनेस हाउसवरूनच आपल्या संघाचं नाव ठेवू. घड्याळ-दागिने-लगेजच्या मोठ्या आंतरराष्ट्रीय ब्रँड्सबरोबर आपण संधान बांधू. त्यांचं प्रायोजकत्व आपल्याला मिळेल. अधूनमधून आपण तुझ्या सगळ्या मित्रमैत्रिणींसोबत

एखादा धर्मादाय प्रदर्शनीय सामना करू शकतो. फिल्मी चक्कर हीच कल्पना आपण माध्यमांच्या करमणूक आणि लाइफस्टाइल भागात पुढे नेऊ शकतो. तू या विभागाची प्रमुख होऊ शकतेस. काही काळजी करू नकोस. प्रत्यक्ष धावपळ करण्यासाठी आपण तुझ्यासाठी माणसं शोधू.''

टिस्का योग्य त्या जागी मान हलवते आहे, स्मितहास्य करते आहे, पण हे आपल्याला राजेमहाराजांच्या पंक्तीला नेऊन बसवेल या त्याच्या कल्पनाविलासापलीकडे तिला फारसं काही ऐकायला येत नाही. तिला आत्ताच घाबरल्यासारखं होऊ लागतं. राजेपणाची भूमिका चित्रपट उद्योगात असणाऱ्यांनी करायची असते. खूप कष्ट सोसणारी पण शहाणी महाराणी, हेकेखोर राजकन्या आणि तिला वठणीवर आणणारा सामान्य माणूस, खलनायक असणारा तिचा भाऊ, तळ्याकाठी अल्लडपणा करणाऱ्या ग्रामकन्येचा बलात्कारी, दयाशून्य आणि क्रूर राजा असणारे तिचे वडील. त्यांचं नावही तसंच – जालीमसिंग. त्यांच्या राजवाड्याला महाल किंवा हवेली म्हणतात. एक मुन्शीजी त्यांचे हिशोब ठेवतात. असे चित्रपट आता बनतदेखील नाहीत, कारण प्रेक्षकांना नवीन, ताज्या गोष्टी हव्या असतात. आता ज्यांचं काहीच महत्त्व उरलं नाही त्यांच्यापेक्षा चित्र-तारकांचं स्थान कमी आहे, असं तिच्या नवऱ्याला का वाटतं?

''तर आपण रात्री जेवताना यावर अधिक बोलू. आज संध्याकाळी आपल्याला त्या मंत्र्याच्या मुलीच्या लग्नाला हजर राहायचं आहे. आपण थोडा वेळ तिथे थांबू आणि मग जेवायला जाऊ, ओ.के.?''

टिस्का मान हलवते, हसते. आतल्याआत तिला शिरशिरी येते. डोक्यावर हिवाळ्यातल्या मंद सूर्यावरून विमान जातं. जड आणि खालून त्याच्या पोटात खर्जातील गुरगुर! ते सूर्यावरून जातं, क्षणभर ग्रहण लागतं.

विमानाला आता एक संथ, संतुष्ट लय प्राप्त झाली आहे. सीट बेल्टची खूण बंद केली आहे, पण काजोली तो तसाच राहू देते. मुंबईचा परतीचा प्रवास असा काही लांब नाही. ती मागे वळून हवाईसुंदरीला शोधते. सगळी वर्तमानपत्रं हवी असल्याची खूण करते. तिची सीट जास्तीतजास्त मागे करते आणि श्वास सोडते. ती अगदी जेमतेम विमानाच्या वेळेत पोहोचलेली आहे.

वर्तमानपत्रांचा गठ्ठा हातात देण्यासाठी ताणलेलं हसून हवाईसुंदरी खाली वाकते. तिच्या नजरेत हॉस्पिटॅलिटी सेक्टरचा कमावलेला आदरभाव आणि मुळीच न लपवलेला तिटकारा याचं मिश्रण होतं.

हा तिरस्कार काजोलीच्या ओळखीचा आहे. तिच्या समलिंगी असण्याबद्दलच्या गोष्टी ऐकल्यानंतर किंवा लपवलेलं काहीतरी वाचल्यानंतर तिला भेटल्यावरची

प्रतिक्रिया! खास करून ती करमणूक जगतातली एक सेलेब्रिटी असल्यावर हे असं चालणार, हे तिला माहीत आहे. तरीपण पुरुषांच्या नजरेतल्या उपहासाची किंवा बऱ्याचशा बायकांच्या नजरेतला कंटाळा किंवा चक्क तिरस्काराची लहर अस्वस्थ करू शकते. याच एका कारणामुळे काजोलीने सार्वजनिक ठिकाणी भलेमोठे गॉगल्स घालायला सुरुवात केली. त्यांच्या प्रतिक्रियेवरची तिची प्रतिक्रिया त्यांनी बघायला तिला नको आहे.

आपला गॉगल घट्ट बांधलेल्या केसांवर चढवत काजोली वर्तमानपत्रं उघडते आणि रंगीत पानांकडे वळते. जे दिसतं त्यामुळे ती सुखावते. समाधानाने हसून ती शेजारच्या सीटवर बसलेल्या सर्वांत नव्या बच्चीकडे पाहते आणि म्हणते, ''दिल्लीचे पत्रकार जाम खूश आहेत तुझ्यावर.''

कुमारी निरागस लगेच सुरू झाल्या, लाडिक आणि बालिश, जणू आपण अजून कॅमेऱ्यासमोरच उभ्या आहोत. या मार्गाने निश्चितच ती कुमारी आशाळभूत झाली असती. ''पण तू माझ्यावर खूश आहेस ना?''

''अर्थात, मला माझ्या सर्व हिरॉइन्स आवडतात.''

''तुझे इतके शोज टी.व्ही.वर चालू असतात. किती हिरॉईन्स असतात! तुला त्या सगळ्या आवडतात. म्हणजे ऑमी कुणीच खॉस नॉही.''

''मला माझे सगळे हिरोसुद्धा आवडतात. आपण सर्व जण खासच आहोत.''

मूर्ख, बिनडोक असलं 'तू दीप मी पतंगा' छाप वागून या मुली इतका विदुषकी बावळटपणा का करतात? त्यांची कल्पना इतकी निर्बुद्ध नसती की, ती कास्टिंग काऊचवाल्या निर्मात्यांप्रमाणे सेक्ससाठी भूमिकांची लांबी वाढवते, तर किती भीषण होतं! ती तिच्या दोन हिरॉईन्सबरोबर झोपली होती हे खरं होतं, पण आपल्याला हवं होतं ते हे नव्हे, हे कळल्याक्षणी ती थांबली. काजोलीला अजून त्यांच्या काळजीपूर्वक निवडलेल्या शब्दांची, त्यातल्या काळजीच्या छटेची, आता आपण तिच्याबरोबर सेक्स करत नाही म्हणजे आपल्या भूमिकेला आता कात्री लागणार या निराधार भीतीची आठवण झाली, तरी ती नाक मुरडते.

काजोली काय सांगेल ते ही मुलगी करेल. ती इतकी अधीर झाली होती की, तिने तिच्या कल्पनेतल्या 'लेस्बियन नं. वन' या टी.व्ही. शोवर नायिकेची भूमिका स्वीकारली होती. ती मुळीच तशी नाहीये, हे काजोलीला पक्कं माहीत आहे. एकदा नाव, कीर्ती, पैसा मिळाला, परदेशात सुट्टी घालवून झाली, एखाद्या अजब फ्लॅटची खरेदी झाली की, ही नक्की 'घर एक स्वर्ग', ती कशी एका पुरुषोत्तमाच्या शोधात आहे वगैरेंबद्दल मुलाखती द्यायला सुरुवात करणार. काजोलीने आणखीही पुष्कळ अभिनय पाहिला होता. लोक कॅमेऱ्यासमोर पोझ घेतात, पण पॅक अप झाल्यावर परत स्वत:मध्ये जायला विसरतात आणि या अशा २४/७ रंगमंचीय वागण्यामुळे

त्यांचं आणि त्यांच्या कुटुंबीयांचं जीवन किती विचित्र होऊन बसतं, हे सारं तिने पाहिलं होतं. तिच्या अभिनयातलं खरं वाटण्यासारखं म्हणजे काजोली नोंद घेते – ती ज्या सफाईने आणि सहजतेने भूमिका बदलते ते खूपसं स्मीटीसारखं.

आता ती काजोलीच्या कानात लाडावत असते. "आज पहाटे कुठे होतीस? रिसेप्शनने मला सकाळी तुझा निरोप दिला की, तू परस्पर विमानतळावर येणार आहेस. त्याच्याआधी मी तुझ्या खोलीत फोन केला, पण कुणी उचललाच नाही. मी शेवटी येऊन तुझ्या खोलीचं दारदेखील वाजवलं. मी म्हटलं विमान पकडायच्या आधी सोबत नाश्ता केला असता."

"माझी एक मीटिंग होती."

"मी काल रात्रीपण फोन केला होता."

"मी एका संभाव्य गुंतवणूकदाराला भेटले. त्याला आपण लहान मुलांच्या टी.व्ही. मालिकांचा विभाग सुरू करावा असं वाटतंय. त्यानंतर मी एका रायटरला भेटले. ती आणि मी रात्रभर कल्पना लढवत बसलो होतो."

"तू तिच्याबरोबर फक्त एवढंच करत होतीस, तर विमानात यायला तुला एवढा उशीर कसा झाला?"

"तिच्या एका कल्पनेवरच्या मालिकेत तुला एकदम महत्त्वाची भूमिका मिळू शकते. खूश?"

"खूऽऽप. तूसुद्धा अशीच खूश होशील जेव्हा तू मालिकेतलं माझं काम पाहशील." ती तिच्या मधल्या बोटाने काजोलीच्या हातावर थोपटते आहे.

"ब्लँकेट मागवू का?"

काजोलीला पुन्हा या हवाई सुंदरीच्या डोळ्यातले भाव पाहण्याची इच्छा नाहीये.

"मला नको आहे. थँक्स. काही विशेष थंड नाहीये. तू तुझ्या डोक्यावरचा थंड हवेचा स्रोत बंद करून बघ."

ती कुजबुजते, "मला थंडी नाही वाजत. मी तुला पेटवते आहे माझ्यासाठी." ती काजोलीचा हात हातात घेते. तिच्या तळव्यावर छोटी छोटी वर्तुळं काढते. अंगठा आणि मधल्या बोटाने काजोलीचं एक एक बोट थोपटते; सावकाश, एकामागून एक, वरच्या दिशेने, तळव्यापासून टोकापर्यंत. तिच्या अंगठ्याने ती बोटाचं अग्र कुरवाळते. घड्याळाच्या दिशेने, सावकाश. मग उलट्या दिशेने. "आपल्याला पांघरायला एक ब्लँकेट मागवू या आणि मग तू डोळे मिटून घेऊ शकतेस. कुणाला कळणारही नाही. माझी बोटं काय करू शकतात हे फक्त तुलाच जाणवेल. फक्त मागून तुझी ब्रा सैल कर. आपण तिथे पोहोचलो की, माझी जीभच तुला दाखवेल, मला तुझ्याशी काय काय करायचंय ते."

मनाला इच्छा नाही, पण शरीर... काजोली तिच्या कानातला आवाज लक्षपूर्वक ऐकते, तिच्या बोटांमधून झिरपणारी धग जाणवेल, स्तनाग्रं घट्टावतील, जणू बाहेर यायला बघतील म्हणून वाट बघते.

काहीच होत नाही. निर्देह फोन सेक्स असा असतो तर!

"व्हेज? नॉन व्हेज?"

जेवणाची गाडी घेऊन हवाई सुंदरी. काजोली दूर होते. तिचा काळा गॉगल डोळ्यांवर ओढून घेते. त्या डोळ्यांमधली उघड अपमानाची नजर न पाहण्याचा प्रयत्न करते.

छेरंधरीचं नफिसाला उत्तर –

Am on way 2 Bom. U free 2m? Cum Pune with me, plz. plz. plz. Need u 2 b around if her pregnancy test positive. She hates me 4 convincing Pater that he marry her only after they get one done. (Thnx 2 yr goading me 2 goad him 2 goad her; all ur fault) Also need 2 decide whethr 2 bid 4 rajwada to restore on Pune's outskirts, 2 add 2 r chain. Will drop you back, have 2 take Sun last flite fm Bom. rtn 2 'kingdom'. Word used by gora to crew coming 2 do travel story on r royal thikaana hotels. V now dismiss u till v design 2 c. u.

(मुंबईच्या वाटेवर आहे. उद्या मोकळी आहेस? माझ्याबरोबर पुण्याला ये ना प्लीज, प्लीज, प्लीज. तिची प्रेग्नन्सी टेस्ट पॉझिटिव्ह आली, तर तू जवळ हवीस मला. ते झाल्यानंतरच तिच्याशी लग्न करावं म्हणून पीटरचं मन मी वळवलं म्हणून तिला माझा राग आहे. (तिला भरीस घालावं म्हणून त्याला भरीस घालण्यासाठी मला भरीस घातल्याबद्दल धन्यवाद! सगळी तुझीच चूक) शिवाय पुण्याजवळच्या राजवाड्यासाठी बोली लावायची का ते ठरवायचंय. आमच्या हॉटेलसाखळीसाठी. तुला परत सोडीन. रवि. मुंबईचं शेवटचं विमान पकडलंच पाहिजे. 'राज्याकडे' परत. गोऱ्या टी.व्ही. क्रूने वापरलेला शब्द. ते आपल्या शाही ठिकाना हॉटेल्सवर स्टोरी करताहेत. आता तुला भेटेपर्यंत तुला बरखास्त करते.)

चला तर आता बेंगळुरूला जाऊ या. स्टार मॉमच्या एक्स कॉंटिनेण्टल केटररचं बस्तान कसं बसलंय पाहू. कृपया नोंद घ्यावी. केटरर स्वतः सोडून प्रत्येकाला 'इतर' समजते. मूळ उत्पत्ती कोठून झाली हे अशा रीतीने ठरवण्यात आलेलं आहे.

तर आता ही अविवा. तिची खात्री पटली आहे की, वाट पाहायला तिच्याजवळ वेळ नाही, तिने वाट पाहता कामा नये. ती थांबणार नाही. तिचं जैव घड्याळ एखाद्या टाइमबाँबसारखं टिकटिकत असतं. तिला जसं वाटतं, ते या समजुतीला आणखी निकड प्राप्त करून देतं.

या क्षणी ती बेंगळुरूमधल्या ट्रॅफिक जॅममध्ये वाट पाहते आहे. जो- मृत्यूसारखाच- कॉम्प्युटरवाले आणि सामान्यजन यांना एकाच पातळीवर आणतो. जुन्या शहरातले रस्ते आणखीनच आकसत आहेत. ते कायमस्वरूपी खणून ठेवल्याने त्यांच्यावरून गाड्या चालवणं अधिक अशक्य झालेलं. ते म्हणे सुधारणांसाठी खणून ठेवलेत, पण तरी बेंगळुरूच्या आकसत जाणाऱ्या रस्त्यांवरच्या रहदारीत अडकून पडणं म्हणजे काळाच्या चौकटीत थांबून जाण्यासारखं आहे. वेळ हेलपाटतो, वेळ थांबतो, वेळ पुन्हा चालू होण्यासाठी तुम्ही वाट पाहत थांबून राहायचं.

अविवाकडे वेळच तर नाहीये. एका वाढदिवसाच्या ब्रंचसाठी तिला शहरातून वाट काढत जावं लागतं आहे. तिच्या व्हॅनच्या मागच्या बाजूला अन्न भरलंय. जागेवर जाऊन फक्त एकदा सगळे पदार्थ फटाफट मायक्रोवेव्हमधून काढायचे, पण तिचा ड्रायव्हर आता लवकर पोहोचला नाही आणि प्रत्येकासाठी वेगवेगळ्या भरलेल्या कपांना जर लवकर फ्रीजमध्ये जागा मिळाली नाही, तर ते पाघळणार होते.

त्या अरुंद चौकात आपल्या गाड्या चालू ठेवून उभे असलेले दुचाकीचे आणि चार चाकीचे ड्रायव्हर निराशेने, हतबलतेने, त्रासाने माना हलवत होते. एक्झॉस्टमधून धूर येत होता, गाड्यांच्या आवाजाने कान बधिर होत होते. एका मोटारीच्या हॉर्नच्या आवाजाने सगळ्यांचाच संयम संपल्यासारखा होतो. आहाहा! नुसता नावात बदल म्हणजे जादूची कांडीच झाली असती, तर शहराची अवस्था आनंदी झाली असती. सार्वजनिक वाहतूक म्हणजे उडते गालिचे झाले असते. आगगाड्या विनाअपघात धावल्या असत्या, विमानं वेळेवर उडली असती. बंगलोर ते बेंगळुरू – शहराच्या विकासाचं दाखवण्यापुरतंसुद्धा नियोजन करायची राजकारण्यांना गरज नाही. जेव्हा तुम्ही नियोजन करता तोच क्षण विकासाचा असतो याकडे ते उघडउघड दुर्लक्ष करतात.

अविवाचा सेलफोन 'बझ'तो. ती तो उघडते. "दुसऱ्या बायकोसारख्या हवेच्या शहरात माझ्या सेक्सी बाईला शुभप्रभात!"

"आयुष्यात कधीतरी – हे भावी नवऱ्या – असं उत्तेजक जाहिरातीतल्या शीर्षकांसारखं विचार करणं तुला थांबवावं लागणार आहे."

"आहा, मधुराणी वैतागलेली दिसते. फिकीर नॉट. रसद उद्या सकाळीच पोहोचत आहे. नाश्त्याला माझा आस्वाद घे."

"उद्या बहुतेक इथे बंद आहे. सगळी वाहतूकपण जबरदस्तीने बंद करणार आहेत. त्यामुळे तुझं मुंबईचं विमान उतरलं, तरी तुला विमानतळावरून बाहेर येता येणार नाही."

"शी! पुन्हा बंद. मला तुला इतकं भेटावसं वाटत होतं. तुला सगळीच्या सगळी. गेल्यावेळीही बंदमुळे माझं कॅलेंडर सगळं पुन्हा ठरवावं लागलं होतं. ते कशाबद्दल होतं? कुठल्यातरी राज्याबरोबर पाण्यावरून भांडण?"

"ते दुसऱ्या राज्याच्या सीमेवरून, भाषावादावरून झालं होतं तेव्हा बँकांच्या एटीएमचं नुकसान झालं होतं."

"बेकार राजकारणी! त्यांनी मुंबईतल्या सगळ्या गोंधळाची पुरेपूर नक्कल केली आहे. त्यांनी शहरात नुसतं बंगलोरीकरण केलं नाही, त्याचं प्लुटोकरण केलंय. रविवारी बंद, कुणाला सुचलं असेल? हा कशाबद्दल आत्ता?"

"ओह! नेहमीचं. हिंदू-मुस्लीम भांडण."

"हे अतिरेकी मंदच असतात जरा. आता घातपाताची काय योजना होती?"

"टेकडीबद्दल काहीतरी वाद आहे. मुस्लीम म्हणतात की, त्यांचा कुणी संत या टेकडीवर सर्वांत जास्त काळ होता, म्हणून तिथली वास्तू त्याच्याच नावाने पुढे चालू राहिली पाहिजे. हिंदूंचाही कुणीतरी संत आहे आणि त्यांना तिथे महापूजा करायची आहे. घाणेरड्या राजकारण्यांनी काहीतरी आदिम विषयांनी अडकवून आपल्यासारख्या लोकांसाठी गोंधळ निर्माण करून ठेवलाय. आज रात्रीच्या विमानाने का रे येऊ शकत नाहीस तू?"

"अविवा, मला वाटतं तुला या प्रश्नाचं उत्तर माहीत आहे."

"तुझ्या बायकोचा पन्नासावा वाढदिवस आहे."

"आणि मी पूर्ण हरामखोरासारखा घटस्फोट मागणार आहे."

"खरंच? अखेर एकदा."

"येस. दुसऱ्या बायकोसारख्या हवेच्या शहरातल्या भावी पत्नी."

"अच्छा, मला जरा याचा अर्थ तर सांगा मिस्टर अँड हॉट शॉट."

"बेंगळुरूची हवा दुसऱ्या बायकोसारखी सुखद असते. सरत्या विशीतली, पस्तिशीपलीकडे नाहीच."

"कॅनडात त्याला ट्रॉफी वाइफ म्हणतात – बक्षिसाची बाहुली. हवेचं म्हणशील तर त्याचंही बंगलोरीकरण होतंय."

"ऐक, मी तुझ्याशी नंतर बोलतो. ऑफिसात पोहोचलोय. सरळ मीटिंगमध्ये चाललोय."

"पण तू येणार कधी...."

त्याने फोन बंद केला, नेहमीसारखाच. त्याचा शेवटचा शब्द बोलून झाल्या

झाल्या. दुसऱ्या कोणालाही तो हे करू देत नाही.

अविवा वैतागते. ती त्याला इतके उत्कट महिने ओळखते. रोज निदान दोन तरी फोन्स होतात, त्यात प्रत्येक वेळी त्याच्या शेवटच्या शब्दाबरोबर तो फोन बंद करतो. आत्तापर्यंत तिला याची सवय व्हायला हरकत नव्हती, पण ती दर वेळी वैतागते. एकदा त्यांचं लग्न झालं की, ती ही सवय बदलेल. अविवा अजून तरुण आहे. ते भेटले तेव्हा ती बरोब्बर त्याच्या अर्ध्या वयाची होती. त्यामुळे ती आशावादी आहे.

ड्रायव्हर रहदारीतून थोडी थोडी प्रगती करतो आहे. ब्रंचच्या यजमानीण बाईला फोन करून आपण रस्त्यात असल्याचं सांगून ती दिलासा देते. लाइनवर असतानाच तिला एसेमेस आल्याचा बीप ऐकू येतो. हा दिल्लीतल्या वाइन-तज्ज्ञ बाईचा असतो. 'टिस्काच्या आईमार्फत माझी टिस्काकडे शिफारस केल्याबद्दल धन्यवाद! वाइन सेलरच्या कामाची मला अपेक्षा आहे. पूर्ण झालं आणि पैसे मिळाले की, माझ्या आभाराची एक लहानशी खूण मी तुला पाठवीन. बेंगळुरूमध्ये तुझी भेट झाली हे चांगलं झालं. तुझं जेवण अप्रतिम होतं. लोभ असावा.'

"विचित्रच आहे." अविवा पुटपुटते. "जणूकाही कमिशन अध्याहृत होतं; ठीक आहे. पाठवू दे तिला." पुन्हा फोन वाजतो. त्याच केटरिंगच्या बिलाबद्दल फोन असतो. व्यवस्थित टेबलावर बसून फाइव्ह कोर्स डिनर. एका कॉम्प्युटर आसामीच्या बायकोचं 'गरिबीच्या धारणा'वरचं भाषण ऐकण्यासाठी, त्यातच थोडं 'संपत्तीबरोबर येणाऱ्या जबाबदाऱ्या'ही होतं. अविवा त्यांना चेक कुठल्या नावाने काढायचा, बरोबर स्पेलिंग वगैरे सांगते आणि फोन बंद करते; हसते.

श्रीमती धारणा या व्यासपीठावर सद्गुणांचा पुतळा होण्यात इतक्या व्यग्र होत्या की, वाइनवाली बाई तिच्या नवऱ्याकडे डोळे फाडून बघते आहे हे त्यांच्या लक्षातच आलं नाही. त्यांच्या भाषणानंतर आणि जेवणाच्या वेळी श्रीमती पुतळा या त्यांच्या द्रवरूप श्रीमंतीचं प्रदर्शन करण्यात इतक्या व्यग्र होत्या की, श्रीमती वाइन यांनी त्यांचा वाइन बार सोडून त्यांच्या सगळ्यात जवळच्या टेबलावरची जागा पटकावलेली त्यांना कळली नाही. उत्तम गणवेष घातलेल्या प्रत्येकाच्या जेवणाच्या बशा 'हातात उंच धरून चाललेल्या वाढप्यां'कडे तर देखरेख करता करता, श्रीयुत कॉम्प्युटर आणि श्रीमती वाइन यांच्यात चाललेली एसेमेसामेसी, सुंदरशा गोल टेबलांवर ठेवलेल्या उंच मेणबत्त्यांच्या रचनेमधून त्यांच्या दीर्घ आणि मदभऱ्या नजरांची देवाणघेवाण अविवाला दिसली. बाप रे! अविवाला वाटलं, 'यांनी हे जरा अगदी उघड उघड दिसणार नाही इतपत बेताने करायचा प्रयत्न तरी करावा.'

"ती त्याचा वाइन सेलर तयार करते आहे." व्हॅलरी तिच्या कानात कुजबुजली.

"ती त्याच्यासाठी एकदम तयार दिसते आहे." अविवा उत्तरली.

अविवा जो थोडा काळ बेंगळुरूमध्ये होती तेवढ्यात व्हॅलरीबरोबरची तिची व्यावसायिक व्यवस्था फारच छान जुळलेली होती. व्हॅलरी ही गणवेषधारी वाढपी, उत्तम क्रिस्टल, मद्याचे पेले, काटे, चमचे, बशा, वाडगे आणि लिनन (टेबलक्लॉथ, नॅपकिन) अशा जेवणाच्या कार्यक्रमांसाठी लागणाऱ्या गोष्टींचा पुरवठा करत असे आणि ब्रिटिश काळात जिने बेंगळुरूमध्ये या व्यवसायाची सुरुवात केली, तिची ती नातही होती. 'ब्रिटिशांच्या काळी' हे अजूनही भारतात चांगल्या दर्जाचं प्रतीक म्हणून वापरलं जातं, 'अंग्रेज की औलाद' हा अजूनही थोडा थट्टेतला, डाव्या हाताचा मुजरा समजला जातो.

अविवाच्या पहिल्या केटरिंगमध्ये त्या भेटल्या. बेंगळुरूमध्ये जम बसवावा म्हणून स्टारमॉमच्या मध्यस्थीने तिने हे काम मिळवलं होतं. टिस्काच्या नवऱ्याने बराचसा पैसा ओतून चालवलेल्या एका कॉल सेंटरमध्ये पार्टी होती. मंदीमुळे ही धमाल तिमाहीवरून वार्षिकवर आली होती. तरुण मंडळी, नाच, पिणं, खाणं फारसं नाहीच.

"हे ग्रासीज नंतर जेवतील."

अविवाने वळून पाहिलं, तर शेजारी व्हॅलरी होती.

"ही धुराडी – पॉट हेड्स. इमारतीत धूम्रपान चालत नाही म्हणून ते पार्किंगमध्ये जातात, हुंगतात, झिंगतात, परत येतात आणि जेवतात."

"म्हणजे ड्रग्ज?"

"ताबडतोब बडतर्फी होईल या भीतीने जास्त कडक काही घ्यायची त्यांची हिंमत नसते."

"तुला कसं माहीत?"

"आम्ही बऱ्याच पार्ट्यांना कटलरी, 'क्रोकरी', वाढपी पुरवतो. मी देखरेख करत असते तेव्हा बघतही असते. नुसतं बघून बघूनसुद्धा तुम्हाला जीवनातल्या बऱ्याच गोष्टी शिकायला मिळतात असं माझी आजी म्हणायची. खरं आहे तिचं."

"बरं तर, सांग बरं मला कॉल सेंटरमध्ये मिळवलेल्या पैशाची उधळमाधळ करणाऱ्या या झिंगलेल्या तरुणांच्या या टोळक्यात काय आहे शिकण्यासारखं?"

"ती तिकडची मुलगी बघ. तिचं नाव जान्हवी."

"तू ओळखतेस तिला?"

"आत्ताच भेटली. थंड बिअरची सीलबंद बाटली शोधत ती मागच्या खोलीत आली होती."

"बरं, मग?"

"ती काळजी घेत होती, कारण खोललेल्या अल्कोहोलमध्ये डेटवर नेऊन बलात्कार करण्याजोगं नशीलं काहीतरी मिसळलेलं असू शकतं."

“चल, हा भ्रामक बागुलबुवा झाला.”

“हे काळजी घेणं आहे. तिच्याकडे बघ, नाचतानासुद्धा ती बाटली सोडत नाहीये आणि कितीतरी वेळ तेवढंच पिते आहे. ती सिगरेट ओढत नाहीये. ती मजा करते आहे, पण तिच्या मनाप्रमाणे. आजी म्हणायची, बायका अशा असल्या पाहिजेत.”

“हे फिरंगी फोन करतात तेव्हा ती जान्हवी अशीच आपली ओळख करून देते?”

“मी तिला तेही विचारलं. तिने लगेच ॲक्सेंट बदलला आणि म्हणाली, “मी जीनीवी, How can I help you today? Uh-huh, uh-huh, please hold sir, thank you ma'm, you have yourself a nice day now.” तिने जाम हसवलं मला. माहीत आहे का, बेंगळुरूपासून बऱ्याच दूर असलेल्या एका लहानशा गावातून आली आहे ती, पण तुला ओळखू तरी येतंय का ते? किती आत्मविश्वासाने वावरते आहे बघ!”

अविवा बघते. जान्हवी-जीनीवी म्हणजे खरंच एक नीट, चकचकीत उत्पादन होतं. अगदी स्वच्छ, पायाच्या चौकोनी कापलेल्या नखांपर्यंत आणि व्यवस्थित पादत्राणांपर्यंत; अविवाच्या मते माणसाच्या शब्दश: आणि आलंकारिक अर्थानेही चालचलणुकीबद्दल महत्त्वाचे काहीतरी सांगणाऱ्या दोन खुणा.

“आता त्या तिकडे बघ.” व्हॅलरीचं पुढे चालू राहतं. “ती ब्लॅक हाल्टरमधून ब्राचा लाल पट्टा दाखवणारी मुलगी. ती अशी दिसते की, इथे फ्लोअरवरच्या या हुप्प्यांबरोबर कुठल्याही माकडचेष्टा करायला ती आत्ता तयार होईल. ती आहे पर्ली गेट्स.”

“तू ओळखतेस तिला?”

“च्, असल्या मुलींसाठी माझ्या आज्जीचा विनोद आहे हा. तिच्याकडे बघणारे पुरुष असं वाटण्याइतके पागल होतात की, त्यांना पर्ली गेट्सपर्यंत पोहोचायचं असेल, तर हिच्याबरोबरच जावं लागणार.”

अविवा हसते. “कदाचित मासिकं म्हणतात ते खरं असेल. ही तरुण मुलं साधारण परिस्थितीतल्या पारंपरिक कुटुंबांमधून येतात आणि इथं या कामाच्या विचित्र वेळा आणि विनोदी ॲक्सेंट यामुळे दुभंग व्यक्तिमत्त्वं तयार होतात. तसंच आत्मसन्मान खालावतो, कारण ती ज्यांच्याशी फोनवर बोलतात, ती गोरी लोकं वाईट बोलतात, गोऱ्यांच्या शिव्या देतात.”

“एवढं कशाला मनावर घ्यायचं? त्याचेच तर पैसे मिळतात. नाहीतर सगळ्याच टेलिफोन ऑपरेटर्सना चांगले पगार मिळाले असते, नाही का?”

“मी असंही वाचलंय की, बढत्या मिळवण्यासाठी त्यांना कुणाकुणाबरोबर

झोपावं लागतं. आपलं घर सोडून मोठ्या शहरात येणाऱ्या या मुलांना भावनिकदृष्ट्या फार असुरक्षित वाटतं आणि म्हणून सगळी बंधनं सुटतात आणि ती चुकीचे जोडीदार निवडतात.''

''हे कुठल्याही नोकरीत घडू शकतं, नाही का?''

''खरंय.''

''आणि इतकं वाहवत कशाला जायचं! ती एका वेळी एकच पाऊल पुढे टाकू शकतात आणि स्वत:वर नियंत्रण ठेवू शकत नाही? आजी म्हणते, ज्या बायका कामासंदर्भात झोपतात, त्या 'असं करावं लागत नाही' हे ज्या बायकांना समजतं त्यांच्यासाठी सगळं अवघड करून ठेवतात; म्हणजे बढतीसाठी झोपणं म्हणते आहे मी. कुणी देऊ करत असेल, तर पुरुष का नाही घेणार? एकमेकींसाठी परिस्थिती आणखी न बिघडवणं बायकांच्याच हातात असतं. एखाद्या बाईने सूसू करायचा दिव्याचा खांबच व्हायचं ठरवलं तर पुरुष कुत्राच होणार आज्जी म्हणते. बरोबर आहे की नाही तिचं?''

सरपटणाऱ्या रहदारीत अविवाचा फोन पुन्हा वाजतो. ''शंभर वर्षं! आत्ता तुझीच आठवण काढत होते. व्हॅल, आज काय म्हणते तुझी आजी?''

''काय? अच्छा, तू विनोद करते आहेस? आज्जी आता सुधारते आहे.''

''बरं नाही तिला?''

''ओह! तुला माहीत नाही? कळल्यावर खूप जणांनी चौकशीचे फोन केले. हे बाईकवरून येणारे, गाड्या चालवणाऱ्या बायकांवर थुंकणारे आणि जीन्स घातलेल्या मुलींना धक्के मारणारे जंगली आहेत ना! मोटारसायकलवरच्या काही मुलांनी एका मुलीवर हल्ला केला, कारण तिने बिनबाह्यांचा कुडता घातला होता. ती माझ्या आजीच्या अंगावर पडली. आजी तिथं रिक्षाची वाट पाहत थांबली होती. आज्जी जमिनीवर पडली. कुणीही मदतीला आलं नाही. त्या मुलीनेच बिचारीने तिला घरी आणलं. नशीब, एकच हाड मोडलंय.''

''सॉरी हं, मला खरंच माहीत नव्हतं, नाहीतर मी निदान फोन तरी केला असता. पबमध्ये त्या बायकांना मारझोड झाल्यानंतर सगळं बिघडतच गेलं. आता कशी आहे तुझी आजी? प्लीज मला सांग. तिला खूप धक्का बसला नसावा अशी आशा आहे.''

''आज्जीला नेहमी वाटायचं की, या देशात अगदी लहान मुलांचा आणि अगदी म्हाताऱ्यांचा कुणी वाली नाही; आता त्यात तिने सर्व वयोगटांच्या बायकांची भर घातली आहे. ती जरा बरी झाली की, येऊन भेट तिला. तुला थोडं ओरडून बोलावं लागेल. तिला ऐकायला थोडं कमी येतं, पण आमच्या आज्जूचा रविवारचा केक म्हणजे अजूनही खासमखासम मस्ताडीमस्त बेस्ट अन् चविष्ट!''

अविवाला हसू येतं. 'किती लहान आहे व्हॅलरी. जेमतेम विशीची असेल-नसेल. जीवन तिच्यासाठी याहून सुंदर असूच शकत नाही. कुटुंबाचं सुरक्षित कवच आहे. लवकरच ते लोक ऑस्ट्रेलियात स्थलांतर करतील.' "माझा भाऊ तिथे आधीच स्थायिक झाला आहे. आम्ही सगळ्यांनी पटकन तिकडे जावं, असं त्याला वाटतं. ज्या प्रकारे आमच्या चर्चेसवर हल्ले होतायत त्यामुळे आम्ही इथे सुरक्षित नाही, असं त्याला वाटतं आणि ही एक चांगली ताजी-टवटवीत सुरुवात ठरावी."

तिची स्वत:चीसुद्धा बेंगळुरूमधली ताजी सुरुवातच नव्हती का?

व्हॅलरीची पटरपटर पुढे चालू असते, "पुढल्या रविवारी आमच्याकडे ये. स्कोन्स आणि क्रीम टी खायला. बरं, मी विसरायच्या आत – उद्या दुपारच्या लंचचं केटरिंग पुढे ढकललं आहे. ते पुढचा दिवस ठरवून सांगतील. ॲडव्हान्स तयार ठेवायला सांगितलं आहे. ते तुला फोन करत होते, पण तुझा फोन एंगेज येत होता."

"टेकडीवरून चाललेल्या हिंदू-मुस्लीम हाणामारीमुळे पुढे ढकललंय?"

"मग काय! आजी म्हणते आता तर आम्ही बाडबिस्तरा घेऊन चाललो, पण दर वर्षी व्हॅलेण्टाइन डेच्या सुमारास हे वाईट वागतात. तरुण जोडप्यांना मारतात. गेली कित्येक वर्षं दर वर्षी या टेकडीवरून काहीतरी निघतंच. आजी म्हणते, जोवर राजकारण्यांनी धर्माच्या नावाखाली हे भांडण सुरू केलं नव्हतं तोवर ती टेकडी म्हणजे हिंदू-मुस्लिमांमध्ये काही भांडणाचा मुद्दा होती, असं आजीला आठवतदेखील नाही. आता राजकारणाच्या नावाखाली हे कायमचं चालू राहणार. प्रत्येक जण मध्ययुगीन टोळ्यांसारखा वागतोय, म्हणूनच तर सुसंस्कृत पद्धतीने राहणं इतकं महत्त्वाचं आहे. माझी आजी म्हणते, आमच्यासारखा तुझ्यातसुद्धा ब्रिटिशांचा बराच वारसा आहे, होय ना?"

"अं... मला तुला एक विचारायचं होतं. तो कॉम्प्युटरवाला त्या वाइनवालीवरून एवढा चेकाळला होता. तो नेहमी एवढी मस्ती करतो?"

"मी सांगितलं आजीला. ती म्हणते असली माणसं नुसता देखावा करतात."

"म्हणजे?"

"म्हणजे, ते कामाचा स्वत:वर इतका ताण घेतात की, ते सामान्य लोकांसारखं जगणं विसरूनच जातात आणि मग त्यांना खरंच जमत नाही. यू नो, 'जागं' व्हायला. चारचौघांत असले फालतूपणे करून ते नुसते दाखवतात की, आपण फार मोठे मर्द आहोत."

"आणि तिला हवं असेल तर?"

"जिथे त्याला, यू नो काहीतरी करून दाखवावं लागेल अशा परिस्थितीत तो तिच्याबरोबर कधीही न येण्याची खबरदारी घेईल. तशी वेळ आलीच, तर 'माझं

मुलांवर प्रेम आहे किंवा काहीतरी सांगेल. बायकोची काही हरकत नसते, कारण खरं काय ते तिला ठाऊक असतं. तो कुठे जात नाही कारण त्याच्या पायांमधलं ते मरगळलेलं सॉसेज.''

''प्लीज हं, खाण्याची उपमा देऊ नको काम न करणाऱ्या वस्तूंना. मला वाटतं, त्या वाइनवालीला यातून जे हवंय ते तिला कसंही मिळणारच आहे. धंदा आणि पैसाही. हे वाइन सेलर, मग पुढचं, मग पैशाने फुगलेल्यांकडून आणखी एक शिफारस.''

''आणि तिचं नशीब जोरावर असेल, तर या सगळ्याच्या मध्ये एक चांगला स्थिरस्थावर झालेला, तिच्याशी लग्न करणारा एक श्रीमंत बुढ्ढा म्हणजे मग तिच्या दिल्लीतल्या नवऱ्याला सोडता येईल.''

''तिला नवऱ्याला टाकायचंय, हे तुला कसं कळलं.''

''एका डिनरमध्ये लोक बोलत होते तेव्हा मी ऐकलं. राजकारणात तो अगदी नगण्य ठिकाणी आहे म्हणे! पक्षातल्या बड्यांसाठी भाषणं लिहिणारा मोठा चमचा, यू नो. त्यामुळे तिला श्रेष्ठींना दंडवत घालावे लागतात आणि ती पूर्ण कंटाळून गेली आहे.''

''सॉरी, दंडवत?''

''त्यांच्या पाया पडणं म्हणजे आदर दाखवणं. म्हणजे नवऱ्याला नोकरीत पुढे जाता येईल. तुम्हीसुद्धा पायाला हात लावत नाही ना? आम्हीसुद्धा कधीच नाही लावत.''

''मला वाटतं माझं ब्रंचचं ठिकाण आलं. तू कशी काय इथे पुरवठा करत नाहीयेस?''

''काय माहीत? तुला नक्की खात्री आहे की, हा मोठ्या माणसांचा कार्यक्रम आहे? आजी करायची, पण आईने ही लहान मुलांची बुकिंग्ज घेणं बंद केलं. फारच खिट-पिट आणि तोडफोड असते, तरी हल्ली पालक खूप पैसे तरी द्यायला तयार असतात.''

''मी काही लहान बाळांसाठी माझी कॉर्डोन ब्लूची पदवी घेतलेली नाही मुली. बरं, मी तुझ्याशी नंतर बोलते.''

ड्रायव्हर गेटपर्यंत पोहोचायच्या आत अविवा पटकन ब्युटिशनचा नंबर फिरवते. फोनवर शुद्ध ठुमरी ऐकू येते. बेगम अख्तरच्या दर्दभऱ्या नशीला आवाजाचा एक तुकडा! अविवाला ते कळतं असं नाही. पाश्चात्त्य अभिजात संगीत नसेल, तर तिला कोणतंच संगीत ओळखू येत नाही. ती भुवया उंचावून फोन उचलला जाण्याची वाट पाहते.

''कदसिया बेगम का सलाम आलेकुम, आपकी तारीफ?''

"आह येस, हम अविवा. मला लावण्या या अभिनेत्रीकडून तुमचं नाव आणि नंबर मिळाला. तिच्या घरी खास पाहुणे आले होते तेव्हा तिने माझी केटरिंग सेवा घेतली होती. तिने मला सांगितलं की, तुम्ही मुंबईत राहत होता तेव्हा तिचं काम नियमितपणे तुमच्याकडे असायचं."

"फर्माइये."

"आणि ती तिच्या मैत्रिणीबरोबर, त्रिपुरसुंदरीबरोबर नृत्याच्या कार्यक्रमासाठी परदेशी गेली तेव्हा तुम्हीही तिच्याबरोबर गेला होता."

"फर्माइये."

"तुम्ही उद्या माझ्या घरी येऊ शकाल का? उद्या मी मोकळी आहे, कारण या हिंदू-मुस्ल...."

कदसिया बेगम साध्या, विना ॲक्सेंटच्या इंग्रजीवर येते. त्यामुळे अविवाला जाणवतं की, ती तिच्या वडलांसारखं बोलते तेव्हा कुणाकुणाला तिचा ॲक्सेंट किती जोरकस वाटत असेल!

"काय काय करायचं तुम्हाला?"

"सगळं हेड टू टो."

"मेहंदी?"

"हिना? म्हणजे डोक्याला? त्याने माझे केस लालभडक होतील का? यू नो, म्हणजे त्या मुसलमानांच्या दाढ्यांसा... म्हणजे मला म्हणायचंय, ते फार भडक दिसेल का?"

"तुम्ही केस रंगवता का?"

"तुम्हाला हेअर डाय म्हणायचं असेल तर मी तो कधीही वापरलेला नाही."

"तुमचे केस पांढरे झालेत का?"

"मी तरुण आहे."

"मेंदी लावली की काळे केस चमकतात. एक लालसर-ऑबर्न छटा येते."

"ऑबर्न? ऑबर्न म्हणालात का तुम्ही?"

दुसऱ्या टोकाला शांतता. उत्तराची अपेक्षा जाणवून देणारी.

"ऑल राइट. मी करून बघते, नाही का? तुम्ही पत्ता लिहून घेता का?"

"प्लीज एसेमेस करा. कसं यायचं तेही लिहा. तुम्हाला मेहंदीत अंडं मिसळलेलं आवडतं असेल, तर एक ताजं अंडं तयार ठेवा. मला येण्याजाण्याचे पैसे वेगळे लावावे लागतील. उद्या वाहतुकीचा प्रश्नच आहे."

"नो प्रॉब्लेम, पण तुम्ही येणार कशा?"

"कोणती वेळ चांगली राहील? मी साडेअकरा वाजता पोहोचू शकते."

"उत्तम!"

"खुदा हाफिज."

"अं.. हो हो.. सेम टू यू."

अविवा चालत पार्टीच्या मोकळ्या जागी जाते आणि तिला समजतं की, ही खरंच मुलांची बर्थडे ब्रंच पार्टी आहे. पार्टी 'शेत' या थीमवर दिसत होती. मुद्दाम रचून ठेवलेले गवताचे भारे, रोवलेल्या खांबांना लटकणारे जुन्या पद्धतीचे कंदील. इथे एक हातगाडी, पलीकडे नांगर पडलेला. खूप चुण्याचुण्यांचा पारंपरिक घागरा-चोळी घातलेली आणि खूपसे ऑक्सिडाइज्ड दागिने घातलेली बाई बैलाच्या पाठीवरून मुलांना वस्तू, आणखी वस्तू देण्यासाठी काढणारी. या मुलांच्या आईवडलांनी ही शेताची थीम पाश्चात्त्य वळणाने घेतलेली. त्यामुळे ही मुलं छोटे छोटे काऊ बॉइज आणि काऊ गर्ल्स बनून आलेली होती. जीन्स, बूट, बाजूंना रंगीत गोंडे असा सगळा पेहराव होता. काही मुलांकडे खेळातली पिस्तुलं आणि त्यांची होल्डर्स होती. ती इकडे तिकडे धावत होती. डिस्क जॉकी बॉलीवूड संगीताने शेत दणाणते आहे. त्यात पुनरुज्जीवित केलेले तुकडे घातलेलं रिमिक्स भरवलंय. सगळीकडे टाकलेल्या प्लॅस्टिकच्या रिकाम्या कपांकडे, बर्फाच्या पेटीत थंड होत पडलेल्या सॉफ्ट ड्रिंकच्या बाटल्यांकडे आणि साखरेवर पोसलेल्या मुलांकडे अविवा बघते. यानंतर वाढदिवसाच्या मुलाच्या आईशी झालेलं संभाषण यापेक्षा बरं होऊ शकलं असतं.

"मी मुलांचं केटरिंग करत नाही, असं मी फोनवर स्पष्ट सांगितलं होतं."

"आम्ही तुम्हाला पूर्ण रक्कम आगाऊ दिली आहे. शिवाय ही काही लहान बाळं नाहीत."

"पण ही प्रौढही नाहीत. कुझिन आणि पॅटिझेरी शिकण्यात मी काही वर्षं घालवली आहेत. माझ्या दरातही त्याचं प्रतिबिंब पडतं."

"आणि तुम्हाला जे मिळायला हवं असं तुम्हाला वाटतं, ते तुम्हाला मिळून झालंय. तुम्ही शिजवलेलं अन्न कोणत्या वयाचे लोक खाताहेत याने तुम्हाला काय फरक पडतो?"

"छोट्या छोट्या गोष्टींची कदर व्हायला लागते."

"तू कुठे शिकून आली आहेस ते आम्हाला माहीत आहे, म्हणूनच या वेळेस तुला ट्राय करायचं नणंदेचं म्हणणं ऐकलं मी. नेहमीच्या बर्गर-पिझ्झापेक्षा काहीतरी वेगळं. तुला काय हवंय त्याची सोय पार्टी प्लॅनर्सनी केली आहे. मायक्रोवेव्ह आणि मिनी फ्रिज. कामाच्या बाया आणि मुलांबरोबर आलेले ड्रायव्हर्स यांना वाढायची जागा स्वतंत्र आहे. उरलेलं तिकडं पाठवून दे. असं पाहा, फार काही वाईट वाटून घेऊ नकोस. तुझं अन्न कुणीतरी मोठी माणसं खाणार आहेत. मुलांना घोड्यावरून आणि ट्रॅक्टरमधून चक्कर मारायला घेतील तेव्हा उरलेलं तिकडे पाठवायचं. हो

आणि तू जे-जे आणलं आहेस त्याच्या नमुन्याची एक प्लेट माझ्यासाठी बनव म्हणजे मग मी ठरवेन माझ्या मैत्रिणींना तुझं नाव सुचवायचं की नाही ते.''

'कुत्री! श्रीमंत घरची श्वान.'

''काही मनावर घेऊ नको.'' व्हॅल सेलफोनवर सांगते. ''आजी म्हणते, नव्याने मिळालेल्या पैशाकडून तुम्ही आणखी कशाची अपेक्षा करणार! शिष्टाचार काही विकत घेता येत नाहीत. काय?''

''हे पाहायला तू इथे हवी होतीस.'' अविवा म्हणते. ती हलक्या आवाजात बोलायचा प्रयत्न करते, पण कानठळ्या बसवणाऱ्या संगीतामुळे तिला ओरडूनच बोलावं लागतं. ''ही मुलं अगदी उत्तम शाळांमध्ये जाणारी....''

''एक मिनिट, एक मिनिट जबरदस्त फी म्हणजे उत्तम शाळा नव्हे. मी कॉन्व्हेंट शिक्षित आहे. शहाण्यासारखी फी, उत्तम शाळा.''

''आता मला तुझं म्हणणं अगदी पटतंय. यांच्या अंगावर डिझायनर जीन्स आणि ब्रँडेड वस्तू आहेत, पण ही पोरं पूर्ण जंगली आहेत. प्लीज नाही, थँक्यू नाही. नुसतं दे, दे, दे. व्हॉ लो व्हांवर (Vol ou vent) झडप घालणार. एग टार्ट हिसकावणार. केक कापायच्या वेळी गाणं म्हणताना त्यांना आनंद वगैरे काही होत नव्हता, पण बर्थडे बम्पस मात्र दणकून दिले. विदूषकाशीसुद्धा ती मुलं इतकी वाईट वागली! जणूकाही करमणूक करून घेणं हा त्यांचा हक्क असल्याच्या थाटात ती बसली होती. जणू हे दरबारात बसले आहेत आणि एक मूर्ख दरबारी कलाकार त्यांचे घटकाभर मनोरंजन करतो आहे. त्यांच्या नोकरांशीही ते चांगलं वागत नाहीत. संगीत खुर्चीच्या वेळी खऱ्या खुर्च्यांच्या ऐवजी मोलकरणींना बसवलं होतं आणि कुणी आउट झालं की ते 'छे! तू माझ्यासाठी किती अनलकी आहेस!' असं मोलकरणीवर ओरडायचे.''

''शी! काय हे! मला हे आज्जूला सांगायलाच पाहिजे. पण काय करणार? घरीसुद्धा काही शिकवत नाहीत ना! आणि शाळा तर काय, नोटांचे छापखानेच झाल्या आहेत. आत्ता काय करते आहेस तू?''

''मुलं घोड्यावरून आणि ट्रॅक्टरमधून चक्कर मारायला गेली आहेत ते पाहते आहे. त्यांच्यापैकी कुणाकुणाला तट्टूंची भीती वाटली. तेव्हा मला आठवण झाली की, अरे, ही भुतंसुद्धा माणसं आहेत. पण बाप रे! ते राक्षसच आहेत लहान आकाराचे. त्यांची मारामारी झाली. ट्रॅक्टरमध्ये पहिलं कुणी बसायचं हे एवढं महत्त्वाचं होतं. आता तो ट्रॅक्टर त्यांना फार हळू वाटतोय. ती त्या ड्रायव्हरवर ओरडतायत. 'जल्दी करो, फास्ट चलाओ.' जे तो अर्थातच करू शकत नाही, बिचारा. तुला सांगते, त्यांनी खेळातसुद्धा धड भाग घेतला नाही. एक जण पोत्याच्या शर्यतीत आली नाही, कारण गोणपाटाने तिची त्वचा खराब होईल.

त्यांनी बसून नुसत्या गप्पा मारल्या की कुणाची घरं किती मोठी आणि परतभेट बरी असू दे, ओके लाईक वगैरे.''

"ओके लाईक?''

"त्यांच्या महागड्या शाळांमध्ये अशीच भाषा बोलायला शिकवतात त्यांना. माझी खात्री आहे. हे अधाशी घरी जातील ना, तेव्हा यजमान बाईंना थँक्यूसुद्धा म्हणणार नाहीत.''

"बहुधा... पण तू म्हणशील ना? आजी म्हणते, आपण कधी लोकांच्या असंस्कृतपणाच्या पातळीवर उतरू नये आणि तू धन्यवाद दिलेस, तर धंद्यासाठी बरंच राहील.''

आणि नजीकच्या भविष्यासाठी, अविवाला वाटतं, ती त्याची अगदी वाट पाहते आहे.

पण; थांबा!

नाही, पण का थांबा, ही शंकेची पाल का?

लवकरच तिला स्वत:ची मुलं होतील. तिला एकसुद्धा पुरे आहे, पण एकाहून अधिक मुलं जन्माला घालणं तिला कर्तव्य वाटतं, कारण तिच्या लोकांची संख्या घटत चालली आहे. त्यांच्या एके काळच्या सर्वशक्तिमान समाजाच्या नष्टप्राय होण्याची आठवण त्यांना सर्वकाळ असते. त्याचा घटस्फोट झाल्याबरोबर ती लग्न करणार आहे. मग लगेचच त्यांना मुलं होतील.

पण हे 'लांब राहण्याचं' लग्न ठरणार आहे. इथले बंद, तिथले दंगे, सगळीकडचा अतिरेकीपणा, दहशत, नेहमी उशिरा सुटणारी किंवा रद्द होणारी विमानं यांनी त्याचा आणि तिचा सहवास आणखीनच गुंतागुंतीचा करून ठेवलेला आहे. हा लांब अंतराचा मुद्दा काही काळ तरी राहणार होता, कारण त्याला तिथे चांगली नोकरी होती. त्याच्या तोडीचं काहीतरी इथे सापडल्यावरच तो इकडे येऊ शकणार होता.

आणि असं झालंच नाही तर?

ती इकडे, मुलांबरोबर केटरिंग करत, एकटी, म्हातारी होत. तो त्यांच्यापासून दूर तिकडे, म्हातारा होत, अधिक म्हातारा होत!

तो आत्ताच कुणाचातरी आजोबा झाला आहे.

मुलं वाढवण्यात त्याची कदाचित मदत होऊ शकली नसती. त्याला मुलंच नव्हती. अगदी आज तिने ज्यांच्यासाठी केटरिंग केलं होतं, त्यांच्यासारखी छोटीशी स्वार्थी गाढवं जरी नसली, तरी मुलं वाढवणं ही बरीच अवघड गोष्ट झालेली होती. अगदी मुलामुलांच्यातलं वातावरणही आज तिनं पाहिलं तसं पूर्वी असायचं तितकं मित्रत्वाचं राहिलेलं नव्हतं. पैशाला जरुरीपेक्षा जास्त महत्त्व आलं होतं; पालकांचंदेखील त्याला उत्तेजनच दिसत होतं. जणू या पैशाच्या आणि इतर अवास्तव मागण्या

त्यांनी मान्य केल्या नसत्या आणि पुरवल्या नसत्या, तर त्यांच्या मुलाच्या हिंसक वागण्याची त्यांना भीती वाटली असती. पाठोपाठ अल्कोहोल आणि ड्रग्ज आणि अगदी लहान वयात सुरू होणारे समवयस्कांचे शरीरसुखाबद्दलचे दबाव. तिला चांगली मुलं घडवायची होती. अशा वातावरणात ते शक्य होतं का? शिवाय तिला केटरिंग व्यवसायाचीही काळजी घेणं आवश्यक होतं. त्यातही आर्थिक चढ-उतार होतेच. या सगळ्या तणावाखाली तिला एकटीला झेपलं असतं का हे सारं?

झेपेल?

होय? नाही?

मनाला अतिशय समाधान देणारं रोजचं कर्मकांड भाग्या मनापासून करते आहे. पाणी उकळण्याच्या थोडं आधी स्टेनलेस स्टीलचा कॉफी फिल्टर गरम पाण्यात बुडवून काढणे, त्यात चमच्याने कॉफीपूड टाकणे, स्टीलची गाळणी त्यावर हलकेच ठेवणे, उकळते पाणी ओतणे. कोको-तपकिरी रंगाचा आनंद खळखळतो. सुगंधाचे बुडबुडे होतात आणि अख्खं स्वयंपाकघर भरून टाकतात. कॉफी डिकॉक्शनची वाट पाहत भाग्या कोवळ्या उन्हात येते. शेजारची सूनबाई शेजारच्या गॅलरीत असते. भाग्या तिला 'हॅलो' करते, "हॅल्लोजी."

"हांजी, हाल्लो जी, की हाल, चंगा?"

भाग्याला तिचं गावरानपण आवडतं. त्यांचे गॅलरीतले संवाद तिला आवडतात. खालच्या महाराणीला तिच्या सुनेनं हिच्याशी बोललेलं आवडत नाही, कारण तिला ही सूनबाई आवडत नाही.

तिला ती आवडत नाही – 'ती आपल्यातली नाही'. अर्थ : आपल्या जातीतली आणि इतर वर्गवारीतली नाही. याखेरीजच कारण म्हणजे सुनेला आत्मविश्वास असणं हे तिच्या लेखी महत्पाप. सुनेला काही गोष्टी हव्या असणं हे दुसरं महत्पाप. हिला म्हणजे फारच आत्मविश्वास, खूप बोलते आणि आपल्याला काय हवं ते बेधडक सांगते. हे हवं, ते हवं. सुनांना ग-र-जा, मा-ग-ण्या असता कामा नयेत. फार तर इच्छा असाव्यात म्हणजे जर आणि जेव्हा त्या पूर्ण होतील तेव्हा चोहीकडे आनंदीआनंद पसरेल. घेणाऱ्याच्या कृतज्ञतेच्या रूपात आणि देणाऱ्याच्या देण्याच्या आनंदाच्या रूपात.

"बढिया." भाग्या उत्तरते.

बाजूवाली सून स्मीटीच्या भाड्याच्या घराकडे नाक उडवते. "रात्री पुरुष आत गेला. सकाळी बाई बाहेर आली."

"बाई?"

"हां जी. तो रात्रीपुरता आला असणार. सकाळची पाहुणी कोण होती माहीत

आहे? ती जात होती तेव्हा मी तिला ओळखलं. तू बाहेर आली नसतीस, तर मी तुला हाक मारणारच होते. मला तुला अगदी आत्ताच्या आत्ताच सांगितलं पाहिजे. आज आम्ही घरातल्या एका लग्नासाठी भटिंडाला चाललोय. सोमवारी रात्री परत येऊ. वैसे तिथून आणायला इथं काही मिळत नाही असं नाही, पण फिर भी, कुछ ले आवां तुमच्यासाठी भटिंड्याहून?''

''नोजी थँक्स, कोण बाई बाहेर आली?''

''काजोली. ती सोपवाली.''

''खरंच? पण काहीतरी कामासाठी असेल, यू नो.''

''इतक्या सकाळी? ब्रेकफास्ट मीटिंग है जी?''

''मी कुठेतरी वाचलं की, ती दिवसा झोपते आणि तिच्या लेखकांबरोबर रात्री काम करते. काल रात्री कोण आलं होतं? ज्याच्याबरोबर तिचा फोटो आहे आजच्या पेपरात तो?''

''मी अजून पेपर वाचला नाही. सकाळी इतकी कामं असतात, मुलांना तयार करायचं... बरी आठवण झाली, तुझा कन्फर्मेशनचा रिपोर्ट आला?''

भाग्या हसून मान डोलावते.

''ओके. काँग्रॅच्युलेशन्सजी! मिठाईयां! लडका या लडकी?''

''मुलगा की मुलगी ते नाही आम्ही विचारलं.''

''ओहजी, विचारावं लागत नाही. तुम्ही केलं ना सोनोग्राफ आणि स्पेशल ब्लड टेस्ट?''

भाग्या मान डोलावते.

''तुझ्या सासरचे ज्या दवाखान्यात तुला घेऊन गेले ते हे सांगायचा काहीतरी वेगळा चार्ज घेतात.''

''तू त्याच दवाखान्यात गेली होतीस म्हणून तुला माहीत आहे?''

''एक्झाटक्लीजी, मुलगा असेल, तर तुमचे रिपोर्ट निळ्या लिफाफ्यात घालून देतात. मुलगी असेल तर गुलाबी. सो सिंपल!''

''हे बेकायदेशीर आहे. गर्भलिंगचिकित्सेला आपल्या देशात बंदी आहे.''

''असेलजी, म्हणून तर आपण जास्त पैसे देतो.''

''आपल्याला जर बाळाचं लिंग माहीत करून नको असेल तर?''

''आम्ही जास्त पैसे देणार नाही म्हणून सांगायचं त्यांना. काही असो, कोणतं बाळ येतं आहे हे माहीत करून घ्यायला काय हरकत आहे? मधल्या काळात आपण छान छान नावं आठवून ठेवू शकतो आणि आपण काही त्या 'कुडी मार' सारखे नाही.''

अचानक भाग्याला गळून गेल्यासारखं वाटतं; पण ती उत्तर देते, ''आपण

तसल्या लोकांसारखे नाहीच.''

''ते समर्थन तरी काय करतात – आमचं मुलींवर किती प्रेम आहे, लक्ष्मी का रूप अन् हे ते केवळ हुंड्याच्या धास्तीपायी आम्हाला असं करावं लागतं. आता तेच लोक म्हणतील की, आम्ही सुनेला जाळून मारतो, कारण आमच्याकडे काडेपेटी आहे, हैंजी?''

भाग्या कसंनुसं हसते, ''मारतो कारण आमच्याकडे सुरा आहे. बलात्कार करू कारण आमच्याकडे इंद्रिय आहे. बरं मी आता आत जाते. तुमचा प्रवास चांगला होवो.''

जंतर-मंतर

भ्रूणहत्या किंवा कुडी मार, हे स्त्री-गर्भाची हत्या करण्याच्या स्पष्ट उद्देशाने गर्भाचं लिंग सांगण्याची जादूई शक्ती असलेल्या, अमेरिकेतल्या नातेवाइकांकडून मागवलेल्या होम टेस्टरचं 'लोकल' नाव

* *कोण करतं : भारतातले कन्या द्वेष्टे; इंग्लंड, कॅनडा, अमेरिकेत राहणारे अनिवासी भारतीय; आर्थिकदृष्ट्या संपन्न कुटुंबंही तशीच सर्रास भ्रूणहत्या करतात.*
* *का करतात? : विनाकारण*

ती कॉफीसाठी ताजं दूध गरम करते, अर्धा टीस्पून साखर घेते, तिचा दावरा किंवा मग्गा भरून घेते आणि मुख्य वर्तमानपत्र वाचायला जेवणाच्या टेबलापाशी येऊन बसते. तिच्या लक्षात येतं की, तिचं लक्ष लागत नाहीये. ती नुसतीच पानं उलटू लागते. जाणीवपूर्वक काहीतरी कारणाने फक्त चांगली बातमी शोधू लागते.

सापडणं कठीण आहे.

सर्वांत भ्रष्टाचारी देशांमध्ये भारताचा पाचवा क्रमांक! देशातला प्रत्येक सेक्टर 'काम पुढे सरकवायला' खुला आहे. ''सागरी गस्ती पथकांना विसरले वाटतं.'' भाग्या पुटपुटते. तिने एक अहवाल वाचलेला असतो. त्यात म्हटलेलं असतं की, २६/११ला सागरी सीमा होडीतून पार करून आलेल्या अतिरेक्यांच्या खिशात विवक्षित रकमेच्या कोऱ्या करकरीत डॉलरच्या नोटा सापडल्या होत्या.

उत्तर प्रदेशात एका राजकारण्याने सार्वजनिक बांधकाम विभागाच्या एका अभियंत्याला विनाचौकशी ठार मारले. कारण लाचेमधला योग्य तो वाटा त्याला मिळत नाही असे त्याला वाटले.

राजस्थानात एका बारा वर्षांच्या मुलीच्या आईने, भावाने आणि मामाने पन्नास

किलो गहू, पाच किलो तूप, तीन किलो तेल, आंघोळीच्या साबणाच्या तीन वड्या आणि चहाचे दोन पुडे याच्या मोबदल्यात तिचं लग्न एका पस्तीस वर्षांच्या माणसाशी लावून दिलं आहे.

पंचायतींमध्ये जिथे महिलांसाठी पन्नास टक्के आरक्षण आहे त्या बिहारमध्ये एका विधवेचं डोकं भादरण्यात आलं, कारण ती दंडाचे अडीच हजार रुपये जमा करू शकली नाही. केळी चोरल्याबद्दल तिच्या डोक्याचं मुंडण करून तिची गावातून धिंड काढली गेली. तिथली सरपंच एक महिला आहे, पण पंचायत तिचा नवरा चालवतो. त्या विधवेला सोम्नाबुलिजमचा विकार आहे. ती झोपेत चालत केळीच्या बागेत गेली होती.

आणखी कुठेतरी एका उच्चवर्णीय जमीनदाराने एका दहा वर्षांच्या दलित बालिकेच्या एका हाताची बोटं छाटून टाकली. रोजंदारीवर काम करणाऱ्या तिच्या आई-वडलांनी तिला रेल्वे लाइनलगत शेतकी बोर्डाने लावलेल्या भाजीपैकी थोडी भाजी आणायला पाठवलं. त्या मुलीने शेजारच्या जमीनदाराच्या शेतातली काही पालकाची पानं कोयत्याने कापली. तोच कोयता तिची बोटं तोडण्याकरता वापरण्यात आला.

भाग्याचे डोळे अश्रूंनी चुरचुरायला लागतात. 'गर्भारपणामुळे माझ्या हार्मोन्समध्ये काय काय घडतंय!' तिला वाटतं आणि ती पान उलटते. त्यावर अधिकाधिक ओळखीचा होत जाणाऱ्या चेहऱ्याचा फोटो छापलेला असतो. भाग्या तिला एकदा भेटली होती, पण तेव्हा ती संन्यासिनी श्वेतांबरा म्हणून एवढी प्रसिद्ध झालेली नव्हती. ती तेव्हा एवढी जाड नव्हती. पण तिचा तो भगवा कुडता, लुंगी, शाल तशीच होती. ब्रा न घालणंही तसंच होतं. तिच्या वडलांनी तिची तिच्याशी ओळख करून दिली, तेव्हा भाग्या कामावर निघाली होती. एकमेकींकडे पाहून त्या औपचारिक हसल्या होत्या.

त्या बाईचे खुरटे केस एक एक करून मुळापासून उपटलेले नसावेत अशी भाग्याला आशा वाटली. तिने कुठेतरी वाचलं होतं की, काही धर्मांमध्ये नन्सना, साध्वींना, देवदासींना लांब केस ठेवायची परवानगी नसते, कारण ते स्त्रीत्वाचं आणि कामुकतेचं लक्षण असतं. काशीतल्या विधवांसारखं त्यांच्या डोक्याचं नियमित मुंडण केलं जातं. हिंसेला संपूर्ण विरोध असणाऱ्या एका पंथात ज्येष्ठ साध्वींकडून एक एक केस मुळापासून उपटला जातो. या आणि इतर त्रासदायक विचारांना दूर ठेवण्यासाठी भाग्याने पटकन स्वत:ला त्या दिवशीच्या कामात बुडवून घेतलं होतं, पण संध्याकाळी कामावरून घरी आल्यावर 'श्वेतांबरा कशासाठी आली होती' असं तिने वडलांना विचारलं होतं.

"डॉक्टर आपल्या रुग्णांची माहिती सगळ्यांना सांगतो का? ज्योतिषाने का बरं

सांगावी? आणि तुला इतरांच्या जीवनाबद्दल एवढा रस का? अर्थात त्याचं उत्तर तुझ्या जन्मपत्रिकेतच आहे म्हणा.''

''मी नुसतं विचारलं आहे. तिला कशाची काळजी? तिचे खर्च परस्पर भागतात.''

''ती एक स्त्री आहे, नाही का? कदाचित डोक्याने विचार करण्याऐवजी हृदयाने विचार करण्यात तिचं चुकत असेल.''

''आता तुम्ही मला सांगितलंच पाहिजे.''

ते सांगत नाहीत. भाग्याची आई कॉफी द्यायला बाहेर गेली असताना तिच्या कानावर जे पडतं त्यावरून तिला जे वाटतं, ते ती सांगते की, सारं आयुष्यभर तिला जो आवडत होता त्याच्याशी तिला लग्न करायचं होतं. ''मग ती या मार्गाला आलीच कशाला? गरिबीचं कारण नसेल, तर बायका हे नन् आणि साध्वी आणि काय काय होतातच कशाला?'' भाग्या आपलं म्हणणं मांडते. 'दुसऱ्या प्रकारच्या आयुष्यात स्वत:ला कोंडून घेतल्याने या जीवनातले प्रश्न आपोआप पुसून जातील असं मानणं म्हणजे मूर्खपणा आहे. या जगात राहणं आणि त्याच्याशी दोन हात करणं, यापेक्षा या जगाला उन्नत करणं काही श्रेष्ठ नाही.'

ते पटून तिची आई हसते. चिरण्यासाठी भाजी भाग्याच्या हातात ठेवून आपण रात्रीच्या स्वयंपाकाला लागते. स्वयंपाक करणाऱ्या आपल्या आईकडे भाग्या बघते. रोज तीनदा आणि रविवारसह रोज ती ताजा, पौष्टिक स्वयंपाक रांधते. बारा तासात तीनदा ती सोलते, कापते, चिरते, मिसळते, वाटते, कुटते, तळते, भाजते आणि हे सगळं शांतपणे, अत्यंत पद्धतशीर. तिच्या आईच्या स्वयंपाकघरात कधी गडबडगोंधळ नसतो. उलट एक आश्वासक शांतपणा असतो आणि स्वयंपाक करता करता ती चक्क एम. एस. सुब्बालक्ष्मीचं मधुर गीत गुणगुणते.

''असं कसं गं?'' भाग्या तमिळमध्ये विचारते. ''मी स्वयंपाक करत असले की माझ्या आत आणि सभोवती काहीतरी हालचाल चालू असते की तू मला फक्त सुरावट शिकवलीस आणि संपूर्ण चीज नाही शिकवलीस?''

भाग्याची आई किंचित वळते. गॅसकडे पुन्हा परत वळण्याआधी किंचित हसते. 'अवल नल्ला पादलसिरियर' ती थोडी कवयित्रीही आहे. ''अगं मुली, शिकवता येतात ते फक्त स्वर आणि गाणं गाण्याची सर्वोत्कृष्ट पद्धत. बाकीचं ज्ञान तुमच्या अंत:प्रेरणेमधून येतं. तुझं गाणं तुझ्यासाठी मी गाऊ शकत नाही. आपलं गाणं गायला आपण शिकलं पाहिजे.''

भाग्या यावर विचार करते, ''श्वेतांबराला हे कळलं नसेल, असं वाटतं तुला?''

''असं दिसतंय.'' तिची आई उत्तर देते. ''पण आता कदाचित फार उशीरही झाला असेल का? किंवा एखाद्या साध्याशा चुकीचा गुंता झाला असेल की, आता

तो सोडवताच येत नसेल?''

''तिच्या पालकांनी तिच्या लहानपणीच तिला यात ढकललं असं वाटतं तुला? कारण ती मुलगी आहे आणि त्यांना मुलगा हवा होता. मग ती मुलगा नसल्याची शिक्षा तिला द्यावी म्हणून? एवढंच काय, पालक मुलीला ती पोटात असताना मारतात आणि ती जन्मल्यावर रोज तिला कणाकणानं मारतात.''

मान हलवून तिची आई सहमती दर्शवते.

''असल्या पालकांना विजेचे झटके द्यायला पाहिजेत.''

''शिक्षा देणं देवाचं काम आहे बाळा.''

''बरं, त्यांना जवळच्या विजेच्या खांबाला बांधायचं आणि त्यांच्या मुलांसारखंच त्यांनापण काही पर्याय नसण्याच्या अवस्थेत सोडून द्यायचं.''

''येनाम्मा, पुन्हा तुझा लाडका विषय. दैव विरुद्ध इच्छा.''

''मी फक्त विचारते आहे, मी जर मुलगा असते, तर मीही ज्योतिषी व्हावं अशी अपेक्षा तुम्ही केली असती?''

''तू स्त्री-ज्योतिषी होऊ शकली असतीस. काही अशा यशस्वी ज्योतिषी आहेत. बरं, मला एवढंच वाटतं आणि आता जर तुझी भाजी लवकर चिरून झाली

कन्या हत्या

- *लिंग-प्रमाण वेडेवाकडं झाल्यामुळे अख्ख्या वस्तीत वधूच नाही :*
- *लग्नाच्या वयाचे पुरुष लहान वयाच्या मुलांवर जबरदस्ती करतात – इच्छेविरुद्ध समलिंगी संबंध*
- *समलिंगी संबंधांची जबरदस्ती झालेल्या मुलांमध्ये आपल्या लिंगविषयक निवडीबाबत शंका, भीती निर्माण होते – द्विलिंगीसंबंध*
- *पुरुष लहान मुलामुलींबरोबर सुख मिळवतात – बालकांवरील लैंगिक अत्याचार*
- *अत्याचारित लहान मुलगे मोठे होऊन इतर मुलांवर अत्याचार करतात – पुरुष बलात्कार*
- *घरातल्या स्त्रीचीच पुरुष शिकार करतात – अगम्य-गमन*
- *भावांमध्ये मिळून एक बायको – बहुपतिकत्व*
- *इतर पुरुष समलिंगी पुरुष वेश्या व स्त्री वेश्यांकडे जातात – विषाणूबाधित लैंगिक संबंधांमुळे एचआयव्हीच्या बाधेचे प्रमाण वाढते.*
- *दलाल वधू आणतात. वधूच्या कुटुंबीयांना वधूची किंमत मिळते – मानवी विक्री, गुलामगिरी*

नाही, तर जेवायला उशीर होईल. तुझ्या वडलांना पुत्रलाभ झाला नाही. एका अपत्यापेक्षा जास्त त्यांना परवडणारी नव्हती, हे त्यांचं नशीब आहे. तू जर रस आणि कल दाखवला असतास, तर त्यांनी तुलाही शिकवून तयार केलं असतं. तू नाही दाखवलंस. तुझ्या वडलांनी त्याचंही वाईट वाटून घेतलं नाही, कारण त्यांची त्यांच्या धर्मावरची आणि त्यांच्या कर्मावरची श्रद्धा इतकी अढळ आहे की नास्तिकपणा, अविश्वास हा त्यांना वैयक्तिक अपमान वाटतच नाही, म्हणून तुला निवड करायचं मार्गदर्शन केलं. तू बँकिंग निवडलंस, ही तुझी स्वतंत्र इच्छा आहे. दैव ही नाण्याची एक बाजू असेल तर स्वतंत्र इच्छा ही दुसरी बाजू आहे.''

भाग्या यावर विचार करते आणि ती काही बोलणार तोच तिची आई दटावणीच्या स्वरात म्हणते, ''भाग्यांम्मा, थायवुसैदु!'' ती चटकन भाजी चिरू लागते; वेडीवाकडी, कारण तिचे विचार परत श्वेतांबराकडे धावले आहेत. 'धर्माच्या नावाखाली ती चेपली गेली होती का? अगदी लहानपणीच देवाशी एकरूप होण्यासाठी सर्वस्वाचा त्याग करावा असं ठरवण्यासाठी आई-वडील आपल्या पोटच्या गोळ्यांना उत्तेजन कसं काय देऊ शकतात? त्यांनी नीट शाळा-कॉलेजमध्ये गेलं पाहिजे म्हणजे मग ते स्वत:बद्दल निर्णय घेऊ शकतील. असं एकारलेलं नीरस आयुष्य जगण्यासाठी त्यांना मठात, मदरशात किंवा मोनास्ट्रीमध्ये ब्रेनवॉश करण्यासाठी ढकलून देता कामा नये.'

श्वेतांबराला काय म्हणायचं आहे हे वाचल्यावर भाग्याला वाटलं, 'हिचा तर नक्कीच ब्रेनवॉश झाला आहे किंवा ती तिरस्काराची धनीण होते आहे, हे तिच्या लक्षात येत नाही का?' तिच्या भाषणाचा विस्तृत वृत्तान्त म्हणतो, 'आपण त्यांना समुद्रात फेकू शकत नाही, नाही का? ते आत्ता ख्रिश्चन असतील, पण ते भारतीय म्हणून जन्मले आहेत आणि आपण त्यांना पुन्हा सामावून घेतलं पाहिजे. आदिवासी भागात जिथे ख्रिश्चन मिशनऱ्यांनी खोटी आश्वासनं देऊन आपल्या भारतीय लोकांना बाटवलं आहे, तिथे आम्ही पुष्कळ 'घर वापसी' कार्यक्रम केले आहेत. आम्ही त्यांना फुकट जेवायला देतो. आम्हाला हे चालू ठेवणं शक्य झालं आहे, कारण जगभरातल्या समविचारी हिंदूंकडून आम्हाला पैसा मिळतो आहे. ते भारतात राहत नसतील, पण त्यांच्या मनात मातृभूमी आहे. सिंहगडच्या राजघराण्यासारख्या काही विशेष हिंदू कुटुंबांनी परत येणाऱ्या हिंदूंचे पायसुद्धा धुवायचं मान्य केलं आहे. कारण त्यांना ही चळवळ महत्त्वाची वाटते. मी वैयक्तिकरीत्या आश्वासन देते की, एकसुद्धा बाटगा भारतीयवासी राहणार नाही. बाटवणाऱ्या मिशनऱ्यांना आपण योग्य उत्तर देऊ.'

तिच्या चळवळीत झालेल्या या वाढीमुळे पुन्हा एकदा ख्रिश्चनांविरुद्ध हिंसक कारवाया – जसं त्या ऑस्ट्रेलियन मिशनऱ्याला आणि त्याच्या दोन मुलांना जिवंत

जाळलं होतं किंवा ओरिसातल्या त्यानंतरच्या घटना, ननवरचा बलात्कार, घर, चर्चेसची जाळपोळ सुरू होतील का असं विचारल्यावर संन्यासिनी श्वेतांबरा म्हणाल्या, ''ते दुर्दैवी होतं, पण हेही तेवढंच दुर्दैवी आहे की, यामुळे पुरेशी जरब बसली नाही. पण काही जणांना आपण चुकीच्या मार्गावर आलो आहोत हे दिसलं आहे आणि ते पुन्हा धर्मांतर करण्यासाठी आमच्याकडे येत आहेत. त्यांना मदत करणं हे आमचं कर्तव्य आहे.''

'तिने त्या माणसाशी लग्न करायला हवं होतं.' भाग्याला वाटतं आणि ती दुसरं वृत्तपत्र उचलते. 'ती कदाचित दु:खी, गरीब आणि संपूर्णपणे सत्ताहीन राहिली असती, पण निदान ती अशी तरी झाली नसती. दुसऱ्या कुणाच्यातरी अतिरेकीपणाच्या हातातलं बाहुलं.'

एका अनाकलनीय तीव्र इच्छेने, घाईघाईने भाग्या एकूण एक वर्तमानपत्रांमध्ये चांगली चांगली बातमी शोधते. अमेरिकेतून लिहिलेलं, तिथे स्थायिक झालेल्या भारतीयांबद्दलचं सदर ती वाचते. भारतीय पालकांच्या पोटच्या विद्यार्थ्यांबद्दल लिहिलेलं असतं की, ते आता 'अमेरिकन बॉर्न कन्फ्यूज्ड देसीज' नाहीत, तर 'ए बी सी डी'ची उत्क्रांती होऊन ते आता अमेरिकन बॉर्न कूल देसीज झालेले आहेत. छान! म्हणजे त्यांना आता त्या 'घरून' दर हिवाळ्यात आईवडलांबरोबर या 'घरी' येणं, हातात बाटल्या धरून फिरणं, खूप सारं पाणी हाताशी असणं चांगलं, त्यांचे तीन इलेक्ट्रॉनिक गिझ्मोज कम्पल्सरी बरोबर वागवणं, त्यांच्या नाकातल्या बोलण्याने सगळा आसमंत भरून टाकणं... हे काहीच बंधनकारक राहणार नव्हतं. हे नवे आत्मविश्वासी एबीसीडी आता आपल्या मूळ रूपात. ते जिथे जन्मले तिथे सुखी असतील. संगीत महोत्सवाच्या सबबीवर त्यांच्या आई-वडलांनी त्यांना ओढून चेन्नईला आणण्याऐवजी त्यांना जर खरंच संगीत ऐकावसं किंवा ऐकवावसं वाटलं तर येतील.

संगीत महोत्सव. आत्ता कचेरी चालू असेल या विचाराने भाग्या एकदम चमकते आणि घरच्या आठवणीने अगदी कासावीस होते. मार्गझीचा महिना असतो. हवेत थंडी नसली, तरी चेन्नईकरांना शिरशिरी जाणवते आणि मग सकाळच्या प्रहरी संगीत झिरपू लागतं. कचेरी महोत्सव हा त्या गूढ, पौराणिक एक चौरस कि. मी.मध्ये भरतो, ज्यात कित्येक सभांद्वारे व्याख्यानं, प्रात्यक्षिकं, वारसा पदयात्रा आणि अर्थातच संगीताचे शेकडो कार्यक्रम आयोजित केले जातात. ज्या रंगमंचावर बड्या नावांनी एकदा आपल्या कंठाला झळाळी प्राप्त केली, त्या मंचावरचे नवोदित गायकांचे गाणे ऐकायला मुक्त प्रवेश, तिकिटवाल्या संध्याकाळच्या सत्रात मोठ्या तारकांनी घेतलेल्या रागम् तानम् पल्लवींच्या नव-शोधाची चर्चा त्यांच्या कुडत्यांचे रंग अन् दागिने यांच्यावरच्या चर्चेइतक्याच चवीने केली जाते.

दमणुकीची आणखी एक लाट अंगावर येऊन भाग्या डोळे मिटून घेते. 'इतकं मोडकळल्यासारखं का बरं होतंय?' पुढचं दार उघडल्याचा आवाज तिला ऐकू येतो. तिचा नवरा त्याच्या आईकडून परत आलेला असतो. त्याच्या हातात डॉक्टरांकडली गुलाबी फाइल असते. भाग्याबरोबर जमिनीवर कोसळताना कपातली कॉफी सांडून जाते.

शनिवार संध्याकाळ

तिचा नवरा खालच्या मजल्यावर त्याच्या आईकडे असतो.

शेजारच्या घरातल्या पहिल्या मजल्यावरच्या नवऱ्याचं आणखी एक ड्रिंक संपलेलं असतं. आता लवकरच त्याने बायकोला गुद्दा लगावला असता, कारण त्याची मूठ चालवून मध्ये काही काळ गेला होता.

त्यांची मुलगी पुन्हा बाथरूमकडे येईल, ओकेल, टॉयलेटमधून वाहून जावं असं तिला वाटेल आणि ही शेवटची वेळ नसेल.

भाग्या बिछान्यावर पडलेली असते. गोळा होणाऱ्या घरगुती वादळाचे आवाज ऐकत, त्या मुलीबद्दल अपराधी वाटून घेत तिने जर बोलून दाखवलं नसतं, तर शेजारचा हिंसाचार कधीच थांबला नसता. तो जर तसाच चालू राहिला असता, तर घरातल्या वेगळ्या सर्वसामान्य वातावरणाची खरी शक्यता त्या मुलीला दिसूच शकली नसती. आता ती मुलगी सामान्यपणासाठी तळमळत राहील, तिचं अंतरंग त्याच्यासाठी तडफडत राहील.

भाग्या चुकचुकते, 'मयिरांडी!'

तिच्या डोळ्यातल्या पाण्यातूनही तिच्या ओठावर हलकं स्मित उमटतं. तिच्या स्कूटीच्या आरशात तिच्या बाबांच्या चेहऱ्यावरचा धक्का तिला दिसतो. काहीतरी तातडीच्या किरकोळ कामासाठी ती त्यांना मागे बसवून निघालेली होती. लेदरजॅकेटवाला एक मूर्ख रहदारीतून सुसाटत जाताना कचकन ब्रेक दाबून अचानक तिच्या पुढ्यात थांबला तेव्हा तिने शिवी घातली, "उपयोग काय एवढ्या पॉवरचा? रस्त्यावरची गुंतवळ गोळा करणारा, मयिरांडी!"

बिछान्याजवळ गोळ्या असतात. शेजारी पाण्याचा ग्लास. त्या प्रक्रिया सुरू करतील. दुसऱ्या दिवशी सकाळी शेवटचं काम करायला तिला डॉक्टरांकडे नेलं जाईल. आज सकाळी डॉक्टरांकडे पुष्कळ नाटकं, बतावणी झालेली असते. "काय करणार? गर्भात काहीतरी विकृती आहे. हेच त्या न जन्मलेल्या बाळासाठी आणि आईसाठी चांगलंही ठरेल. शेवटी ती अजून तरुण आहे. आणखी पुष्कळ निरोगी मुलं होतील."

भाग्या नवऱ्याकडे पाहत राहिली होती. तो तिची नजर चुकवत होता. तिला

एवढीच खात्री करून घ्यायची होती की, तिने ज्याच्याशी लग्न केलं आहे तो माणूस खरा होता तरी कसा? तिला एवढंच हवं होतं की, त्याने तिच्या डोळ्यात पाहावं आणि त्याला दिसावं की, खरं म्हणजे तिला आनंद आहे की, त्याचं आणि त्याच्या आईचं आणि त्याच्या घाणेरड्या कुटुंबाचं वाईट रक्त जगात आणणारं गर्भाशय तिचं नाहीये.

तुम्हाला काहीतरी कळू शकते किंवा कळू शकत नाही.

किंवा कळू शकतं, पण पर्वा नसते.

किंवा कळतं, पर्वा असते पण दुसरं काय करावं ते कळत नाही.

भाग्या गोळ्या गिळते.

रविवारपूर्वीचा काही काळ

'गर्भ'चं अनेकवचन काय होतं? हा प्रयोग बरोबर आहे का?

गर्भे तर होणार नाही ना?

नफिसा दुरुस्त करते, "मरू दे ते व्याकरण आणि अनेकवचन. एकतरी का असावं वास्तवात?" ती बातमी पूर्ण वाचते.

'रविवारी, भोपाळ गॅसगळतीच्या वार्षिक दिवशी पंचवीस गर्भ प्रदर्शित केले जातील. गॅसगळतीमुळे ज्या गर्भवती मेल्या किंवा ज्यांचे गर्भपात झाले, अशांचे हे गर्भ आहेत. 'हे टिकवून ठेवण्याचं कायदेशीर बंधन आमच्यावर नाही, पण आम्हाला ती सामाजिक आणि नैतिक जबाबदारी वाटली.' भोपाळच्या संस्थेचा प्रवक्ता म्हणतो. संस्थेतल्या शवविच्छेदनाने हे शाबीत झालं आहे की, अमेरिकन वायू कारखान्यातून गळलेलं टनावारी मेथिल आयसोसायनेट वारेच्या रक्ताची भिंत ओलांडून पलीकडे पोहोचल्यामुळे व त्यामुळे ही बाळे गर्भाशयात गुदमरल्यामुळे हे मृत्यू झाले आहेत. गॅसगळतीतून वाचलेली अर्भके अत्यंत दुर्गतीचं जिणं जगत आहेत. विकृती असलेली मुलं अजूनही जन्मतातच आहेत. अमेरिकन वायू-गळतीमधला तो वायू श्वासावाटे घेतलेल्या भारतीयांच्या जनुकीय रचनेवर परिणाम झाला आहे असं समजायला वाव आहे, त्यामुळे भूजलही दूषित झाले आहे. येणाऱ्या पिढ्यांनाही विकृतीचा शाप मिळणार आहे. एका अभ्यासात तर अंगावर दूध पाजणाऱ्या मातांच्या दुधात या कारखान्याच्या विशिष्ट विषाचे अंश सापडले होते."

"अमेरिकनांनी हे भोपाळचे आकडे आपल्या घरच्या आपत्तीतले आकडे म्हणून समजून मोजायला हवे." नफिसा पुटपुटते. "महाशक्ती आणि महा अहं त्यांच्या स्वत:च्या विषारी सत्यांकडे कसं दुर्लक्ष करतात?" स्वत:साठी थंड पाणी आणायला ती गजबजलेल्या न्यूजरूमच्या टोकाशी असलेल्या कूलरकडे जाते. तिने नुकतंच धूम्रपान सोडलं आहे. तिच्या रक्तप्रवाहामधून आता 'निकोटिन हवं'च्या ढुश्या बसायला लागल्या की, ती तलफ मारायला थंड पाण्याचे घुटके घेते.

गॅस चेंबर्स

१२/२००९ भोपाळ गॅस दुर्घटनेनंतर पाव शतक उलटलेलं.

१२/१९८४च्या रात्री गॅसने ५२९४ मृत धरून ५,७३,५३७ बळी घेतले.

या गळतीसाठी जबाबदार असलेली कंपनी ज्या कंपनीने विकत घेतली आहे, तिचा भारतात पुनर्प्रवेश झाला आहे.

त्यांचा अपमानाचा शेवटचा झटका - वातावरणातली नुकसानाची भरपाई, पाण्याची विषबाधा, गॅस कारखान्यात आणि परिसरात सोडून दिलेला विषारी कचरा यांच्या जबाबदारीतून त्यांनी हात झटकले आहेत.

नफिसा तिची तलफ मारते आहे तोवर तिच्याबद्दल थोडं सांगते. ती खूप बोलते. मोठ्यानेही बोलते. स्वच्छ सांगायचं, तर ती हळूच रात्रीच्या कुशीत शिरत नाही. विझणाऱ्या दिव्यांच्या वेळी ती जोरात धडधडत जाते. तिच्यासारख्या कट्टर बॉम्बेवाल्यांना तुम्ही भेटलात, तर तुम्हाला प्रश्न पडेल की, शहर किंवा देश माणसं घडवतो की उलट घडतं?

तिचा मोबाइल वाजतो. तिची मैत्रीण असते. तिने धूम्रपान सोडलं त्याचं कारण त्या फोनवर फार बडबडतात, फारच जास्त.

मैत्रिणींची यापेक्षा विसंगत जोडी तुम्हाला कुठेही सापडणार नाही. त्यांच्या वयातसुद्धा खूप फरक आहे. त्यांचं नातं खूपसं पुरुषांच्या दोस्तीसारखं आहे. एकमेकींकडून जवळजवळ शून्य अपेक्षा, वजा राजकीयदृष्ट्या शून्य बरोबर असणं. काही काही बाबतींत त्यांचं दोस्तीपेक्षाही अधिक चांगलं आहे. त्या क्वचित भेटतात. उलट पुरुष – याच अनुक्रमाने – कुठेतरी भेटतील, चकाट्या पिटतील, धूर काढतील, शिव्या घालतील, ड्रिंक घेतील, पैसा-राजकारणाबद्दल आणि स्त्री-सुखाबद्दल बोलतील, अति खातील. दुसऱ्या दिवशी हँग-ओव्हर, ॲसिडिटी.

त्या अ-साधारण मैत्रिणी आहेत. त्या कधी चिकण्या पोरांबद्दल बोलणार नाहीत की चुगल्या करणार नाहीत. पुरुष, लग्न, मातृत्व, करिअर या सगळ्याचं आपल्या मैत्रीवर अतिक्रमण झालंच पाहिजे हे त्या गृहीत धरत नाहीत. त्यांच्या बोलण्यात मुलांच्या गडबडगोंधळाच्या पार्ट्या, बडबडीच्या किटी पार्ट्या नसतात किंवा बुधवारच्या फक्त स्त्रियांच्या रात्रीच्या पार्ट्या, तिथले आयर्न केलेले केस, त्यांची स्पाइक्सची टोकं, अंगावर येणारे कपडे आणि छात्या, ग्लासातली पेयं, आपल्या आयुष्यातले पुरुष आणि त्याखाली दडलेलं बरंचकाही हे आठवणीने टाळणं असलंही काही नसतं.

आत्ता त्या एकमेकींचा पाणउतारा करताहेत. एकमेकींना 'हॅलो' म्हणायची त्यांची ही नेहमीची पद्धत.

"राणीसरकारांचा विजय असो! बंदरोंकी पूजा की क्या?"

"तेरे भगवान का घोडा चोरी हो गया क्या?"

छैरंधरीचं माकडांना पुजणं आणि राजघराण्याचे मर्कट पूर्वज यावरून टिप्पणी करते. छै तिला आगाखानच्या घोड्याची आठवण करून देते. आगाखान - दोन दुनिया इमाम; वीस मिलियन इस्माइली खोजा मुस्लिमांचा ऐहिक आणि पारलौकिक गुरु - एकदा खंडणीसाठी त्याचं अपहरण झालेलं.

"राणी ऑफ सिंहगड, एक क्षणभर तुमचा ॲक्सेंट एकदम बाँबेवाला आला."

"सामान्य जनांशी तार जुळवण्याचा एक प्रयत्न. बस क्या, अभीच आया, तभीच गया, हवा टाइट; आहे का पुरेसा मुंबईकर ॲक्सेंट?"

"काय माहीत? मी तर एक बाँबेयाइट."

"नफी, एवढा शहामृगपणा करू नको. तुझ्या शहराचं नाव बदललं आहे."

"सध्याच्या इतिहासातून आपल्याला असं दिसतं की, ठिकाणांची नावं पुन्हा बदलून पूर्वीची ठेवता येतात. दरम्यान जीवनाच्या वैशिष्ट्यपूर्ण प्रकृतीच्या संपूर्णतः विरुद्ध अशी एकांगी विचारांची भर आपण करूया नको."

"हे भगवान, झाली पुन्हा हिची घोडदौड सुरू. नामांतर अ-लोकशाहीवादी आहे, कारण बहुसंख्य नागरिकांना ते नको आहे; त्याने शहरावर दुर्दैव ओढवलं आहे. त्याचा उच्चार आणि अंकशास्त्र इतकं अपवित्र, दुष्ट आहे की, शहराची सगळी दुःस्वप्नं दिसताहेत त्या अनलकी एट...."

"तुम्ही दिल्लीकर म्हणाला का? चेन्नैकर? नाही. मग अगदी हवंच असेल, तर मुंबईइट. 'कर'ने शेवट होणाऱ्या भारतीय आडनावांचाही यामुळे मान राखला जाईल. अजूनही कॉस्मोपॉलिटन असलेल्या शहराच्या आत्मखुणेचा घात करणाऱ्या भाषिक दहशतीला असं नाकर्तेपणाने आपण शरण जाऊ नये."

"येस बॉस!"

"धन्यवाद. आपण हे कधीही विसरता कामा नये की, भाषिक किंवा अन्य कुठलाही दहशतवाद भीतीचा वा दहशतीचा जो आसूड ओढतो तो गुन्हेगारांच्या जवळ असलेल्यांच्या पाठीवर अधिक जोरात कडाडतो. दर वेळी दहशती हल्ल्यांमुळे आपल्या हक्कांवर मर्यादा येतात. तसा त्यांच्या विरोधी मताच्या हक्काचा अधिकच संकोच होतो. त्यांच्या भाषेला उगीच कमी लेखणाऱ्या स्थलांतर-विरोधी दहशतीमुळे त्यांच्यातल्या सुशिक्षित आणि कष्टाळू व्यावसायिकांचा घोर अपमान होतो, पण भीती त्यापेक्षाही वरचढ ठरते."

"देवा, सुटला हिचा घोडा पुन्हा."

“गंमत आहे नाही? त्यांचे सख्खे – जसं नात्याचं दुष्ट कुटुंब – त्यांच्या नावाला काळं फासतात. जसं स्वयंघोषित जिहादींमुळे सर्वच मुस्लीम्स ‘वेगळे’ ठरतात तसं?”

“सुसंस्कृतपणात एवढीच संस्कृती राहिली आहे आणि हिला वाटतं तिचं शहरच सर्वोत्कृष्ट आहे.”

नफिसाला काही ऐकू येत नाही. तिची गाडी सुटलेलीच आहे. “या नेत्यांना त्यांच्या स्वत:ची, माणसांची जरा तरी फिकीर आहे का? एका तत्काळ हिंसात्मक विद्रोहाच्या भूमिकेत ते त्यांना कायम का ठेवतात? आणि हे त्या सदा प्रक्षुब्ध कार्यकर्त्यांना कसं कळत नाही की त्यांच्या सध्याच्या स्थितीपेक्षा ते बरा विचार करू शकणार नाहीत, की शांत झोपू शकणार नाहीत अशा कायमच्या दयनीय अवस्थेत त्यांना ठेवण्याचा हा त्यांच्या नेत्यांचा मार्ग आहे म्हणून? आणि सर्वांत वाईट शोकांतिका काय माहीत आहे? ही पकड इतकी मजबूत आहे की, अधिक चांगल्या माणसांचं अस्तित्व, त्यांची स्वत:ची भाषा बोलणारे आणि या संस्कृतीशी फटकून नेत्याचं अस्तित्व त्यांना दिसूच शकत नाही.”

“अरे देवा, हे तोंडी संपादकीय झालं. हे सगळं ही तिच्या पेपरात का लिहीत नाही?”

“मी प्रयत्न केला. अशा २६/११नंतर मी एक मोठ्ठी पाहणी सुचवली होती. तीन मुद्यांवर लोकांना फक्त ‘हो’ किंवा ‘नाही’चे प्रश्न विचारायचे. एक – बाँबे या नावाचा वापर, हे असलं झुंडशाही पद्धतीने नव्हे. दुसरं – बाँबेला राज्याचा दर्जा, केंद्रशासित प्रदेश नव्हे, जिथे आमचं नियंत्रण केंद्राकडून होईल. तिसरं – बराच काळ लोंबकळत पडलेली एका फटक्यात तीन राज्यांची निर्मिती. विचार कर, छे. शेजारच्या राज्याच्या सीमेलगत राहणारे गरीब शेतकरी तोडगा काढण्यासाठी साउथ बॉम्बेपर्यंत येतात. मी स्पष्ट केलं की, पाहणी करणाऱ्यांनी फक्त पॅनकार्ड धारक करदात्यांशी बोलायचं जे खरे स्टेकहोल्डर्स आहेत. कॅश आणि नोट्स अबाधित राखण्यासाठी झोपडपट्ट्या उभारण्यासाठी राजकारण्यांनी आयात केलेल्यांशी नाही.”

“काय शेवट झाला असेल मी कल्पना करू शकते, पण सांग पूर्ण.”

“संपादकांना हे मान्य झालं की, देशात इतर ठिकाणीही राज्यांच्या सीमा बदलत आहेत, त्यामुळे विभाजन हा अगदी पवित्र, अस्पर्श विषय नाही. मग ते म्हणाले की, त्यांना जमणार नाही, कारण लोकशाही पद्धतीचा विरोध माहीतच नसलेले त्यांचे बाप मालक राजकीय गुंडांना पाठवून आता नेहमीची झालेली तोडफोड-पद्धत राबवतील. संपादकांच्या तोंडाला काळं फासा, आपले संगणक तोडा किंवा स्वत:च्या भिकारड्या अस्तित्वाने ते फारच वैतागलेले असतील, तर छापखान्यातले कागदाचे गठ्ठे जाळतील नाहीतर देव न करो, अख्खा छापखानाच जाळतील.”

"आणि तरी तुला ही महान जागा वाटते, मिस शहामृग?"

"दो मच इज टेकन, मच अबाइड्स."

"टेनिसन?"

"हुशार! बरं, तुमच्या राजवाड्यातलं सालं नेटवर्क कसलं आहे! गेला आठवडाभर मला मिळत नाहीये."

"अतिशयोक्ती करू नको. राजवाड्यात फक्त काही ठिकाणी नेटवर्क जातंय. आमच्या जमिनींवर सेल टॉवर्स उभारायला आम्ही परवानगी देत नाही. त्याने पर्यटकांसाठी दृश्यांची हानी होते."

"एवढे महाग डॉलरवाले नेटवर्क नसलं तर चालवून घेतात?"

"पाउंडवाले आणि युरोवालेसुद्धा. जपान्यांना तर खरं म्हणजे सुटल्यासारखंच वाटतं आणि ते हॉटेलमधले फोन्स केव्हाही वापरूच शकतात. तू खाजगी लँडलाइनवर का नाही फोन केलास?"

"केला. कुणीतरी घेतला. तुझी शोधाशोध केली. त्याचा आवाज इतका शिणलेला, म्हातारा होता. बहुतेक त्याने येताना एखादीतरी बादली लाथेने सांडवली असणार. तुझे फोन्स इतके म्हातारे आवाज घेतात. कोळिष्टकं लागलेलं एखादं शरीर नाही ना, यासाठी तू मनोरे अधूनमधून तपासत जा हं."

छै 'च्यक' करते. "गप बस. आमच्याकडे मनोरेच नाहीत. या वस्तुस्थितीखेरीज, मी त्यांना निवृत्त करू शकत नाही. नवरा म्हणतो की, मृत्यूपर्यंत त्यांना सेवा करू दिली नाही, तर त्यांचा अपमान होईल. महाराजांजवळ त्यांनी तशी शपथ घेतलेली आहे."

"महाराजा? कुठल्या दिव्य राजघराण्याचे संस्थापक? इतक्या लोकांनी इतिहासात राजवंशाचे, राजसत्तांचे म्हणून स्थान मिळवलं आहे. सिंहगडच्या कुणीतरी पूर्वजाने दोन संस्थानांच्या मधले विस्तीर्ण अन् सुंदर जमिनींचे पट्टे कब्जोफाय केले, माहिती आहे का तुला? कब्जोफाय, हडपोफाय; थांब थांब. तुमच्या राजाला गादीवर बसवण्यासाठी सत्तेवरच्या इंग्रजांचे पाय धरून आणि त्यांना पैसे चारून."

"दुष्ट, दुष्ट नफीसे! मला वाटतं बरंच संशोधन करून ठेवलं आहेस आणि आमच्या राज-रक्तावर निशाणा साधायला टपून बसली आहेस. मला सांग, नवऱ्याशी पुन्हा भांडण झालं म्हणून मला फोन करत होतीस का?"

"अंहं, आमच्या इ-मेल्स प्रेमळ असतात, त्याचे चुटपुटते फोन्स प्रेमळ असतात. तो मजेत आहे. त्याच्या भटक्या मनाचं भलं होवो!"

"आम्हा हिंदूंची मनं चांगली असतात, पण या मुस्लिमांना ते समजतं का?"

"कसं कळणार? तुम्ही जे पूजता, त्याची खादाडी करण्यात आम्ही गुंतलेले असतो. मला आत्ता संपादकीय बैठकीला बोलवायच्या आत कशासाठी फोन केला होतास सांग. तिकडे आम्ही सगळे मोठमोठ्या बाता मारू म्हणजे आम्ही अगदीच

फालतू तट्टू नाही, हे सिद्ध होईल.''

''श्वेतांबराची तू घेतलेली मुलाखत इ-मेल केल्याबद्दल धन्यवाद! तुझं वर्तमानपत्र सिंहगडमध्ये मिळत नाही ना! छान लिहिली आहे. तुला तिच्याबद्दल वाईट वाटलं, असं वाटलं मला.''

''हे तुझं वाटणं झालं.''

''जाऊ दे ना, ती नुसती बोंबाबोंब करणारी आहे.''

''तुला ती बाईकवरची बया जास्त पसंत आहे का?''

''छे गं! ती जे म्हणते, तिने तिची मोटरसायकल ज्याला विकली, त्याच्यावर गोळी झाडणारा माणूस पोलिसांना मिळाला की नाही शेवटी?''

त्यांनी कषायवेषधारिणीचा पुसटसा उल्लेख केला. भारतीबानच्या अति उजव्या तुकडीचा भाग असल्यामुळे ताब्यात घेतले होते.

''श्वेतांबरा बुद्धिमान आहे. खरं म्हणजे सर्व तेज बायकांप्रमाणे नीट उपयोगात आणली, तर चांगली संपत्ती ठरेल, पण मग बहुतांश लघुदृष्टीच्या माणसांप्रमाणे तिच्या संघटनेतले लोकही तिला स्वतंत्र महंत व्हायला उत्तेजन देत आहेत. वाईट म्हणजे तिच्या प्रसिद्धीच्या भुकेच्या ते अगदी पथ्यावरच आहे, त्यामुळे ते तिच्या तोंडावर आपटण्याची तयारी करत आहेत, हे चित्र दिसत नाही. तुला तिची इतकी माहिती कशाला हवी?''

''काय करायचं ते ठरवायला नवऱ्याला फारच उपयोगी पडली.''

''कशाचं काय करायचं?''

''ती आमचं दार ठोठावते आहे. ती ज्यांना पुन्हा धर्मांतर करून हिंदू धर्मात आणते आहे, त्यांचे पाय तिला धुवायचे आहेत म्हणे! म्हणजे प्रतीकात्मक. त्याच्या पावलांवर पाणी शिंपडायचे वगैरे. त्याला ती 'घरवापसी' – घरी परत येणे म्हणते. धर्मांतराचे लक्ष्य असलेली मंडळी आमच्या भागात आहेत, गरीब आहेत, बिचारे, वनवासी आहेत. मिशनरी आल्यावर ख्रिश्चन झाले, त्यामुळे अगदी खरं बोलायचं, तर ते मुळात हिंदू नव्हतेच, पण या लोकांच्या राजकीय कार्यक्रमपत्रिकेवर हेच शोभून दिसतं.''

''हे वनवासींच्या पायावर पाणी घालणं, हे विक्षिप्तपणाच्याही किती पलीकडचं आहे हे कळतंय का तुला? आपण एकविसाव्या शतकातल्या भारतात राहतोय च्यायला! साध्वी आणि तिच्याबरोबरच्या भगव्यांना हे कळून घ्यायचं नाही, त्यांच्या अनुयायांसाठी नाही. द्वेषाने भरलेल्या प्रवचनानंतर ते एक-दोघांवर त्रिशूल चालवतात. या सगळ्यांमध्ये आमच्या प्रदेशात तणाव निर्माण करण्याची क्षमता आहे. त्यांनी आधीच एका सीमेवर फालतूपणा करून ठेवलेला आहे, त्यामुळे नवऱ्याने मान्यता द्यायचं ठरवलंय.''

"काय हे, खोटं आहे हे! आणि त्या वनवासींचं काय? या सगळ्या बेकार खेळात त्यांना काही चॉईस आहे की नाही?"

"आम्हालाही मान्य नाही, पण आमचा कुणी सल्ला घेतंय, विचारतंय अशातला भाग नाही. आता मला सांग, माझ्या गोदभराईला का आली नाहीस?"

"माझी खात्री आहे तू पुन्हा स्वत:ला अडकवून घेते आहेस."

"वंशपरंपरेसाठी करावं लागतं माणसाला. मातृत्वाचा मी आदर करते, आपल्यातले काही जण नाही करत."

"ए, उगाच शहाणपणा करू नको. मी मातृत्वाला महानच समजते, कारण आपल्या देशात कशाचंही अवमूल्यन जर करायचं असेल ना, तर आधी त्याला एका चौथऱ्यावर बसवतात. राजकारणी देशाला माता म्हणतात. ते तिच्यावर अत्याचार करण्यासाठी! बिचाऱ्या गोमातेचं शाकाहारी खत सर्वांनी दुधाच्या रूपात शोषल्यानंतर तिला रस्त्यावरच सोडून दिलेलं असतं; प्लॅस्टिकचा कचरा खाण्यासाठी अन् अत्यंत गुदमरलेला मृत्यू येण्यासाठी."

"आता मनात भारतीय आंधळेपणावर आणखी एक प्रबंध नाही वाचला, तर चालेल का? आईपणाच्या प्रक्रियेचा मी आनंद घेते आहे, एवढं तरी मान्य कर."

"तुला एक अखंड दूध पाजणारी मदर डेअरी व्हायचं आहे. उत्तम! तुला ते आर्थिकदृष्ट्या, शारीरिकदृष्ट्या आणि भावनिकदृष्ट्या परवडू शकतं, पण एक प्रतिष्ठित व्यक्ती म्हणून तू असे संकेत देते आहेस की, बायांना मुलं होत राहिलीच पाहिजेत. घराण्याच्या नावासाठी, धर्मासाठी, मुलग्यांसाठी आणि गर्भ राहिला नाही, तर तिच्यावर प्रेम केलं जाऊ शकत नाही या पक्क्या धारणेमुळे तिनं तिचं गर्भाशय रगडवलंच पाहिजे."

"नफिसा, मी तुला एक साधा-सोपा प्रश्न विचारू इच्छिते. अगदी जवळच्या नात्यातले लोक होते, पीटर आला- कुठल्याही अपशकुनाशिवाय, नशीब!- आणि लगेच 'तू कधी येणार' म्हणून विचारलं. तू माझ्या गोदभराईसाठी का आली नाहीस?"

"कारण डोहाळजेवणानंतर मी राहावं म्हणून तू आग्रह केला असतास. ते मला जमलं नसतं. राज्यात निवडणुका इतक्या तोंडावर आल्यात म्हणून तर त्या संन्याशिणीच्या राजकीय गुरूंनी तिला धुरळा उडवायला पाठवलं आहे."

"झूट बोले कौआ काटे। तुला तिथे असायला अजिबात आवडत नाही."

"मला पटलं. तू जिथं राहतेस, ते फारच निवांत आहे."

"तुम्हा गजबजलेल्या सिटीवाल्यांना चालणार असेल, तर त्याला शांततापूर्ण म्हणायला आवडेल आम्हाला. सिंहगडचं रेकॉर्ड अगदी विशेष आहे. फाळणीच्या वेळी ते शांत होतं. बाबरी मशीद खाली आणली तेव्हाही काही गडबड झाली नाही,

बॉंबे जळली तेव्हाही, अगदी गुजराथमधल्या कत्तलींच्या वेळीही. नक्षलवादसुद्धा नाही आणि आमची सीमा त्या राज्याला लागून असल्या तरी बालविवाह, विधवा छळ किंवा मध्ययुगीन सती नाही. शांती अस्तु, आमेन.''

''वनवासी सोडून.''

''हो, खरंच तू आणखी एका घोड्यावर बसायच्या आधी मी तुला तेच सांगत होते. आदिवासींचं धर्मांतर स्वातंत्र्यानंतर झालं. याचा अर्थ त्यांच्यात सुधारणा व्हावी म्हणून काही लोकनियुक्त सरकारांची त्यांनी वाट पाहिली. काही बदल झाला नाही. मिशनऱ्यांनी जे दिलं ते त्यांनी घेतलं.''

''आणि आता हे दुर्दैवी पुनर्धर्मांतर?''

''नवरा म्हणतो की, ते लोक एकदा इकडे येऊन गेले आहेत, यावरूनही ते काही धडा शिकले नाहीत, त्यामुळे तो मिळेपर्यंत पुन्हा पुन्हा त्यांचं शोषण होत राहणार.''

''कसला धडा?''

''की त्यांचं शोषण होत आहे. अर्थात वेगवेगळ्या गटांकडून, ज्यांना त्यांच्या कल्याणात काडीचा रस नाही.''

''आणि अर्थात त्यात स्थानिक राजाचा समावेश होत नसेल.'

''एवढी सारकी-मारकी होऊ नको. सिंहगडच्या राजगृहाचा अलिप्त राज्यावर विश्वास आहे.''

''परदेशी पर्यटक बावचळतील, धंदा मार खाईल, समजलं मला. बाकीचं सांगा. वनवासींना समजेल की त्यांचं शोषण होतं आहे. मग पुढे?''

''आणि मग शेवटी त्यांना कळेल की, त्यांच्यासाठी त्यांनीच हात-पाय हलवायला हवेत. देव कुठल्यातरी अवतारात येईल आणि दुष्टांपासून सोडवेल अशी वाट पाहत बसता कामा नये.''

''पण जर ते मुळात वनवासी आहेत, तर त्यांची या पुराणातल्या देवांवर कधीच श्रद्धा नव्हती की, त्यांच्यातला एखादा मानवी रूपात, हिंदी चित्रपटातल्या एखाद्या नायकासारखा त्यांचा तारणहार बनून येईल. हां, त्यांच्या कुणी एखाद-दोन स्थानिक आदिम देवता असतील, पण जास्त करून त्यांचा देव निसर्गच आहे आणि त्याच्यामार्फतच ते तगून राहिले आहेत. बाय द वे, भारतीय घटनेने यांची गणना अनुसूचित जमातींमध्ये केली आहे आणि यांना विशेष फायदे बहाल केले आहेत. या पुन्हा प्रवाहात येण्यामुळे जर त्यांच्या या सवलती रद्द झाल्या, तर प्रदेशात उठाव होतील; दंगे होतील. किती वाईट आहे हे च्यायला! आपल्याला स्वातंत्र्य पार १९४७ सालात मिळालं आणि त्यानंतर भारताने प्रगती केली आहे. पण तेव्हापासून वनवासी तर नकारात्मक बदल अनुभवत आहेत. ते सरकारकडून

अक्कलहुशारीने मदत घेऊ शकतात आणि हेही तेवढंच महत्त्वाचं की, ते स्वत:च्या 'राज्यातून' काही मोलाची भर घालू शकतात.''

स्तब्धता. मग, ''अजून तू तिरकस बोलते आहेस का नफीसा?''

''राजकारणी जसे स्वत:च्या मतदारसंघाला उत्तरदायी असतात अगदी तसंच तथाकथित राजानेही असायला हवं. त्यांच्या नजरेतून तुम्ही चांगलं ठरावं म्हणून वरवर कनवाळूपणा दाखवायचा, असलं उदात्तीकरण नाही. त्यांच्या व्यथा, काळज्यांना तुम्ही खूप डोळसपणे प्रतिसाद देणं हे त्यांना तुमच्याकडून हवं आहे.''

''हा प्रघात आमच्या पूर्वजांनी पाडला आहे. त्याने सिंहगडाचं भलं झालं आहे.''

''तुझं बोलणं ऐकताना सिंहगडचं तथाकथित खानदानी रक्त अप्रत्यक्ष मदत आणि सवलती यांच्यामार्फत सु-मनांच्या पिढ्यांची सुगी होऊ देतं आहे, हे सत्य म्हणून स्वीकारणं मला फार जड जातं आहे. असं वाटतं की, आपण या धरणीचं छत्र आहोत असा तुझ्या सासरच्या मंडळींचा दावा आहे, पण प्रजेला मात्र ते तिच्या छायेत मुळीसुद्धा येऊ देत नाहीत. सबलांनी दुर्बलांचं असं रक्षण करायचं असतं का?''

''सिंहगडच्या राजगृहानं जे करणं आवश्यक आहे ते ते करीत आहे.''

''समजून घे हे प्लीज. हे वर्ग, वित्त, जात याबद्दल नाहीच. हे आहे सबलांबद्दल आणि दुर्बलांबद्दल. पुढे येऊन दुर्बलांना मदतीचा हात देणं, हे सबलांवर असतं आणि तसंच 'याची परतफेड नंतर' हे स्वच्छ उमजून ती मदत स्वीकारणं हे दुर्बलांवर असतं. परतफेडीचा हेतू नसेल तर घेऊ नका. हे शिकवायला तुम्हाला कोणत्याही शिक्षणाची किंवा धर्माची किंवा पिशपॉश लालनपालनाची गरज नसते.''

''अशी नाटकी वटवट करू नको. तू मला चिडीला आणते आहेस.''

''बरं, मग मी सगळं रामायण पुन्हा सांगते. सिंहगडच्या आदरणीय राणी आणि राजाला याचं आश्चर्य वाटेल, पण सत्य हे आहे की, प्रत्येकाला सुखी जीवनाची आशा असते आणि त्यासाठी मिळालेल्या मदतीबद्दल कृतज्ञता असते; यात वनवासीही आले. मी शेवटचं पाहिलं तेव्हा तीही माणसंच होती. हे काही फक्त निवडक राजेलोक आणि अमेरिकन नसतात, ज्यांना सुख हा आपला घटनात्मक अधिकार वाटतो.''

छै बंद करते. हे प्रथमच घडत नाही. ही शेवटचीच वेळ नाही. ती निर्णायक पद्धतीने फोन बंद करते.

नफीसाला तिच्या सकाळच्या संपादकीय बैठकीसाठी बोलावलं जातं. ती वर्क-एन-बॉम्बेत गुंतून जाते. तिच्या शहराच्या जीवनातला एक दिवस.

पोपट चिवचिवताहेत. भरारी घेताना मध्येच सर्वच्या सर्व पोपटांची हत्या.

ओरडणारे पोपट एका फटक्यात चिडिचूप! घटकेत आवाजी; घटकेत एकदम मृत.

भाग्यलक्ष्मी झोपेतून कष्टाने डोळे उघडते. मनगटी घड्याळ घेण्यासाठी कुशीवर वळते. थंडगार फरशीचा स्पर्श होतो. किती वाजलेत? ते पोपटच आहेत का, तिच्या डोक्यावर पोपट का घोंगावत आहेत? फरशीवर पातळ सतरंजीवर उशीशिवाय झोपलेल्या आपल्या ठिकाणावरून ती वर पाहते. 'हे कशाला घाबरून पळतायत? हे एवढ्या एकाएकी का थांबतं? ही दाराची बेल आहे. चिवचिवणाऱ्या पोपटांसारखी बनवलेली आहे. असली घंटा आपल्या घरासाठी निवडणारी माणसं कसली असतील? घंटी वाजतेच आहे. कुणीतरी बटणावर बोट ठेवलंय आणि सोडून देतंय. त्यावर रेलतंय आणि सोडून देतंय. रेला, सोडून द्या. रेला....'

पुढचं दार म्हणून भाग्याला जे आठवतं, तिकडे जाण्यासाठी ती धडपडत खोलीच्या बाहेर येते. झोपाळलेल्या डोळ्यांनी बाहेर जाताना बाहेरच्या खोलीत कशातरी घड्या करत एकमेकांवर कशाबशा रचून ठेवलेल्या उश्या-पांघरुणांमध्ये एक अस्थिपंजर तरुण मुलगा अस्ताव्यस्त पडलेला दिसतो. त्याने अत्यंत ढगळ कपडे घातलेले असतात. भलीमोठी पीक कॅप त्याच्या डोक्यावर तिरकी बसलेली असते. टोपीखाली कुठेतरी इयरफोन बसवलेले आहेत. तो आळोखेपिळोखे देतोय. भाग्या थांबून पाहते. तो मुलगा अशक्य झटके देतो. त्याचे डोळे मिटलेले असतात आणि त्याला फार वेदना होत असतात असं दिसतं. त्याचे हात वर-खाली झेपावतात किंवा ते आत-बाहेर होतात. पुन्हा दारावरची घंटी, रेला, सोडून द्या, रेला, सोडून द्या. भाग्या खाली वाकते आणि त्या मुलाच्या खांद्याला स्पर्श करते. तो डोळे उघडतो आणि यो-व्हाच्यूवॉण्ट हातवारे करतो. पोपट चीत्कारतात, त्यांचं अख्खं कुटुंब मरतं, तशीच जन्माला आलेली नवी पिढी लक्ष वेधून घेण्यासाठी ओरडते, भाग्या दारापर्यंत पोहोचते आणि दार उघडते.

"नमस्तेय्जी, वॅरी गुड मॉर्निंग टू यूजी मायडमजी." असे म्हणत तो माणूस एक भयंकर गुलाबी आयताकृती कार्ड भाग्याच्या हाती सरकवतो. त्या क्षणी नेमकं अधिक बरं करण्यासारखं काही नसल्याने भाग्या आवेशाने पेश केलेल्या त्या गुलाबी वस्तूकडे बघते. त्या कार्डवर ओळी आहेत, त्यांना छेदणारे दर महिन्याचे रकाने आहेत. प्रत्येक महिन्यात सर्वांत शेवटी एका रकान्यात वरती 'R u Satisfy?' असं लिहिलेल्याखाली उत्तर देण्याचा पर्याय आहे. भाग्या बाहेरच्या खोलीतल्या त्या झटकेबहाद्दराकडे पाहते. आता त्याची फेपऱ्याच्या झटक्यांइतपत प्रगती झालेली आहे. त्यापेक्षा कार्डाकडे बघणं बरं म्हणून ती कार्ड उलटून दुसऱ्या बाजूवरच्या छापील मजकुराचा अभ्यास करू लागते. त्यात केबलवाल्याच्या बेस्ट सर्व्हिसची तिला हमी दिलेली असते.

'पैहे' म्हणत तो खुरटा माणूस तिच्या छातीवर खिळलेल्या त्याच्या नजरेत

वाईट काही नाही हे दाखवण्यासाठी स्मितहास्य करतो. नजर तशीच खिळलेली राहते, तसच त्याच्या स्मितहास्यामधून पूर्ण न किडलेले भाग, दातांचे कधीच काळे पडलेले भाग दिसतात. तो पुन्हा 'पैहे' म्हणतो तेव्हा त्या काळ्या फटींमधून पान मसाल्याचा दर्प येतो.

"सॉरी?" आपण चेन्नईत नाही हे भाग्याला आठवतं. ती दिल्लीत असते. ती पुन्हा ठाशीव हिंदीत काळजीपूर्वक म्हणते, "हम समझें नही."

"ओहजी, पेय्मेंट माय्डमजी. मायगुडसेल्फ केबल कंपनी. मन्नी पेंडिंग. लांग टाइम से पैहे नो गिव्ह."

भाग्याला एक अशरीरी 'हेल्लोजी!' ऐकू येतं. ती उभ्या असलेल्या पहिल्या मजल्याच्या लँडिंगच्या बाहेरून कुठूनतरी हा मैत्रीपूर्ण आवाज वाहत आलेला असतो. ती पाऊलभर आणखी बाहेर जाते, बाहेर बघते आणि तिला एकदम डोक्यावरून जाणाऱ्या विजेच्या उघड्या तारा, अति बांधलेल्या, अति लटकणाऱ्या घरांच्या छपरावरच्या पाण्याच्या टाक्यांना छेदून जाणाऱ्या टी. व्ही. केबल्सचं मोठ्ठं दर्शन होतं. छपरावरची घरं एकमेकांना अगदी खेटलेली असतात आणि लाजेकाजेस्तव त्यांच्या पुढच्या फाटकांमध्ये इवलीशी जागा सोडलेली असते. बाहेरच्या जागेत भल्यामोठ्या कुंड्यांनी अतिक्रमण केलेलं असतं. त्याच्या पलीकडे आडव्या तिडव्या लावलेल्या मोटारी.

"मैंकयाजी इथ्थे, हिअरजी, हेल्लोऽऽ!"

भाग्या उजवीकडे बघते. लगतच्या बाल्कनीतून एक बाई पुढे ओणवते आणि आनंदाने ओरडते, "ओहजी आपने कहाँ कहाँ देख लिया। अच्छा फर्स्ट टाइम आलात म्हणून तुमच्या ससुरालला इतकं निरखून पाहता हेंजी?"

"तुम्ही मद्रासी सूनबाई. हो की नाही? मी तुमची शेजारीण. प्लीज टू मीट यू. काल रात्री रिसेप्शनमध्ये तुम्हाला पाहिलं, पण तुमची सासरच्या नव्या मंडळींशी ओळख करून देणं चाललं होतं. म्हटलं तिथल्या तिथे कशाला डिस्टर्ब करा, हैजी. हा माणूस पैसे मागतोय, तो प्रॉपर दिल्लीचा नाही ना. त्यांच्या बोलीत 'स'चा उच्चार होत नाही. ते 'स'ला 'ह' म्हणतात. सगळं गावंढळ, यू नो? आप आइये। जरा मोकळा वेळ मिळाला की या. जरा टी-शी घेऊ. बैठके बातें-शातें करेंगे। तुम्ही मद्रासी आहात, पण हिंदी समजतं ना? मी म्हणत होते, गरमागरम चाय-पकोड्यांबरोबर टॉकशॉक करू."

या निर्हेतुक चांगुलपणाने भाग्याचं हृदय अगदी भरून येतं, पण ती केवळ त्या बाईकडे बघते आणि हलके हसते. ती बाईही हसते. अधिक रुंद. तिचे डोळेसुद्धा हसतात. भाग्याला शक्य असतं, तर तिने ओणवून त्या बाईला मिठीच मारली असती; जवळ जाऊन मन:पूर्वक धन्यवाद दिले असते. कित्येक आठवड्यांनी

तिच्या तोंडावर खरंखुरं हसू उमटलेलं असतं. दिल्लीत तिला मिळालेल्या उबेची ही पहिली खूण आहे.

आदल्या दिवशीच्या रिसेप्शनमध्ये नातेवाइकांची रीघ लागलेली होती. ज्यांच्या पाया पडून आशीर्वाद मागायला तिला सांगितलं होतं, त्यांच्या शुभेच्छा अगदी थंड आणि वरवरच्या होत्या. अगदी उत्स्फूर्तपणे आशीर्वादासाठी उचलला जाणारा हातही कित्येकांनी उचलला नाही. काही जण नेहमीच्या शुभेच्छा पुटपुटले, 'जीते रहो।'. एकानेही शकुनाची मुंह-दिखाईची कॅश दिली नव्हती.

बाल्कनीतली बाई जिन्याच्या तोंडाशी बघते. पटकन हात हलवते आणि हसू तोंडावर घेऊनच तिच्या घरात अदृश्य होते. भाग्याला पावलांचा आवाज ऐकू येतो. दाराकडे येणाऱ्या पायऱ्यांकडे ती पाहते. पायऱ्यांवरून एक खूप गोरी आणि ठेंगणी बाई येत असते. 'अरे हां, या काल रात्री भेटल्या होत्या.' ही तिच्या नवऱ्याच्या भावाची बायको असते आणि आतला झटकेबहाद्दर त्यांचा मुलगा असतो. ते लग्नासाठी अमेरिकेहून आलेले असतात.

ठेंगणी एक गोठलेलं हास्य फेकते. "आत्ताच उठलीस? पहाटेपासून पाहुण्यांची पाठवणी करतोय. आपल्या बाहेरच्या खोलीतले पाहुणे सकाळी सहाच्या फ्लाइटने गेले आणि ते सामानाचा किती आवाज करत होते! पण बहुतेक तुला काही ऐकायला आलं नसावं. त्या सगळ्यांना आमचं टॉयलेट-बाथरूम वापरावं लागलं, कारण दुसऱ्याचं दार तुम्ही बंद करून घेतलं होतं. मी प्रत्येकासाठी चहा केला आणि व्यक्तिश: प्रत्येकाला फाटकापर्यंत सोडायला गेले. करायला लागतं. शेवटी घरचं लग्न आहे. घरच्या एकुलत्या एका मुलीचं लग्न होतंय. माझा नवरा त्यांना सोडायला विमानतळावर गेला. तुझ्या नवऱ्याने खालच्या मजल्यावरच्या पाहुण्यांना स्टेशनवर सोडण्याची व्यवस्था केली. तुझी झोप ठीक झाली ना?" तिचा ॲक्सेंट म्हणजे भलताच खडबडीत रस्ता होता. दिल्लीला सुरुवात करून मध्ये मध्ये कुठल्या कुठल्या अज्ञात पिट स्टॉप्सवर पेट्रोल भरून शेवटी डेलावेअरला.

"मी खूप दमले होते आणि मला खरंच काही ऐकायला आलं नाही." भाग्या स्पष्टीकरण द्यायला सुरुवात करते आणि केबलवाल्याकडे खूण करून थांबते. ठेंगणी आपली थंड नजर त्या ठेंगूकडे वळवते. ताबडतोब तो विनम्र भाव धारण करतो. पाय जुळवून हाताची घडी, नजर खाली. तो अशा शहरात काम करतो जिथे कुठल्याही स्वरूपात सत्तेचे – मग ती दिखाऊ का असेना – धनी ताबडतोब ओळखून त्यांना सलाम केला जातो. त्याच्या बोलण्यात खोटी नम्रता येते.

ठेंगणी तिचा आवाज किंचित वाढवते आणि त्यात त्रासिक अधीरता आणते. ती जिथे आहे ते शहर त्यांच्या पोकळ सत्तेला शरण येणाऱ्यांशी या पद्धतीने बोलतं. तिच्या ॲक्सेंटमधल्या सगळ्या अनोळखी जागा पुसून जातात. तो शुद्ध नवश्रीमंतांचा

तोरा राहतो. "हो, आमचाच फ्लॅट आहे, पण आम्ही भाड्याने दिलाय. आम्ही अमरिकामध्ये राहतो. तू एवढी मोठी रक्कम आधीच्या भाडेकरूकडे कशीकाय साठू दिलीस आणि तो इतक्यातच सोडून गेला? या लग्नाच्या पंधरा दिवस आधी जागा खाली करण्यासाठी आम्ही त्याला तीन महिन्यांची नोटीसपण दिली होती. आता तू झोपून होतास, त्याला आम्ही काय करणार?"

ठेंगू कुरकुरतो. ठेंगणी थंडपणे त्याला सुनावते की, त्याने अनामत रक्कम जास्त घ्यायला हवी होती. त्यांनी इतक्या दूर अमेरिकेतून त्याच्या फायद्यातोट्याची जबाबदारी घ्यावी अशी त्याची अपेक्षा होती का? वरच्या मजल्यावरचा फ्लॅट तिच्या दिराचा होता. म्हणजे सध्याचा भाडेकरू फालतू थोडे पैसे चुकवून पळाला, तर वसुली करायला केबल कंपनी चेन्नईला जाणार होती का?

ठेंगू बिचारा कुरकुरत बसतो. ती त्याला घालवून देते. "जा खाली माताजींशी बोल आणि त्यांनी तुला वरती पाठवलं, हे मला मोठ्या आवाजात सांगू नको. मग जा पिताजींशी बोल. दफा हो जाओ." ठेंगूच्या रागावलेल्या तोंडावर दार आपटल्यावर तो गुपचूप निघून जातो.

भाग्या त्या पारोशा पांघरुणांच्या वासात उभी राहून 'चहा कॉफीची काही शक्यता दिसत नाही, तर काय बरं करावं' असा विचार करते. तिला काहीतरी खायलाही हवं असतं. व्हायरल ॲटॅकच्या तिच्या ॲंटिबायोटिक्सचा आज शेवटचा दिवस असतो. तिला रिकाम्या पोटी गोळ्या घेता येत नसतात. 'सरळ स्वयंपाकघर शोधावं का?' नाश्त्याचं विचारण्यासाठी भाग्या ठेंगणीकडे बघते. बाहेरच्या खोलीत फरशीवर पसरलेल्या आपल्या मुलाकडे बघताना पडलेल्या आठीचं, भाग्या आपल्याकडे पाहते आहे हे जाणवल्यावर स्मितहास्यात रूपांतर होते.

"सो स्वीऽऽऽऽ ट" श्रेयपूर्ण नजर झटक्याकडे खिळवत ठेंगणी प्रेमाने नाकात बोलते.

"मी विचार करत होते, थोडा चहा मिळाला असता...."

"आता हेपण मीच करायचं का?"

"तसं नव्हतं म्हणायचं, पण कुठे काय आहे दाखवलंत, तर स्वयंपाकघरात जाऊन माझा मी करून घेईन."

बाहेरच्या खोलीच्या मागच्या बाजूला कुठेतरी ठेंगणी हात दाखवते. "याच्या वरचा फ्लॅट तुझ्या नवऱ्याचा आहे. त्याची रचना अगदी अशीच आहे. संध्याकाळी भाडेकरू कामावरून येतो तेव्हा तू बघू शकली असतीस, पण तुम्ही इतक्या घाईघाईने निघाला आहात संध्याकाळच्या फ्लाइटने. तुला खूप काम असतं म्हणे आणि बँकेत तुझा जॉब फार महत्त्वाचा आहे म्हणे, त्यामुळेच तुम्ही रिसेप्शनच्या आधीच्या एकाही समारंभाला हजर राहू शकला नाहीत. आपले सासूसासरे यामुळे

दुखावले गेले आहेत आणि तुमची धाकटी सून कुठेय असं प्रत्येकाने विचारल्यावर त्यांना अगदी कानकोंडं होत होतं. पण क्या करे, तू आहेस करियरवाली. वरच्या मजल्यावरचे भाडेकरूसुद्धा पूर्ण वेळ कामाला जातात. चाव्यांचा एक सेट खालीही असतो, पण अशी कशाला ढवळाढवळ करायची? आपण सुसंस्कृत माणसं आणि वरचे भाडेकरूसुद्धा अगदी चांगले आहेत. एकटी अविवाहित बाई असली, तरी भाडं अगदी वेळेवर येतं.''

''दोन्ही फ्लॅट्सचं भाडं सासऱ्यांकडे जातं, म्हणजे चांगलंच आहे म्हणा!'' भाग्या घाईघाईने म्हणते.

''दोन्ही मुलगे वृद्ध आईबापांची काळजी घेताहेत स्वीट.''

''अर्थातच! पूर्ण घर त्यांच्याच नावावर आहे. हे मजले कायदेशीररीत्या वेगळे झालेले नाहीत, त्यामुळे तसंही भाडं त्यांच्याकडेच जायला हवं, नाही का?''

ठेंगणी उत्तर द्यायच्या भानगडीत पडत नाही. झटक्याच्या एका बाजूचा इयरफोन ती बाहेर काढते आणि लाडाने त्याच्या कानात काहीतरी सांगते. तो अधीरतेने होकारार्थी मान हलवतो. पुन्हा प्लग खुपसतो.

स्वयंपाकघराकडे जाताना भाग्या विचारते, ''माझ्या नवऱ्याला दुसऱ्या मजल्यावरचा फ्लॅट मिळावा, हे कसं ठरवलं?''

''मी समजले नाही.''

''मला भांडायचं नाही, पण चिठ्ठ्या वगैरे टाकल्या होत्या का? वरती मजला नसलेलं दुसऱ्या मजल्यावरचं घर म्हणजे उन्हाळ्यात भट्टीसारखं तापतं.''

''तू मद्राससारख्या घामट-गरम ठिकाणची आहेस, तर मला वाटतं, तुला हे सगळं माहिती असायला हवं; पण गोऱ्या त्वचेइतकी काळी त्वचा भाजत, रापत नाही. तू म्हणालीस तसं यात तुला दुखवण्याचा हेतू नाही. मी आपलं टी.व्ही.वर सौंदर्याच्या कार्यक्रमात जे नेहमी ऐकलं ते पुन्हा सांगितलं. असं म्हणतात की, गोऱ्या माणसांनी जास्त सनब्लॉक क्रीम लावायला पाहिजे, कारण त्यांची त्वचा फॉरिनच्या लोकांसारखी असते, ती सहज भाजते. अर्थात, तू काही एवढी काळी नाहीस. तुझे फोटो पाहिल्यावर आपल्या सासूबाई 'गव्हाळ' म्हणाल्या होत्या. बरं, त्यांनी मला तुला सांगायला सांगितलं आहे की, रोज सगळ्या मुला-नातवंडांनी त्यांना नमस्कार करायचा अशी पद्धत आहे. फाळणीआधीपासून आपल्या सासरची तशी परंपरा आहे. रोज सर्वांत प्रथम आणि सर्वांत शेवटी चरणस्पर्श करायचा. कळलं?''

ठेंगणी तिच्या लांब स्कार्फने एक प्रात्यक्षिक नृत्य करून दाखवते. ''आणि तुझ्या दुपट्ट्याने तुझ्या सलवार कमीजवरून वरचं शरीर पूर्ण झाकलं गेलं पाहिजे. अस्सं! छातीचा भाग अगदी पाठीपासून चुन्नीने पूर्ण झाकला जायला हवा. काल

तुझ्या साध्या सलवार सूटवर घातली होतीस तशी; अशी नाही." इथे ती सगळं कापड गोळा करून गळ्याभोवती गुंडाळते. "पण डोकं झाकलं नाही तरी चालेल. तशी आपल्या सासरची मंडळी आधुनिक आहेत. त्या सरकारी शाळेच्या मुख्याध्यापिका म्हणून निवृत्त झाल्या आहेत. माहीत आहे ना?"

"मी पुष्कळ ऐकलंय. हे नियम आणि बंधनं यातलं काही तुम्हाला खटकत नाही? म्हणजे तुम्ही अशा वातावरणात राहता की, जिथे तुम्हाला दिसत असेल की, या गोष्टी एवढ्या महत्त्वाच्या नाहीत म्हणून विचारलं"

"तू कधी परदेशात गेली नाहीस हे तर दिसतंच आहे. तुला आश्चर्य वाटेल, पण काही लोकांना इथून गेल्यावर त्यांच्या संस्कृतीचं प्रेम वाटायला लागतं. माझं म्हणशील, तर जे सगळ्यात उत्तम ठरेल ते मी करते आणि..." भाग्याकडे नीट निरखून पाहत ती क्षणभर थांबते आणि थेट तिच्या डोळ्यात पाहत म्हणते, "माझे शत्रू आणि मुद्दे मी काळजीपूर्वक निवडते. ते माझी निवड करत नाहीत. भांडण मी काढते."

भाग्याचं डोकं हल्लक होऊ लागतं. "तुम्ही घ्याल थोडा चहा?"

"चालेल, पण फार उकळू नको. अति कडक चहाने त्वचा काळवंडते असं आम्हाला शिकवलं गेलं आहे आणि आपल्या सासूबाई याच कारणासाठी सौम्य चहा पितात. आपल्या जातीत सगळ्यांना असंच शिकवलं जातं, त्यामुळे मुलांना आपण कसा चहा देतोय याबद्दल आम्ही फार दक्ष असतो."

आपण हल्लक डोक्यामुळे फुरफुरलो की शिल्लक राहिलेल्या विषाणूंमुळे की नुसत्याच भीतीने, ते भाग्याला कळत नाही. ती पटकन सावरून घेते, "बहुतेक ते माझ्या नवऱ्याचा चहा काळा करायचा नाही, हे विसरले असावेत वाटतं."

त्यांच्यापैकी कुणाच्याच कधीच हे लक्षात आलं नव्हतं किंवा त्यावर कधीच चर्चा झाली नव्हती हे पोहोचवण्यासाठी ठेंगणी एक सेकंद थांबते आणि मग आवाजात आश्चर्य आणून म्हणते, "हांऽऽऽ बडे स्वीट से हैं, पण भाईसाब जरा सावळेपणाकडे झुकतात, नाही का?" मग स्वभावधर्मानुसार बिचाऱ्या ठेंगणीला डंख मारल्याखेरीज राहवत नाही. अगदी निष्कपटपणे– तिचा एकमेव दृश्य गुण - ती बोलून जाते, "सासूबाई म्हणतात, होगा कुछ कोई पूर्वजोंका। फाळणीपूर्व काळातले सासऱ्यांच्या बाजूचे कुणीतरी रक्ताचे नातेवाईक असतील गव्हाळ वर्णाचे. अब देखते हैं बच्चे क्या... पण तुझ्यासाठी चांगलंच झालं हे."

तिला असं म्हणायचं होतं की, तिची मुलं डांबरासारखी काळी होतील आणि तो स्वतः गोरा असता, तर त्याला गोरी वधू मिळाली असती. भाग्या तिथेच विचार चटकन तोडते आणि त्या दिवसापुरता निश्चय करते. 'या बाईला तुझ्या फार जवळ येऊ देऊ नको.'

'तुझ्या गव्हाळ त्वचेच्या जवळ.

'ओके. बास झालं भाग्या, या निर्बुद्ध बाईला दूर ठेव.'

या आत्ताच घेतलेल्या निर्णयाला चिकटून राहण्याइतकी भाग्या आज ताळ्यावर नव्हती. एकतर ती सर्वस्वी अपरिचित माणसांबरोबर या अनोळखी घळीत सापडली होती आणि त्यात भर म्हणजे त्या विषाणूंनी तिला अशक्त करून सोडलं होतं. तसंच ती फार दमली होती. तिच्या नवऱ्याने चेन्नईतली नोकरी सोडली होती. त्यांचं लग्न झाल्यानंतरची ही त्याची दुसरी नोकरी होती. ही नोकरी सोडल्यावर कंपनीने लीज मागे घेतलं होतं, त्यामुळे त्यांना भाड्याचं घर बदलावं लागलं होतं. या नवीन, जेमतेम परवडणाऱ्या जागेच्या मालकाने वैयक्तिक लीज करायला नकार दिला होता. भाग्याला तिच्या बँकेच्या हाता-पाया पडून लीजवर को-सिग्नेचर घ्यावी लागली होती.

दरम्यान बँकेत प्रचंड काम होतं. ते दमवणारं असलं, तरी बुद्धीला चालना देणारं होतं. नववधू भाग्या! रजा न घेता काम करणारी भाग्या! कारण ती प्रमोशनच्या रांगेत होती आणि तिचं बरोबरही होतं. रजेवर असलेल्या माणसांना प्रमोशन मिळत नाही. भाग्या भाडं भरणारी आणि टेबलावर जेवण मांडणारी असल्याने तिच्या नवऱ्याचा बचतीवर विश्वास नव्हता. त्याचा कंडोमवरही विश्वास नव्हता. संतती प्रतिबंध करणारी वधू.

आणि आता, गोंधळलेली वधू. घरच्या लोकांना फ्लॅट वापरता यावा म्हणून भाडेकरूंना जर तीन महिन्यांची नोटीस दिली होती, तर तिचा नवरा त्याच्या बहिणीच्या लग्नाला शेवटच्या क्षणी कसा पोहोचला होता? तिला सांगितल्याबरोबर लगेचच तो चेन्नईहून दिल्लीला यायला निघाला होता. तिने एकटीनेच नवा फ्लॅट लावला, एकटीनेच आजारपण काढलं, कारण ती पळून गेल्यानंतर तिच्या आई-वडलांची भयंकर मानखंडना झाली होती. या मुलाची पत्रिका अजिबात जुळत नव्हती. लग्नाला पोहोचेपर्यंत ती जेमतेम बरी झाली होती.

अक्षरश: वेळेवर. तिच्या लो कॉस्ट एअरलाइन तिकिटमुळे गोंधळाची पूर्ण हमी होती. सबंध सकाळ आणि दुपारभर तिने प्लॅस्टिकच्या बकेट सीटमध्ये बसून, तिला दिल्लीला नेणारं सोडून बाकी सर्व विमानांची 'प्रयाणं' दाखवणाऱ्या मॉनिटरकडे बघत काढली. एअरपोर्ट कंजेशन हे नेहमीचं कारण. शिवाय दिल्लीवरच्या आकाशात एअरफोर्सच्या कसल्याशा सरावाची भर. जेव्हा तिचं विमान सुटलं, तेव्हा जवळजवळ तासभर ते राजधानीवर घिरट्या घालत राहिलं होतं, कारण खाली लँडिंग जाम झालेलं होतं. विमानतळावरच्या रेस्टरूममध्ये भाग्या जीन्स आणि शर्ट बदलून घाईघाईत खरेदी केलेला सलवार कमीज चढवते. मग बाहेर नवऱ्याला भेटते. तो रस्त्यावरच्या इतर सर्वांसारखाच गाडी चालवतो, पण चेन्नईत स्कूटी चालवणाऱ्या

भाग्याला हा आक्रमकपणा निरर्थक वाटतो. ट्रॅफिक सिग्नलच्या मध्ये वेड्यासारखी गाडी हाणल्याने पोहोचायचं ठिकाण जवळ येण्याची शक्यता नसते.

निमंत्रितांचं स्वागत करणाऱ्या रांगेत उभं राहण्यासाठी ते अगदी वेळेवर हजर होतात. त्यापूर्वी भाग्याच्या नवऱ्याने तिला सासूसासऱ्यांच्या पाया पडायला सांगितलेलं असतं. तिची त्यांच्याशी प्रथमच ओळख होत असते, कारण त्यांचं 'कोर्ट मॅरेज' असल्याने ते लग्न यथासांग नव्हतं, त्यामुळे यायला त्यांनी नकार दिलेला असतो. त्यानंतर आशीर्वाद घेण्यासाठी तिला विविध लोकांच्या पाया पडायला फर्मावलं जातं. लवकरच वधूची पाळी येते आणि भाग्या आपल्या नणंदेकडे – तिची औपचारिक ओळख करून दिलेली नाही – पाहते. त्याच हालचाली करताना, परंपरा, अपेक्षा आणि खूप भरजरी लहेंगा आणि हुंड्यातला बराचसा भाग तिच्या हाता-गळ्या-कानात असल्याने वाकलेली आणि तिच्या मधल्या भांगात भरलेला ज्वाळेसारखा लालभडक सिंदूर असतो. त्यावर बसलेला कपाळावरचा दागिना, त्याखाली खूप कमानदार भुवया आणि खूप जास्त सोनेरी आय शॅडोमुळे खाली झुकलेले डोळे, जाड काळं आयलायनर आणि काजळ यामुळे तिच्या चेहऱ्याला सदैव आश्चर्यचकित झालेल्या, पण श्रीमंत रॅक्कूनची कळा आलेली असते.

यथावकाश वधूच्या जाण्याची वेळ येते. इशाऱ्यासाठी ब्रास बँड जुन्या हिंदी फिल्मी गीतांची धून वाजवू लागतो, ज्यात नवरी रडत असते. अरेरे, आता तिला बाबुलचं घर सोडून पीहरच्या नगराला जावं लागणार असतं. जा आ आ आ ना आ आ आ पऽऽऽ अ आ आ हा; जावंच लागलं. बापाच्या घरून नवऱ्याच्या घरी. पर्याय नाही. बँडवर नवरीच्या वडलांचा दृष्टीकोन वाजतो – नवरीबाई, बाबुलचे आशीर्वाद घे आणि चालू लाग. शांतीपूर्ण अस्तित्व मिळव आणि तुझ्या आईच्या घराची आठवण तुला कधीही न होवो. हा तुला वडलांचा आशीर्वाद! आता जा.

नवरी लाजून रडते- तशीच श्रीमंत पण चकित रॅक्कून हे वर्णन फिकं पडेल अशी- ती आणि तिचे दागदागिने यांच्याबरोबर तिचा लहेंगाही गाडीत नीट विराजमान होतो. हुंड्यातल्या भारी वस्तू आधीच पुढे पाठवून दिलेल्या असतात. भेटवस्तूंनी कारची डिकी गच्च भरलेली असते. आहेराच्या रोख रकमेची सगळी पाकिटं एका प्लॅस्टिकच्या पिशवीत नवऱ्या मुलाच्या आईच्या जाडजूड हाताखाली संध्याकाळभर गुपचूप बसली होती, तीही निघाली.

गाडीचा ड्रायव्हर रूढीप्रमाणे लगेच गाडी सुरू करत नाही. नवरीला वडलांचं घर सोडून जाणे किती जिवावर आलंय याची खूण म्हणून वधूचे भाऊ आणि इतर चार हट्टीकट्टी माणसं गाडी ढकलत फाटकातून बाहेर नेतात, कारण नवरीने तेव्हा जायला पाहिजे तेव्हा जायलाच पाहिजे. तेच तिचं निधान, पित्याचं घर म्हणजे केवळ रेल्वे स्टेशनवरची वेटींग रूम. एक काका रिव्हॉल्वर काढतात. लायसन्सवालं

बरं का! हवेत गोळ्या झाडतात. लगेच म्हाताऱ्या मावश्या, काक्या चुकून कुणाला गोळी लागली नाही ना ते बघतात. असं घडल्याचं ऐकलंय. म्हणजे चांगल्या घरात, वरच्या जातीत नाही. अर्थात कुणीतरी दारू प्यायलेल्या नातेवाइकाने गोळ्या झाडल्या आणि कुणीतरी लोक – त्यात एक फुटपाथवरचं भिकाऱ्याचं पोर – मेलं. असं घडलेलं येतं पेपरात. च् च्, किती वाईट!

हे काही बारीकसं लग्न नव्हतं. कित्येक महिने याची तयारी चालू होती. मग असं 'नशिबाचा घाला' असल्यासारखं स्वरूप त्याला देऊन ते तिच्यासमोर का मांडलं गेलं असेल? आणखी काय काय ते शेवटच्या क्षणापर्यंत सांगणारच नाहीये? आणखी काय काय अजिबातच सांगणार नाहीये? भाग्याला उद्वेग येतो. ठेंगणी स्वयंपाकघरातल्या कपाटाला टेकून उभी राहून तिच्याकडे पाहत असते, पण ती काहीही मदत देऊ करत नाही.

भाग्या स्वत:ला सावरते. हव्या त्या वस्तू शोधते. शेल्फवर तिला एका डब्यात बिस्किटांचा अर्धा पुडाही दिसतो. 'मी बिस्किटं खाल्ली तर चालेल का' असं या बाईला विचारावं का? मरू दे. ती बहुतेक तिच्या अमूल्य गोऱ्या रंगासाठी चहाचे सेकंद मोजत असेल मनातल्या मनात. हिने खाल्लेली चालणार नसली, तर ती सरळ हिसकून घेईलच.' भाग्या विचार करते.

'पण का? ती अशी का आहे? सारखी अंगावर धावून का येते? नावड उत्पन्न व्हावी अशी खबरदारी घेत सासूबरोबर हे कसलं गठबंधन? आवडत नाही, ठीक आहे, पण नावडणार आहे असं सुरुवातीलाच का ठरवायचं? असे निष्कर्ष सुरुवातीलाच का काढायचे की चकमकी घडणारच आहेत आणि आम्ही शेवटपर्यंत आंधळेपणाने एकमेकींशी भांडणारच आहोत.'

आपला गोंधळ झाकण्यासाठी भाग्या काहीतरी बोलणं काढण्याचा प्रयत्न करते. "तुमचा मुलगा सकाळपास्नं काय ऐकतोय?"

ॲक्सेंटचा उलटा प्रवास सुरू होतो. डेलावेअर ते दिल्ली, मध्येच रस्ता बदलून खाली दक्षिणेकडे जाऊन येतो. "स्वीऽऽ ट, आम्ही अमेरिकेमध्ये म्हणतो तसं ही इज व्हेरी मच इंटू इट. तुला माहीत नसेल ते. त्याला रॅप म्युझिक म्हणतात."

"मी ऐकलंय ते."

"एव्हरीवन इज रिअली इंटू इट. छान असतं ना?"

"तेच तेच असतं आणि त्यात काही संगीत नसतं."

ठेंगणी फुत्कारते, "साउथ में गाना-बजाना डिफरंट असतं. तुला त्या मद्रासी म्युझिकची सवय असेल, पण ते अमेरिकन टेलिव्हिजनवर सांगतात ना, त्याप्रमाणे रॅप हा वर्ल्ड म्युझिकचा इंपॉर्टंट भाग आहे. ते क्या कहा, हांऽऽ इट्स पाल्पेबल.

तुमच्या अगदी आतलं बाहेर आणतं.''

"म्हणजे?'' भाग्या पुटपुटते. "उलटीसारखं.''

"काय म्हणालीस?''

"मी एका लेखावर मोठ्यांदा विचार करत होते. तो अमेरिकन वर्तमानपत्रातून इथे पुन्हा छापला होता. त्यात म्हटलं होतं की, रॅप म्युझिकचा पुनर्विचार होतो आहे. विशेषत: त्याची दृश्यं. ती विचित्र वागण्याला ग्लॅमर देतात. या अतिशयोक्त प्रतिमांमुळे तरुणांना तेच सामान्य वागणं वाटायला लागलं. विशेषत: काळ्या तरुण मुली अल्कोहोल आणि ड्रग्जकडे ओढल्या जातात. त्यांची कामभावनादेखील अति चाळवली जाते.''

काल विमानतळावर वाचलेलं किती सुसंगत आठवतंय हे पाहून भाग्याला बारीकसं आश्चर्य वाटलं, सुटल्यासारखंही वाटलं, कारण याचा अर्थ तिचा मेंदू शाबूत होता. फक्त थोडं स्थिरस्थावर होण्याची गरज होती. कालच्या रिसेप्शननंतर तिला मेंदूत पेंढा भरल्यासारखंच वाटत होतं.

या मेलोड्रामाच्या महानायिकेला एक अक्षरही समजलं नव्हतं हे बघून भाग्याला अजिबात आश्चर्य वाटत नाही. स्वभावधर्मानुसार ती वरवरचं तेवढं पाहते आणि अपेक्षेप्रमाणे तिरस्काराने म्हणते, "पोरी, काळ्या पोरी!''

आता इथे खरं म्हणजे आपल्या भाग्याने थांबायला हवं कारण पुढे जाण्यात काही अर्थ नसतो, पण लोह आता तिच्या आत्म्यात उतरू लागलं आहे. तिच्या सगळ्या शरीरात ते पसरलंय आणि त्या घर्षणाने भाग्या तितकीशी छान शहारत नाही. जमेल तेवढ्या बेफिकिरीने ती म्हणते, "लेखात म्हटलंय आणि कुठल्याही रंगाचे गरीब मुलगे व्हिडिओ आणि गाण्यांमुळे अधिकाधिक हिंसक होतायत. काळे नेते तर रॅप गायकांना त्यांच्या गाण्यांमधून स्त्रियांबद्दलचे वाईट उल्लेख करणं बंद करायला सांगत आहेत. तुमच्या मुलाला कदाचित ऐकू जातील म्हणून मी ते शब्द बोलून दाखवू शकत नाही. कुत्र्याच्या मादीसाठी वापरतात ते शब्द. पुरुषांना कुत्र्यासारखं वागता यावं म्हणून ज्या बायका कुत्र्याच्या मादीसारखं वागतात त्यांच्यासाठीचे शब्द.''

ठेंगणी फिस्कारते, "तुला जे काही म्हणायचं असेल ना, ते स्पष्ट म्हणून टाक. पण मग तसंच प्रत्युत्तर मिळेल याची खात्री बाळग.''

"तुमचा माझ्याबद्दल काहीतरी गैरसमज होतोय. मला वाटतं तुम्ही अभिनंदनास पात्र आहात. तुम्ही इथे असताना तुम्हाला करता न येणाऱ्या सगळ्या गोष्टी, जातीमुळे आणि चांगली सून म्हणून राहताना येणारी इतकी बंधनं तुम्ही तिथे अमेरिकन स्वप्न म्हणून जगता आहात. तुम्ही म्हणत होता तसं इथून गेल्यावर माणसं अधिकच भारतीय होतात, पण तुमचं कुटुंब फारच छान मिसळून गेलं आहे;

थेट मुख्य प्रवाहात. तुम्ही इतक्या तऱ्हांनी गोऱ्यांहूनही तुमचं गोरेपण सिद्ध करत आहात, स्वीकार-अंगीकार विरुद्ध सांस्कृतिक विविधता याबद्दल तुमचा मुलगा त्यांना चार गोष्टी शिकवू शकेल. त्याचे कपडे आणि आविर्भाव रॅपर्ससारखा असेल, पण तरी तो त्यांच्यातला नाही.''

हे बोलता बोलता भाग्या स्वत:च्या बडबड करण्याच्या क्षमतेने थक्क होत आणि हे साधारण अर्थ असण्याइतपत होतं हे जाणवून आनंदित होत मगांमध्ये चहा ओतते. अचानकच तिला डोकं अगदी हलकं झाल्याची भावना आणि त्याबरोबर सारं लख्ख दिसू लागल्याची जाणीव होते. भिंतीच्या आधाराने सरकत ती स्वयंपाकघराच्या फरशीवर बसते आणि चहा पिते. काही बोलत नाही. आत्ताच झालेल्या प्रखर स्पष्ट जाणिवेने दिपून जाऊन जणू ती डोळे मिटून घेते. पूर्ण मग्गा संपवते, मग उठते; पुन्हा भरून घेते. बिस्किटांचा डबा घेते. पुन्हा स्वयंपाकघराच्या फरशीवर बसते. डब्यातलं एकन्‌एक बिस्कीट खाते, मग्ग्यातला थेंबन्‌थेंब पिते.

ठेंगणी फुफाटत असते. डोळे वटारून उभी असते. मग्गात पुन्हा चहा घ्यायला भाग्या उठते तेव्हा ती दाणदाण पावलं टाकत संतापाने चालती होते.

'या गोऱ्या कचऱ्याशी – व्हाईट ट्रॅशशी वागण्याचा हा एक मार्ग आहे.' भाग्याला वाटतं. त्यापाठोपाठच तिच्या हेही लक्षात येतं की, कालच वाचलेला शब्दप्रयोग आज वापरता आला म्हणून तिने भयंकर खूश व्हायला हवं होतं; व्हाईट ट्रॅश – गोरा कचरा. आता खरं तिच्या मेंदूकडे लक्ष द्यायला हवं होतं. तिच्या ग्रे सेल्सवर राख जमणार नाही याची अगदी शंभर टक्के खबरदारी घ्यायला हवी होती; अगदी ती आखाड सासू खाली वाट पाहत असली तरीही. शिवाय आत्ताच तिला झालेल्या साक्षात्काराच्या अनुषंगाने यापुढे नवऱ्याला कसं हाताळायचं हेही तिला ठरवायचं आहे. भाग्या स्वयंपाकघराच्या फरशीवरून स्वत:ला उचलून उभं करते. चहाची भांडी वगैरे विसळते. निथळण्यासाठी व्यवस्थित पालथी घालून ठेवते. सेलफोन उचलते आणि नीट विचार करण्यासाठी स्वत:ला कोंडून घेते.

बाथरूम टॉयलेटच्या डक्टमध्ये उघडणाऱ्या जाळ्या मारलेल्या खिडकीला अनेक ठिकाणांहून उच्च स्वरातले आवाज कानी पडतात. मेलोड्रामाची महानायिका खालच्या मजल्यावर आहे, संतापाने ती जवळजवळ वेडी झालेली आहे. नाटकाची नायिका आगीत तेल ओतते आहे. चक्क रानटीपणे अंगावर खेकसणाऱ्या आईला प्रतिसाद देणारा हा तिच्या नवऱ्याचा आवाज आणि काय त्याला गंमत येते आहे असं वाटतंय, तर मग तिचा कयास बरोबर ठरला तर!

शेजारच्या घराची बाथरूम असावी ती बहुधा. तिथून घरगुती भांडणाचे आवाज हलक्या कुजबुजीपासून सुरू होत होत आता खड्या आवाजापर्यंत पोहोचले होते. या सगळ्या दरम्यान त्यातला पुरुष आवाज करकरून घसा साफ करतो आहे आणि

खाकेरे टाकतो आहे. "बस कर!" पुरुष गुरगुरतो, "बास, बहुत हो गया।" खाकरणे, गुळण्या सगळं एकत्र करून एक जोरदार फ्रीस्टाइल थुंक-खर्रर-थुंक. "तुम्ही माझं ऐकून घेतलंच पाहिजे." बाई किंचाळते. "तुम्हाला माहिती आहे की, मला तुमच्याशी काहीतरी महत्त्वाचं बोलायचं आहे, म्हणून तुम्ही बाथरूममध्ये जाऊन दात घासायला सुरुवात करता. असं चालणार नाही. हे अगदी अति होतंय. टू मच, थ्री मच!"

बाईच्या पाठीमागून एक बारीक कॅव कॅव ऐकू येते. त्यांचं मूल असावं किंवा भेदरलेलं मांजर.

भाग्या पटकन सेलफोनची बटणं दाबते. बाथरूमच्या डक्टमधल्या आवाजात आणखी भर घालताना तिला अगदी बावळट वाटतं. एअरलाइन कृपावंत होऊन कन्फर्म करते. आता काही तासांचा मामला असतो.

ती नवऱ्याला एसेमेस टाइप करते. तो कुठे आहे आणि तो येऊन तिला घेऊन खाली त्याच्या आई वडलांसोबत थोडा वेळ घालवणार आहे का असं विचारते, कारण तिची फ्लाइट वेळेवर असते. ती 'सेण्ड' बटण दाबते. त्याला मेसेज मिळालेला तिला समजतो. दोन डबल-बीप तिला डक्टमधून ऐकू येतात.

नफीसा छैला एसेमेस पाठवते. तो ठरावीक असतो. छैने फोन बंद करण्यामुळे तो तसाच पाठवला जातो. तो नमुना तिच्या फोनवर सेव्ह करून ठेवलेला आहे.

'Giv misd when les pisd. Wil call, Tk cr.'

छैच्या मिस्ड कॉलचं प्रमाण हे नफीसा एसेमेस पाठवायला किती तास घेते यावर अवलंबून असतं. बरोब्बर तितक्या तासांनंतर पुन्हा संभाषण चालू होतं.

"धर्मांतराचं काय पुढे?"

"तुझ्या लेखामुळे ते कसं हाताळायचं याचं बरंच ज्ञान आम्हाला मिळालं. नवऱ्याने एक दूरचे म्हातारे काका कुठूनतरी शोधून काढले. त्यांना झकास दारूबिरू पाजली. राजाचे कपडे घातले आणि आता त्यांना राजाची भूमिका वठवायला पाठवून देतोय. त्याला नीट पढवलंय की, साध्वीला वडलांच्या ठिकाणी कुणी नाही त्यामुळे त्यांनी तिला आपल्या मायाळू पंखाखाली घ्यायचं. सुरुवातीला आणि शेवटी आशीर्वाद द्यायचे. तिला 'बेटा' म्हणायचं 'बेटी' नाही. बुढ्ढ्या काकांना त्यात मजाच वाटते आहे. त्यांची एवढीच तक्रार आहे की, फारच पाय धुवायचे आहेत."

"संपूर्ण फालतू, विचित्र. आम्ही हे लिहिलं, तरी कोण याच्यावर विश्वास ठेवणार आहे?"

“हा भारत देश आहे. एकाच वेळी अनेक शतकांत नांदणारा.”

“कोण म्हणतं? तुझा मियाँ?”

“आमच्या हॉटेल बुकिंगसाठी आंतरराष्ट्रीय पातळीवर पाठवण्यात येणाऱ्या पत्रकात म्हटलंय तसं.”

“शी! जुनाट.”

“हे खूप एक्झॉटिक आहे. हे धंदा आणतं. जसं हे काल आलेलं गोऱ्या लोकांचं टोळकं. विदेशी ग्राहकांसाठी काहीतरी विशेष फॅशन शो त्या दिल्लीच्या फॅशन गुरू आणि इव्हेंट संयोजकाने बुक केलाय. माझा नवरा मित्राशी फोनवर बोलत होता ते मी ऐकलं. तो हसून सांगत होता की, त्याने हाउस कीपींगला सूचना दिल्या आहेत की, फळांची करंडी भेटीदाखल ठेवायची राहिली तरी चालेल, पण त्याच्या बिछान्याजवळ पेट्रोलियम जेलीची बाटली ठेवायला विसरायचं नाही.”

दोघी खिदळतात.

“आणि हेपण तुला मजेदार वाटेल. बेंगळुरूमधला तो मुलांच्या संस्थेचा प्रमुख? तोही इथे होता. त्याच बुकिंगमध्ये, पण खास स्वीटमध्ये. फ्रंट ऑफिसने मला सांगितलं की, स्टाइल गुरूच्या बहिणीचंही वेगळं बुकिंग होतं, पण तिने त्याच्याच खोलीत रात्र घालवली.”

“बरोबरच आहे. ती सगळी स्टोरी माहीत नाही? ही धर्मादाय संस्था मुंबईतल्या एका तरुणाने सुरू केली. त्याला रस्त्यावरच्या मुलांचे आकर्षण होतं. त्याचा भाऊ म्हणजे तुमचा खोलीतला पाहुणा त्या वेळी मुंबईत राहत होता. एका जबरदस्त बाईशी लग्न करून प्रशस्त सी-फेसिंग फ्लॅटमध्ये आरामात राहत होता. स्वतःच्या पोटापाण्यासाठी काही खास करत नव्हता, पण बेंगळुरूजवळच्या फ्लोरिकल्चरबद्दल उडत उडत ऐकू यायचं. मग एका रात्री गीझरच्या स्फोटात श्रीमंत बायकोचा मृत्यू झाला. ती साधारण मध्यरात्रीच्या सुमारास आंघोळ करायला गेली आणि तिथे स्फोट झाला.”

“काहीतरीच!”

“हं, तो सगळ्याचा वारसदार ठरला, कारण धनवान आई-वडलांची ती एकुलती एक मुलगी होती. मग त्याचा भाऊ एड्सने मरण पावल्यावर त्याने ही संस्था हातात घेतली. सगळं बेंगळुरूला हलवलं. त्याने हुशारीने संस्थेचा व्याप वाढवून लहान मुलींनाही त्यात आणलं आणि त्याचं स्वरूप बदलून एक छत्र संस्थेचं दिलं - म्हणायला एजंट एन जी ओ - जे लहान-लहान संस्थांना पैसे वाटतात आणि स्वत: मात्र व्यवस्थापनाच्या नावाखाली मलिदा खातात. तो स्टाइल गुरू म्हणजे त्याचा अमली पदार्थांचा मार्ग आहे. सगळ्यांना वाटतं की, त्याचं त्या बहिणीबरोबरचं प्रकरणही अमली पदार्थांसंदर्भातच आहे; पण अशीही चर्चा आहे

की, मुलांबरोबर अश्लील चित्रपट आणि इंटरनेट या धंद्यात त्याची आणि तिची भागीदारी आहे. कदाचित ती गोव्यात याच्या घरात राहते. वरकरणी कपडे डिझाइन करून तिथून विकण्यासाठी, यामुळेही या समजाला खतपाणी मिळते. तिकडे त्यांना रस्त्यातले बरेच पर्यटक भेटत असतील. जॉन आणि जेनी नावांचे आणि त्यांच्यामार्फत ते अश्लील चित्रण बाहेर पाठवता येत असेल आणि अपलोड करता येत असेल.''

''अॅह! बास. असं बोलणंदेखील पाप आहे. वाईट पद्धतीने मुलांबद्दल कध्धी बोलू नये. मला जरा उत्साह दे. सांग की तुला बाळं होणार आहेत. निदान एक तरी.''

''ब्रूट्स, तुसुद्धा? नवऱ्याच्या वडलांचा आत्ताच काही तासांपूर्वी फोन आला होता. आम्ही आमच्या मर्जीने 'चाइल्ड-फ्री' राहिलो आहोत, हे पटवून घ्यायलाच ते तयार नाहीत. पुन्हा त्यांचं सुरू झालं की, आता त्यांचा मुलगा पुन्हा किनाऱ्यावर येणार आहे, मग आम्ही मुलं होऊ द्यावी. आता व्हायला हवी, कारण आमच्या लग्नाला इतकी वर्षं झाली. त्यांनी हेसुद्धा म्हणून टाकलं. 'तू त्याला मोमेडन म्हणून वाढवलंस, तरी मला काही वाटणार नाही.' ते काय म्हणताहेत ते कळायला मला जरा वेळ लागला. मग मला कळलं की, प्रेषित महंमदचे अनुयायी अर्थात मोहम्मदन असं त्यांना म्हणायचं आहे आणि मी म्हणजे, हां बरोबर, त्यांना मी प्रथम आणि सदैव तेच दिसते. मो-मे-डन.''

''लक्षात घे, ते 'त्याला' म्हणाले. त्यांना नातू हवाय.''

''मग तर मी डबल खलनायिका होईन. एक नट स्वत:च्या प्रजननावर नियंत्रण ठेवणार आणि मग एक नीट सुंता केलेला नातू देणार.''

दोघी खदखदून हसतात. नवल म्हणजे नफीसा तिच्या वयाच्या मनाने जरा पोरकट वाटते. छैला किंचित धाप लागते. तिचं चौथं मूल येऊ घातलं आहे.

''तुला माहीत आहे छै बाई, धार्मिक बकवास सोड, पण आधुनिक वैद्यकीय संशोधन मुलांची सुंता करणं हे लैंगिक व्यवहारातून प्रसार होणाऱ्या रोगांना प्रतिबंध करण्याचा एक मार्ग म्हणून सुचवतं.''

''आई गं!''

''जन्मानंतर लगेच करतात, पण मुलींचे कान टोचण्यासाठी मात्र आम्ही त्या चांगल्या मोठ्या होईपर्यंत, त्यांना दुखलेलं कळेल इथपर्यंत थांबतो आणि तेसुद्धा वैद्यकीय देखरेखीशिवाय. मी तुला हे याच्याआधी कसं काय विचारलं नाही कोण जाणे. काय गं, तुमचं राजघराणं याही बाबतीत सर्वांच्या 'वर' आहे का? तुमच्या सगळ्या राज-बच्चांची सुंता करता तुम्ही?''

छै हसत हसत कसबसं म्हणते, ''आम्ही असल्या प्रश्नांची उत्तरं देत नाही. छी!''

"छी? अगं, अर्ध्याहून जास्त जग करतं ते, कारण ते अधिक स्वच्छ, कमी खाजणारं आणि कमी वासांचं होतं. दिसायलाही बरं दिसतं आणि सुंता केलेले पुरुष टिकून राहतात. असं अंदर-बाहर-खल्लास नसतं. आत बाहेर आणि झालं; असलं नसतं. कामशास्त्रातले तज्ज्ञ म्हणतात, पुढची त्वचा नसते, त्यामुळे अति संवेदना नसते त्यामुळे आत-बाहेर जास्त. बाईला सुख जास्त. तिचा उत्कर्षबिंदूसुद्धा येऊ शकतो."

दोघी अनावर हसत राहतात.

"मिस सर्वज्ञ यांना प्रत्यक्ष अनुभव दिसतो बराच."

"क्या करनेका, आपुन का बाप किंग नहीं है ना. आमचे सगळे बाप राजे लागून गेले नाहीत. आमचं थेट राजाशी लग्न व्हायला यातलं कुणीतरी जरा तरी राजपुत्र मिळेल या आशेने आम्हाला काही बेडकांचे मुके घ्यावे लागतात. बरं मला सांग, अगदी रोमँटिक कादंबरीत वर्णन करतात तसंच असतं का गं खऱ्यात? जेव्हा नायिकेचं आयुष्यात प्रथमच चुंबन घेतलं जातं, तेही एका राजपुत्राकडून! कादंबरीत असतं की, ते भोवंडून टाकतं. तिचं हृदय पिसासारखं हलकं होतं. त्याचं पौरुष, तिचं कौमार्य. सुगंधी शांततेतला स्वर्गच जणू अवतरतो. जेव्हा तो स्टाइलने आपले ओठ तिच्या ओठांवर टेकवतो आणि आ..."

"लाळेरं" छै म्हणते, "प्रत्यक्षात राजपुत्राने घेतलेलं पहिलं चुंबन बरबटलेलं आणि ट्रिफलच्या स्वादाचं आणि नंतर खूप चाटूनपुसून स्वच्छ करणं."

पुन्हा त्यांचं खिदखिदणं सुरू होतं. त्या भेटल्यापासून हे हसणं चालू आहे.

त्या भेटल्या, कारण छै तिला शोधत आली. ती न्यूजरूममध्ये येऊन नफीसाची चौकशी करत होती.

"जा, संपादकांना जाऊन भेटा." नफीसाने सांगितलं.

"भेटले, त्यांनी मला तुम्हाला भेटायला सांगितलं, कारण तुम्ही ती स्टोरी लिहीत आहात."

"त्याचं काय?"

"अं, तो एक अपघात होता."

"अपघात? तुमच्या हॉटेलमुळे. जो माणूस आज हॉस्पिटलमध्ये आहे त्याला सांगून पाहिलंत का हे?"

"तो अजून शस्त्रक्रियेच्या गुंगीत आहे. सुदैवाने फक्त थोडे टाके घालावे लागले आणि अंतर्गत दुखापत काही झाली नाहीये, पण त्याची बायको म्हणते ती आधीच बोलली आहे तुमच्याशी."

"हॉस्पिटलमधल्या माझ्या ओळखीच्या एका डॉक्टरने मला फोन केला, बायकोशी बोलून मी शहानिशा करून घेतली आहे आणि ती स्टोरी आमच्या पेपरात

येणार. मी त्याच्या बायकोला सुचवलं की, तिच्या नवऱ्याने तुमच्या पंचतारांकित हॉटेलला चांगलं वेठीस धरावं. पहिल्यांदा पोलिसात तक्रार कर. ते आणि वैद्यकीय नोंदी यांच्यावर कोर्टामार्फत सज्जड पैसा पदरात पाडून घे. त्यांच्या नाकी नऊ आण, कारण तेच योग्य आहे.''

छैंचे ओठ हलतात. ती ते मुडपते आणि क्षणभर थांबून म्हणते, ''तिच्या गावाहून आम्ही तिला ताबडतोब विमानाने इथे आणलं; नवऱ्याजवळ. त्याच्या हॉस्पिटलचं सगळं बिल आम्ही भागवतो आहोत. तो बरा होईपर्यंत तिला आमच्या हॉटेलमध्ये ठेवतो आहोत.''

''आता तुम्ही हेही सांगाल की, त्याच्या खोलीचं बिल न देण्याचा दयाळूपणासुद्धा तुम्ही करणार आहात.''

''आम्हाला वाईट वाटतंय, खरोखरच वाईट वाटतंय, पण तुम्ही हे पाहायला पाहिजे की, ती एक भयंकर चूक होती. असा अपघात झाल्याचं तुम्ही आधी कधी ऐकलंय का?''

''नाही, पण त्याचं कारण असं असेल की, जेव्हा असं घडतं तेव्हा तुम्ही ताकदवाली मंडळी ते दडपून टाकता अन् निसटून जाता. हा माणूस स्वतःच्या बळावर घडलेला एक व्यावसायिक आहे. मध्यम वयाचा आहे. आयुष्यात तो फार कष्टाने पुढे आलेला आहे. तो पंचतारांकित हॉटेलवर कधीही पैसे उधळत नाही; पण या वेळी त्याला तसं करावं लागलं, कारण पाऊस बघायला आलेल्या अरबांनी सगळी तीन आणि चार तारेवाली हॉटेलं खचाखच भरलेली होती आणि त्याला काय फळ मिळालं त्याचं?''

''तुम्ही याला वर्गाचं स्वरूप कशासाठी देताय?''

''एक्सक्यूज मी!''

''आम्ही आमच्या पाहुण्यांना त्यांच्या आर्थिक प्रतिष्ठेनुसार वागवतो असं स्वरूप तुम्ही याला कशासाठी देताय?''

''कारण तुम्ही साले तसंच करता.''

''अन्याय! जेव्हा तुम्ही हॉटेल चालवता, मग ते पाच किंवा कितीही तारेवालं असू दे, ते उत्पन्न आणि खर्च यांच्या संदर्भात असतं. हा धंदा आहे. काहीही तत्कालीन नुकसानभरपाई न भरता बिल भरण्यासंदर्भात आहे हे. मी खात्री देते तुम्हाला, याच्या जागी कुणी प्रसिद्ध कॉर्पोरेट व्यक्ती असली असती, तरी आमची प्रतिक्रिया अगदी हीच असती.''

''माझा काही तुमच्यावर विश्वास नाही, पण सांगाच मला, करा जरा प्रबोधन माझं की, टॉयलेटची पडलेली काच कुणातरी धनदांडग्या कॉर्पोरेट व्यक्तीच्या बुडात घुसली असती तर तुम्ही काय काय केलं असतं?''

छैचे ओठ पुन्हा हलतात. पुन्हा ती ते दुमडते, पण तिला हसू फुटल्यावाचून राहत नाही, कुणालातरी हसू येतंय, दोघींनाही, एकमेकींची माफी मागत, गॉश, हे किती गंभीर आहे, असं हसता कामा नये, तो बिचारा तिकडे तळमळतोय, त्याला आणि त्याच्या बायकोला किती हा मोठा धक्का, पण...

आणि अशीच त्यांची मैत्री वाढीस लागली.

आणि त्या माणसाच्याही फायद्याचंच ठरलं आणि हा सगळा धक्का, अं चांगला, अं.. ठरतोय कारण अं.. म्हणजे चांगला नाही म्हणता येणार कारण अं.. हे तिच्या नवऱ्याच्या अं.. तब्येतीचं होतं- हां! तब्येतीचं, हे बघून ती चकित होत होती, पण घडत होतं हे काही फारसं वाईट नव्हतं. हॉस्पिटलच्या लॉबीत ती नफीसा आणि छैरंधरीच्या मध्ये ताठ बसली आहे आणि त्यांच्या वाटाघाटी ऐकते आहे. तिच्या साडीचा पदर डोक्यावर अगदी केसांच्या रेषेपर्यंत आला आहे. तिला असंच शिकवण्यात आलेलं आहे. चारचौघांत विवाहित स्त्रीचं डोकं नेहमी झाकलेलंच असलं पाहिजे. वडीलधाऱ्या पुरुषांसमोर तर मर्यादेचा पदर आणखी अर्धे कपाळ झाकेल एवढा पुढे आलेला असला पाहिजे. का? ते विचारायचं तिला कधी सुचलंच नाही. सर्व शहाण्या मुलींसारखी ती तिला जे सांगितलं गेलं, त्याला मुकाट्याने 'हो' म्हणत गेली. तिच्या बेडरूमच्या चार भिंतींच्या बाहेर साडीशिवाय काही न घालण्याच्या तिच्या हक्काला मानेने नाकारत राहिली. तिच्या कवटीच्या बुडाशी होणारी बारीकशी लंबकाकृती हालचाल, बस्स एवढीच हालचाल!

आताही ती मान हलवते आहे, पण हे वेगळं आहे आणि तिला ते वेगळेपण जाणवतं आहे. तिला प्रश्न विचारला जातो आहे. नुसतं सांगितलं जात नाहीये आणि तिच्या मान हलवण्याला उत्तराचा अर्थ आहे. हे नाहीतर ते, नाहीतर आणखी काहीतरी ठीक आहे का, असं सारखं तिला विचारलं जातंय. विचारणाऱ्या दोघी तिऱ्हाइतांना तिच्या मान्यतेची कदर होती.

शेवटी एकदा पुढीलप्रमाणे ठरलं : त्या माणसाला जेव्हा आणि जेवढे दिवस हॉटेलमध्ये राहावेसे वाटेल तेवढे दिवस प्रत्येक वेळी फुकट. त्या माणसाला आणि त्याच्या बायकोला सर्व खर्च समाविष्ट असलेली एका आठवड्याची इजिप्तची सुट्टी, त्यात पंचतारांकित हॉटेलातला निवास, विमानतळावरून ने-आण आणि अर्थात पिरॅमिड, नाइलमधून एका रात्रीची क्रूझची सफर आणि बायकोला त्यात अबू सिम्बेल सिंहासनाची सफरपण हवी आहे का?

अबू सिम्बेल, ही काय आणखी वेगळी जागा आहे का, हे एखाद्या नदीचं तर नाव वाटत नाही. क्या जायेगा, ती मान हलवते. नुसती मान हलवल्याने इतकं जातंय, आणखी काय जाणार आहे? निदान काहीतरी पदरात तर पडत आहे, बायको मान हलवते. उजवीकडे, परत डावीकडे, परत उजवीकडे, हा झोका छानच वाटतो आहे.

अबू सिम्बेलही घाला. बदल्यात पेपरला बातमी येईलच, पण कुणाचं नाव, फोटो, चित्रं असं काही नाही आणि पहिल्या पानावरही नाही.

"हॉटेलने दयाळूपणे खूप नुकसानभरपाई दिली हे तुमच्या स्टोरीत यायला हवं."

"यात काय साला दयाळूपणा आहे? आपली न्यायव्यवस्था जर आपण होऊन काम करणारी असती ना, तर तुम्हाला राज्य पणाला लावावं लागलं असतं."

बायकोला वाटतं, 'ही बाई कडक आहे. ही शिवी देते हे हिच्या नवऱ्याला चालतं? कदाचित लग्न झालेलं नसावं. वयाने फार लहान दिसत नाही, पण तशी दिसतही नाही ही.'

"बरं नाहीये. तुम्हाला नाही वाटत तुमचं चुकतंय? एखाद्याला त्रासदायक कोर्ट-कचेरीच्या कटकटीतून जायला उत्तेजन द्यायचं हे?"

'हिचं लग्न झालेलं दिसतंय.' बायको विचार करते. 'आणि ही खूप भारी घरातून आली असणार. तिचे दागिने बघा, छोटे पण किमती आणि ते ॲण्टिक दिसणारं, पाहझेबवर सोन्यातलं फिलीग्री कामच आहे ना! कुठली आहे ही? चांदी फक्त पायलमध्ये. पायात सोनं म्हणजे संपत्ती लाथाडल्यासारखं समजतात, पण हा दिल को दिलासासुद्धा असू शकतो, कारण प्रत्येकाला सोनं पायातही घालणं थोडंच परवडणार आहे किंवा हुंड्यात जास्त सोनं मागू नये म्हणून असेल. तिने तिच्या पायातल्या साखळ्यांना सोन्याचं पाणी द्यावं का?' बायको विचारांच्या अत्यंत सुखद तंद्रीत मान हलवते.

"बघ, बायको सांगते आहे की, मी तिला माझे कोर्टात जाण्याबद्दलचे नंतरचे विचार सांगितले होते. ठीक आहे, इजिप्तचं जाण्या-येण्याचं दोघांचं भाडं पहिल्या वर्गाचं कर. मी हॉटेलच्या पुरेशा नुकसानभरपाईबद्दल एक ओळ टाकते."

"भरपूर भरपाई."

"पुरेशी च्यायला!"

'काय ही भाषा!' बायको म्हणते 'भलतीच कडक दिसते ही आणि ही दुसरी किती नाजूक, किती खानदानी वागणं, किती नजाकत!'

दोघी हॉस्पिटलमधून बाहेर पडताना नफीसा छैरंध्रीची प्रशंसा करते, "अरे, जरी सिंगल पसली दिसतेस, तरी तू तर चांगली टणक पोरगी आहेस."

"काय म्हणालात?"

"हलकी फुलकी."

"सॉरी!"

"तू मुद्दाम करते आहेस का? मी तुझं कौतुक करायचा प्रयत्न करते आहे. तू इतकी बारीक अंहं, छोटी दिसतेस, पण जबरी वाटाघाटी करतेस. हॉटेलच्या

हिशोबात या सगळ्याला करात वजावट मिळणार, त्यामुळे तुझी मालक मंडळी जाम खूश होणार तुझ्यावर.''

''तुम्ही तुमचा शब्द पाळाल कशावरून?''

''संपादकांनी तुला माझ्याकडे पाठवलं, हो की नाही? हा खरंतर माझा प्रश्न असायला हवा, हे सगळं कबूल करायचा अधिकार तरी आहे का तुला?''

''आम्हाला अधिकार आहे.''

''माझ्यासमोर उगाच गोल गोल बोलू नको. आम्ही म्हणजे कोण ते सांग.''

''आम्ही. हॉटेलच्या काही हिश्शाचे मालक.''

''माझं काही चुकतंय का? मला वाटलं, हे विशिष्ट पंचतारांकित हॉटेल उत्तर भारतातल्या एका लहानशा राजा वगैरेंच्या मालकीचं होतं. सासरा-जमाई अशी टीम होती.''

''ते आमचे पिता आणि पती.''

''आता ही बोलते आहे.''

''पण पीटर आता उत्तर भारतात नसतो. तो आता पुण्याजवळच्या आमच्या स्टड फार्मवर राहतो.''

''अच्छा आणि मी लहानशा म्हटलं म्हणजे सडेला नाही बरं का, फक्त थकेला. मला काय म्हणायचं आहे कळलं ना? हे असले राजेबिजे फारसं काही न करता इकडेतिकडे हिंडत असतात. दुनियाभरच्या नाकर्त्या राजांसारखं धरती का बोझ बनून. ठीक आहे, मी इथे थांबावं हे बरं. आणखी काहीतरी घोटाळा व्हायचा नाही तर.''

''आम्ही तुम्हाला माफ करतो.''

आणि अशी त्यांची मैत्री वाढत चालली आहे. फोन, बोलणं, हसणं, भांडणं, फोन बंद करणं, पुन्हा फोन करण्यासाठी ठरावीक मेसेज लिहिणं, misd pisd वगैरे, वगैरे.

मान्या नाश्त्याच्या टेबलापाशी आहे. श्वेतांबराची त्या पत्रकाराने घेतलेली मुलाखत वाचायचा प्रयत्न करते आहे. तिचा पिरिअड जवळ आला आहे आणि तिला पीएमटीचा– पाळीच्या आधी पोट दुखण्याचा भयंकर त्रास होतो. पीएमटीने ती अगदी थकून जाते. तिच्या डोळ्यात पाणी येतं. आत्ता ती चिडचिडीही झाली आहे. तिच्या वहिनीचं फोनवरचं पाल्हाळीक बोलणं लांबतंच आहे. 'तो मूर्ख कॉर्डलेस घेऊन ही आपल्या खोलीत का जात नाही?'

''कुठे... खरंच... मग काय... नाही... होनं. अगं सांगते तुला मी... असं बोललीस ना, तर एक थप्पड ठेवून देईन हं.''

मान्याचा जुळा भाऊ अफाट वाचतो. तसं वाचायलाही तिला आवडत नाही. चित्रपट निर्माती म्हणून ती लेखकांना आणि संभाव्य दिग्दर्शकांना अख्खं स्क्रिप्ट सांगायला लावते आणि वाचणं टाळते. तिच्या वडलांनी तिच्या हातात पेपर ठेवून ही मुलाखत खास वाचायला सांगितली होती. ''काय उपयोग आहे?'' मान्या वडलांना म्हणाली, ''ही पत्रकार इतकी हिंदू-विरोधी आहे की, ती भयंकर गोष्टीच लिहिणार.'' तिच्या वडलांनी उत्तर दिले, ''ही जातीयवादी नसेल, कारण एका हिंदूने हिच्याशी लग्न केलं आहे.''

या बाईचे ब्लॉगवरही बऱ्यापैकी वाचक होते. मान्याने तो एकदा चाळला होता. त्यांच्या पक्षाने जेव्हा उत्तर भारतीयांवर हल्ला चढवला होता तेव्हा तिला कोणीतरी सांगितले होते की, तिच्या वडलांची टिंगल करणारी कविता तिच्या ब्लॉग वर आहे; अर्थात ती आणखी कुणातरी मुस्लिमाने लिहिली होती.

सज्जाद झहीरची अफसोस, अफसोस

अफसोस, अफसोस —
वो लोग जो बड़े बनने की कोशिश में
छोटे होते जाते हैं।

त्याच माणसाने तिला २६/११नंतर सांगितले म्हणून तिने वाचले. त्या मुस्लीम पत्रकाराने त्याच कवितेतल्या आणखी काही ओळी वापरल्या होत्या.

वो उडते हैं तो आसमान उनसे दूर हो जाता है।
चलते हैं तो जमीन उनका बोझ
बर्दाश्त नहीं करती।
जमाना उनकी परछाई से भी दूर भागता है।
और कोई उनकी बरबादी पर
आंसू भी नहीं बहाता।
अफसोस, अफसोस —

तिला उर्दू समजत नाही. तिचं हिंदीही यथातथाच आहे. तिच्या चित्रपटातल्या साध्या साध्या वाक्यांची काळजी तिचे संवाद-लेखक करतात. पण मान्याला त्यातला दहशतवाद्यांवरचा शाप जाणवला की, जमीन आणि आकाश त्यांना झिडकारतात, लोकं त्यांच्या सावलीपासूनही दूर राहतात. ते स्वत:चा विनाश करतात तेव्हा कुणी अश्रूही ढाळत नाही, मग हळूहळू तिच्या मनात चीड येऊ

लागते, आपल्या वडलांची या घाणेरड्या अतिरेक्यांशी तुलना करण्याची या मुस्लीम बाईची हिम्मतच कशी होते? पण बरंच झालं, २६/११च्या निमित्ताने सगळ्या जगाला शहराचं खरं नाव कळलं — मुंबई.

ती वडलांना कवितेच्या पोस्टिंगबद्दल सांगते. ते क्षणभर विचार करतात. म्हणतात की, त्यांच्या इंटरनेट पाठीराख्यांना सिंगापूरमध्ये काम करणारे कुणी नॉन रेसिडंट्सना पैशाचा पुरवठा करणाऱ्यांना ब्लॉगला सहीनिशी अर्ज करायला सांगतील. ते म्हणतील की, मुंबईत बाहेरचे नको, स्थलांतरित नको या धोरणाशी ते सहमत आहेत. विशेषतः २६/११नंतर मुंबईत ठाण मांडून बसलेल्या अतिरेक्यांना हाकलून दिलंच पाहिजे. तिचा भाऊ विचारू लागतो की, आर्मी ऑफिसरपासून अतिरेकी बनलेला माणूस कोणती भाषा बोलतो? मान्या चटकन त्याला गप्प करते. मग तो म्हणतो की, ब्लॉगवर अर्ज करणारे स्वतः सिंगापूरला स्थलांतरितच आहेत. तिचे वडील तिच्या वहिनीकडून चहाचा कप घेता घेता त्याच्याकडे एक तुच्छ कटाक्ष टाकून त्याला निकालात काढतात.

"नक्की गं, सांगते ना तुला, ...माझं डोकं नको खाऊ... हो, आईशप्पथ... व्हॉट आर यू टेलिंग?"

"तू काय बोलते आहेस?" मान्या नकळत चिडचिडून मध्ये टोकते.

"काय?"

"व्हॉट आर यू टेलिंग नव्हे, व्हॉट आर यू सेईंग असं विचारायला पाहिजे."

कॉर्डलेस हातात घट्ट पकडून घाईघाईने बेडरूममध्ये घुसणाऱ्या वहिनीच्या पाठीकडे पाहून मान्याला सूक्ष्म आनंद होतो.

'गावंढळ' बेसावधपणे तिच्या मनात शब्द उमटतो. तिच्या बुद्धिमान, शांत भावाला बायकोचा गावंढळपणा कायमचा चिकटलेला असतो. मान्याला माहीत आहे, कारण तिला ते जाणवतं. त्याला त्याचा त्रास होतो, पण तो काही बोलत नाही. त्याची बायको त्यांच्या वडलांनी अशा गावातून निवडली होती जिथे बहुतांश जमीन त्यांच्या मालकीची आहे. मुंबईला आल्यावर तिला वाटतं आपण फार मॉडर्न झालो, पण ती फक्त एक त्रासदायक गामा आहे – गावंढळची मॉड.

मान्या पानं पालटते. तिला टिस्का आणि तिच्या आईचा एक जुना फोटो दिसतो. सोबतच्या टिपणात 'ज्येष्ठ' अभिनेत्रींना असेच चित्रपट करावे लागतात, कारण विवाहित आणि मध्यम वयातल्या स्त्रियांना समोर ठेवून कथा लिहिल्याच जात नाहीत असा दुःखी सूर लावलेला होता. मान्याला पुन्हा एकदा चिडचिडीचा झटका येतो. 'उद्या या निर्मात्यांना लग्न झालेल्या बायकांना अविवाहित नायिका म्हणून घ्यायला सांगतील. एक विवाहित बाई मिनी स्कर्ट घालून हिरोबरोबर गाणं म्हणते आहे आणि त्याला इथेतिथे स्पर्श करते आहे, हे कोणते प्रेक्षक स्वीकारतील?

आणि जिच्यावर बलात्कार होतो, ती जर कुमारिका नसेल, तर तिच्याबद्दल कुणाला सहानुभूती वाटणार? जास्तीतजास्त ती नायकाची विधवा बहीण किंवा एखादी दयाळू वेश्या असू शकते.'

ती पुन्हा पानं उलटून श्वेतांबराच्या मुलाखतीपाशी येते. अपेक्षेप्रमाणे मुस्लीम पत्रकार बाईने तिचे वडील आणि साध्वी यांच्या संयुक्त पत्रकार परिषदेची हेटाळणी केली आहे. दर १४ फेब्रुवारीला भारतीयांचे कार्यकर्ते पाश्चात्त्य कल्पना पुढे रेटणाऱ्यांना धडा शिकवतील. बऱ्याच राज्यांमध्ये त्यांचे जथ्थे विखुरतील आणि प्रेमाचं जाहीर प्रदर्शन करणाऱ्या जोडप्यांना खास तयार केलेल्या विवाह-रथात तिथल्या तिथे लग्न करायला भाग पाडतील आणि जर त्या मुलीला त्या मुलाशी लग्न करायचं नसेल, तर त्याला भाऊ जाहीर करून तिला त्याला तिथेच राखी बांधायला लावतील. सर्व विवाह-रथांवर लग्नाचे हार आणि संभाव्य भावांसाठी राख्या यांची पुरेशी तजवीज केलेली असेल. शिवाय व्हॅलेनटाइन नावाच्या ख्रिश्चन संताचा प्रसार करताना काही उपाहारगृहं किंवा भेट-वस्तूंची दुकानं सापडली, तर त्यांचं नुकसान करण्यात येईल.

मान्याच्या वडलांचं म्हणणं उद्धृत केलं आहे, "कुणीतरी या भयंकर हल्ल्याला विरोध केलाच पाहिजे." श्वेतांबरा म्हणते, "आमच्या संस्कृतीचं रक्षण करण्यासाठी आम्ही काहीही करू आणि हे आम्ही दर वर्षी करू." हिंदूंचा तिरस्कार करणारी पत्रकार बाई साध्वीला पहिला प्रश्न विचारते, "परिणाम वाईट होतील असा इशारा तुम्ही देत आहात. तुमचा विरोध तुम्ही अधिक सुसंस्कृतपणे का नाही करत, जेणेकरून लोकांना समजेल की, आपण अर्थहीन बदाम छापलेली कार्डं, पैसा आणि मार्केटिंग याच्या पलीकडे जायला हवं? तुम्ही हे विदेशी विरुद्ध देशी या पातळीवर का आणून ठेवता?"

देशी! गावंढळ! कॉलेजमध्ये पहिल्यांदा जेव्हा हा शब्द तिच्याकडे भिरकावला गेला, तेव्हा कसं दुखलं होतं! वडलांना राजकारणात मोठी भूमिका निभावता यावी म्हणून ते सगळा बाडबिस्तरा घेऊन गावाकडून शहरात आले होते. रेल्वेची परीक्षा देण्यासाठी इतर राज्यांमधून शहरात आलेल्या उमेदवारांविरुद्धच्या आंदोलनाचं नेतृत्व ते करत होते. मान्याचे वडील नेहमी आपल्या लोकांसाठी लढले आणि मान्याला त्याचा अभिमान होता. दाक्षिणात्यांना दिलेल्या अकौंटटची कामं आपल्या लोकांना द्यावी म्हणून त्यांनी एक यशस्वी अभियान केलेलं होतं. पुढे जेव्हा रेल्वे-निवडीची वेळ आली तेव्हा त्यांनी इतर राज्यांच्या उमेदवारांची एक्झाम तिकिटं फाडून टाकली. काहीतरी होऊन नंतरच्या गोंधळात बाहेरच्या बऱ्याच मुलांना मारहाण झाली होती. माध्यमांनी थोडा विरोध केला, पण लवकरच सारं विस्मरणात गेलं.

काही महिन्यांनंतर पुन्हा जेव्हा भूमिपुत्रांची चळवळ झाली तेव्हा इंग्रजी वृत्तपत्रांनी अंगभूत पक्षपातासह पहिल्या पानावर ती बातमी आणि फोटो छापले आणि म्हटलं, भाषेवरची गुंडगिरी गाजते आहे. शहराची मृत्युघंटाच जणू! टेलिव्हिजन चॅनेलनी ते उचललं आणि हिंदी वृत्तपत्रांनी अचानक राष्ट्रभाषेचा पुळका येऊन त्याच बातम्या सारख्या दणकावायला सुरुवात केली, तेव्हा तिच्या वडलांच्या पक्षाने शहरात आवश्यक सेवा पुरवणाऱ्या हिंदी भाषिकांना ठोकून काढायचं ठरवलं. काही मूर्ख पत्रकारांनी तर असंही म्हटलं की, तिचे वडील आपला अधिकार ओलांडत आहेत. त्यांना भ्रामक सत्तेचा मद चढला आहे.

कुत्र्या, तिच्या वडलांनी त्यांना निकालात काढलं. जेव्हा ते आणि त्यांचा पक्ष सत्तेत होते तेव्हा हेच माध्यमवाले कृपेसाठी, कुत्र्यासारखे त्यांचे तळवे चाटायला यायचे. वाईट हे होतं की, त्यांच्या स्वतःच्या भाषेतल्या काही वृत्तपत्रांनी या इंग्रजी आणि हिंदीवाल्यांशी हातमिळवणी केली होती, पण त्यांच्याकडे नंतर बघता येणार होतं. हिजडे सेना! ही मिडिया सेना म्हणजे नुसती जोरजोरात टाळ्या वाजवणार, दम काही नाही. वडलांनी त्यांच्या खऱ्या शक्तीकडे बोट दाखवलं – भाषिक वृत्तपत्र, टेलिव्हिजन चॅनेल, मोठ्या धंद्यांवर पकड असलेले राजकारणी, महत्त्वाच्या युनियनमध्ये कळीच्या जागी असलेले लोक, योग्य ती मतं मिळतील याची खात्री करण्यासाठी आवश्यक तेवढा पैसा खर्च करणारे कार्यकर्ते. शहराच्या बटव्याच्या नाड्या त्यांच्या हातात होत्या आणि त्याद्वारे ते राज्याचं आणि केंद्राचं लक्ष वेधून घेत होते.

पण तिच्या वडलांच्या घराबाहेर एक जग होतं आणि ते समोर यायचं. कॉलेजमध्ये कॅण्टीनमध्ये तिच्याकडे फेकलेल्या थंडगार नजरा, 'ब्लडी व्हर्नीज, कायमचे बळी,' तिने तिच्या वडलांना सांगितले. त्यांनी सांगितलं, "ज्या मुली आपली भाषा बोलतात त्यांच्याबरोबर राहा. जे लोक आपल्याला हसत नाहीत किंवा आपल्याला तुच्छ समजत नाहीत त्यांच्याबरोबर नेहमी राहावं. असं करून आपली उन्नती करावी." तिचं कॉलेज संपल्यावर पुढे शिकावं म्हणून कुणी आग्रह धरला नाही याचं तिला बरंच वाटलं.

मान्या वहिनीचं बोलणं ऐकू लागते. बेडरूमचा दरवाजा तसाच उघडा टाकून ती फोनवर टिपेच्या आवाजात बोलत असते. एवढ्या मोठ्या घरात सगळीकडे तिचा आवाज ऐकू येत असतो. 'का? का?' मान्याच्या डोक्यात प्रचंड वैताग. 'ही माणसं फोनवर एवढ्या मोठ्या आवाजात का बोलतात, जणू शेजारच्या खेड्यात कुठल्याही तंत्रज्ञानाच्या अनुपस्थितीत ही निरोप पोहोचवताहेत. तिचा जुळा भाऊ दिल्लीहून आला की ती त्याला बायकोशी बोलायला सांगणार आहे, पण काही उपयोग होईल की नाही कोण जाणे! तो हल्ली त्याच्या बायकोशीसुद्धा क्वचित बोलतो. तिचा भाऊ तिच्या डोळ्यांसमोर बदलत गेला. घरी असला की, आपल्याच

कोशात, एकाक्षरी उत्तरं, आपल्या खोलीत एकटाच जेवणार, पुस्तकांकडे नुसता बघत बसतो, एक पानसुद्धा उलटत नाही. मान्याच्या पहिल्या चित्रपटासाठी त्याने मनापासून मदत केली होती. तो चित्रपट चांगला हिट ठरला होता, पण आता दुसऱ्या चित्रपटासाठी मदत करायला त्याने नकार दिला होता. वडलांच्या राजकारणाच्या विस्तार-योजनेत मदत करायला तो नाखुशीनेच दिल्लीला गेला होता आणि त्याने आपली नाराजी लपवूनही ठेवली नव्हती.

ती वडलांशी याबद्दल बोलली. ते म्हणाले, "चिंता करू नकोस. जीवन कसं जगायचं ते त्याला कळायला हवं. तू नाही का, आईच्या मृत्यूनंतर स्वत:चं आयुष्य नीट हाताळलंस."

ती पिळवटून टाकणारी वेदना होती. फक्त ती नाही म्हणून रिकाम्या भासणाऱ्या घरात फिरताना कळ यायची. त्याच स्वयंपाकघरात त्याच पद्धतीने शिजवलेलं तेच अन्न, पण त्याची चव पुन्हा कधीही तशीच लागणार नव्हती, ही जाणीव किती थकवून टाकणारी होती!

त्यांच्या अलिबागच्या किनाऱ्यावरच्या घरात हृदयविकाराचा एक झटका, एवढंच घडलं होतं. जवळपास डॉक्टर नव्हता, इतक्या उशिरा रात्री बंदर ओलांडून हॉस्पिटलपर्यंत जायला मोटरबोटही नव्हती.

झपाट्यानं मरणारी स्त्री, तिचा राजकारणी नवरा, त्यांचा मुलगा आणि नवीन सून; सगळी सगळी सत्ता, पैसा, प्रभाव, नाव... बेरीज शून्य!

मान्या कागद बाजूला ठेवते. वहिनी अजून फोनवर असते.

छै रात्री मोबाइलवरून उशिरा फोन करते. याचा अर्थ ती राजवाड्याबाहेरच्या बगिच्यात येरझारा घालत असते.

"स्टड फार्मवर जे चाललं आहे, त्यामुळे मला काळजी वाटली, तर मी बाबावेडी आहे असं सांग आता मला."

"पहिली गोष्ट म्हणजे बागेतल्या त्या एका बाकावर खाली बस छै आणि थोडे खोल श्वास घे. तुझे वडील स्मीटीच्या बहिणीबरोबर गुलुगुलु करतात त्याबद्दल तू स्वत:ला त्रास करून घेऊ नकोस. त्यावरून तू तुझ्या जिवाला घोर लावून घेऊ नकोस."

"त्या बाईला वाटतं, ती माझ्या आईची जागा घेऊ शकते!"

"वेडेपणा करू नकोस. ती वारल्यानंतर ते पूर्वीचे राहिले नाहीत, असं तूच म्हणालीस ना?"

"त्याला अजून फार दिवस झाले नाहीत आणि यांची ही तयारी? की तिनेच त्यांना भूल पाडली, एण्ट्रीची वाट पाहत ती विंगेतच थांबली होती. माझा भाऊ म्हणतो की, ज्या वेगाने ती तिथे दाखल झाली, त्यामुळे तोसुद्धा चकित झाला."

"मला जरा हे नीट शब्दांत मांडण्याचा प्रयत्न करू दे, कारण हे तुझ्या पाटेर- तुझ्या भाषेत- बद्दल आहे. त्याचं मन आणि शरीर राजी नसेल, तर तू त्याच्यावर कसलीही जबरदस्ती करू शकत नाहीस. मला वाटतं, फार्मवर एकच स्टलीअन नाहीये. जाऊ दे, माफ कर. चुकून माझ्या तोंडून गेलं. आणखी काय म्हणतो तुझा भाऊ?"

"या विषयावरच्या माझ्या इमेलला तो उत्तरच देत नाही. आम्ही फोनवर बोलतो तेव्हा मी हा विषय काढायचा प्रयत्न केला, तर तो वेड्यासारखं हसतो आणि म्हणतो, 'घोडी, घोडी, माझं राज्य चाललं घोडीला.' त्याने तरी काळजी का करावी? तो युरोपात छान सेटल झालाय. माझ्या बहिणीला तरी काय फिकीर? ती आपल्या कुटुंबासह न्यूझीलंडमध्ये सुखात आहे. मी म्हटलं तिला, कशी तू तुझ्या मुलांना घेऊन त्यांच्या घरी जाशील? त्या बाईला बघून ती प्रश्न विचारतील. याने काय उदाहरण राहणार आहे त्यांच्यासमोर? तिने काय उत्तर दिलं माहिती आहे? आम्ही त्यांनाच इकडे बोलावू. त्यांनासुद्धा तिच्यापासून थोडी सुटका मिळाली, तर बरंच वाटेल. नाहीतर आम्ही सगळे तुझ्या घरी येऊ."

"फारच प्रागतिक निघाली की ही! आता आपण हे तपासून पाहू. तुझ्या डॅडच्या मालमत्तेपैकी काही ती घेऊन जाऊ शकत नाही. अगदी शहाणपणाने आणि मायेने आपल्या हयातीतच त्यांनी आपल्या अपत्यांमध्ये त्याची वाटणी करून ठेवली आहे. जे काही उरलं आहे आणि त्यांनी स्वत:साठी ठेवलं आहे, ते ती हडप करू शकत नाही, कारण तिचं त्यांच्याशी लग्न झालेलं नाही आणि त्या उरलेल्याचंही तुझ्या डॅडनी मृत्युपत्र करून ठेवलं असणार याची मला खात्री आहे. त्यातून उरलेलंसुद्धा दुर्लक्ष करण्याजोगं नाही, पण तेवढ्यासाठी आपल्या जिवाला कळा न लावायला काय हरकत आहे?"

"तिला वास मारतो. तिच्या सिगरेटच्या वासाने मला पळून जावसं वाटतं. ती इतकी, इतकी भयाण खेडूत आहे आणि इतकी प्राथमिक आहे! ती तिच्या पार्ट्यांमध्ये अक्षरश: 'राजवाड्यातल्या मसलती' वगैरे शब्द वापरते. आमच्यात राजवाड्यातल्या मसलती नसतात. कुठली पुस्तकं वाचते ही!"

"ती वाचते? वा, छानच की मग. नैका?"

"असं बोलून मला हसवायचा प्रयत्न करू नकोस. ती बहुतेक तिच्या बहिणीच्या रद्दीतली पुस्तकं असतील. तिच्या डोक्यात नुसती घोड्याची लीद भरली आहे, इतकं ते वेडेवाकडं चालतं. तुझं आणि पाटेरचं इतकं कसं छान जुळतं म्हणून तिला संशय येतो. तिला वाटतं की, तूपण त्यातच आहेस."

"हे अति आहे, प-ली-ज. म्हणजे तुझे डॅड अति आहेत असं नाही बरं का म्हणायचं मला. तुझा गैरसमज नको. खरंतर तो मस्त माणूस आहे! आता याच्या

हेतूवरनं गैरसमज नकोत हं.''

"शाळेतल्या मुलांसाठी घोडेस्वारीचे वर्ग स्टड फार्मवर घ्यावे म्हणून तू सुचवल्यावर त्याने ती कल्पना अमलात आणायला सुरुवात केली. त्यातली, चांगल्या शाळांना चांगले पैसे लावायचे, म्हणजे महापालिकेच्या शाळेतल्या मुलांना महिन्यातून एकदा फुकट सवारी करता येईल, हा त्यातला भाग पसंत पडला नाही. तिने बोलून त्याचं मन वळवायचा प्रयत्न केला. तो तिचं ऐकत नाही म्हटल्यावर ती तुझ्यावर जाम भडकली. आता तुझ्यावर कुरघोडी करायला तिचं आणखी काहीतरी चाललं आहे. मुख्य दरवाजाजवळचा वापरात नसलेला तबेल्याचा भाग माहीत आहे ना? ती त्याचं रूपांतर पार्टीच्या जागेत करते आहे.''

"ते वापरातल्या तबेल्यांपासून आणि घोडेस्वारीच्या मार्गापासून बरंच लांब आहे, बरोबर? त्यामुळे घोड्यांनाही त्रास होणार नाही. ते ठीक आहे आणि भाड्यापासून उत्पन्न नाही का मिळणार?''

"असं वाटतं, पण ती काय करते आहे त्याबद्दल काहीच म्हणणं नाही, तिच्या अतिरेकाबद्दल आहे. ती ज्या पद्धतीने काम करते आहे, त्याबद्दल आहे. पार्टीची जागा तयार करण्याचं सगळं काम तिने स्वत:कडे घेतलं आहे आणि ती काय काय बोलते, 'साहजिकच मी काही ग्रॅनाइट वापरणार नाही आणि इंडियन मार्बल तर नक्कीच नाही. मला शिष्टपणा करायचा नाही, पण तो इतका सगळीकडे असतो! तुर्की व्हरायटी आमच्या मनातल्या प्रतिमेत बसते का पाहावं, असा विचार आहे.' असं म्हणते.''

"आम्ही? म्हणजे राजांचं आम्ही की, ती आणि तुझे डॅड मिळून आम्ही? की दोन्ही?''

"असं वाटतं तिला लाथ घालून प्रॉपर्टीवरून हाकलून द्यावं!''

"आणखी कुणीतरी तिला राहू देतंय. जाऊ दे ना छै.''

छैच्या बाजूने जरा लांब शांतता.

"नाही माझ्या छै बाई, त्यांचं तिच्यावर प्रेम असेल असं नाही मला वाटत. ती त्याला आवडते का हेसुद्धा सांगणं कठीण आहे. म्हणजे तो बायकांना वापरणारा आहे असं मला म्हणायचं नाही. तुझ्या डॅडना कदाचित एकटं वाटत असेल आणि सारख्या तऱ्हेतऱ्हेच्या, पण सुस्वभावी बायका भोवती असण्यापेक्षा त्यांना ती व्यवस्था बरी वाटत असेल.''

"त्या दिवशी ती काय म्हणाली माहीतेय आणि पाटेर नुसता हसला? "मुख्य दरवाज्यामागच्या जागेत झोपड्यांसारखी टुमदार घरं बांधून ती आमच्यासारख्या लोकांना विकू.'' एक दिवस एक डेव्हलपर माझ्याकडे आला. मी म्हटलं, 'छे छे, आम्हाला आमच्या प्रॉपर्टीवर चाळी नाही बांधायच्या.' कसलं फालतू, पण तिच्यासारख्या

मिडल क्लासकडून आणखी कशाची अपेक्षा करणार? हॅल्लो, मेरी अपपिटी आंटी, मैं फुल्ली मिडल क्लास हूँ, अगदी मनापासून मिडल क्लास आणि त्यात मी खूश आहे, तू हा क्लास काढलास म्हणून सांगितलं.''

''ओहो, माफी करावी नफीबीबी. ती बाई म्हणजे इतकी जाम कचरा आहे ना तिच्या बहिणीसारखीच. दोघी नटव्या बाहुल्या! आपण म्हणजे एका स्वतंत्र आकाशातले तारेच आहोत असं वाटतं त्यांना आणि बॉलीवूड सुधारायला निघाल्यात.''

''वर्णन काही फार वाईट नाही छै. तू स्वत:च एक पुस्तक लिहून बघायला काही हरकत नाही. विषाने आणि रहस्यमय खून झालेल्या दोन बहिणींच्या रक्ताने थबथबलेलं. हो आणि दोघी मिडल क्लास, लक्षात ठेव.''

''आधी तू, तुझ्यामागून मी.''

''कुजकी! जखम पे नमक छिड़का ना! हे म्हणजे सरळ टूटे दिल पे रगड़ा हाय हिल का टोकदार टोक.''

''सो सॉरी, खरंच, मला तसं म्हणायचं नव्हतं. तू त्या परदेशी प्रकाशकाशी इतकं उद्धट बोलायला नको होतंस. माहीतेय त्यांना वृंदावन आणि काशीच्या विधवांवर पुस्तक हवं होतं, तर त्यात काय झालं? त्या बायकांना त्यांची कुटुंबं सोडून देत आहेत. देताहेत ना? आणि धर्माच्या नावाखाली त्यांच्यावर लैंगिक आणि इतर अत्याचार होतात. होतात ना?''

''दुसरं कारण त्यांना माझ्याकडून अशा पद्धतीने लिहून हवं होतं की, ती जागा म्हणजे एक न विटाळलेली दाखवायची होती. एका गूढरम्य भारतावरची एक पर्यटन पुस्तिका, जिथे भजनांच्या आणि मंदिरातल्या घंटांच्या आवाजाने पहाट होते आणि एक डोकं फिरलेला साधू लंड लटकवत फिरतोय. त्यांना नकार देणं मला भाग पडलं. त्याचं पहिलं आणि सर्वांत महत्त्वाचं कारण हे की, त्यांना लिखाणातून असं ध्वनित करायचं होतं की, बातमी एवढी चांगली नसली, तरी एवढी वाईटही नाही. या बायकांचे भोग – ज्यांचं दुर्दैव एवढंच की त्या विधवा आहेत – त्याबद्दल पुस्तक म्हणणार, 'निदान त्यांच्या हाताला काम आणि जगण्यापुरते पैसे तरी मिळत आहेत.' आता याच्यानंतर, वेश्या आणि डान्स बार गर्ल्स होणं हेदेखील ठीकच आहे, असं ते आपल्याला मान्य करायला लावतील, कारण त्यात पैसा आहे. आत्मसन्मानाच्या बाजूला जाऊ नका. जोवर लोक तुम्हाला पैसे देत आहेत तोवर त्यांनी तुम्हाला कितीही अपमानित करू द्या, किमान वेतन मिळालं नाही, तरच फक्त आपलं काहीतरी हिरावून नेलंय असं वाटू दे. या विधवांना मंदिरात रात्रंदिवस भजनं गाऊन रोज अवघे काही रुपयेच मिळतात, तर विरोध असावा तो थोड्या-अधिक पैशासाठीच, असं त्या प्रकाशकाचं म्हणणं. भारतातल्या बायकांनी याबद्दल आवाज उठवला नाही म्हणून त्यांच्याच शब्दांत – थक्क झाले होते.''

"पण केवळ बायकांनीच विरोध करावा, पुरुषांनी का नाही?"

"तेच बरं. ही मानवी हक्कांची पायमल्ली आहे. हा काही किमान वेतनाचा मुद्दा नाही. मी त्यांना विचारलं की, एखाद्या भारतीयाने पुस्तक लिहिलं आणि त्यात म्हटलं की, अमेरिकन घरांमध्ये चालणारी लैंगिक गुलामगिरी हे अगदी ठीकच आहे, कारण निदान त्या बायकांना डोक्यावर सुरक्षित छप्पर तरी मिळतंय. अगदी रस्त्यावर नाही यावं लागत, तर आवडेल का त्यांना? आम्ही जर असं लिहिलं की, एवढ्या आधुनिकपणात आणि संधी असतानासुद्धा पाश्चात्त्य जगाला घरगुती हिंसाचार नष्ट करता आलेला नाही, तर सरळ पुढे होऊन ते त्याला कायदेशीर का नाही करून टाकत? सवलतीच्या किमतीतलं जेवण घेण्यासाठी त्यांना रोज थोडेसे डॉलर्स तरी मिळताहेत, तर प्रकाशित करतील का ते? हां? यावर अर्थातच उत्तर काही नव्हतं. मग मी त्यांना आणखी एक इमेल पाठवली आणि म्हटलं की, बहुतेक पुस्तकांची नावं 'द'ने सुरू होतात हे त्यांच्या लक्षात आलंच असेल. मी पुढे म्हटलं की, काशीवरच्या पुस्तकाबद्दल माझं असं म्हणणं आहे की, याकडे नुसतं 'द लॉस ऑफ प्रिव्हिलेजेस' किंवा 'द एंड ऑफ प्युरिटी' असं बघून चालणार नाही तर 'द रिच्युअल ऑफ ह्युमिलिएशन' हे इथे अधिक समर्पक वाटतं. हक्कांचा नाश किंवा पावित्र्याचा शेवट असं न पाहता अपमान, वंचनेचं कर्मकांड हेच अधिक योग्य ठरेल. चूप हो गये साले. फुल टाइम दुनिया में फालतू की हुशारी."

"असं पाहा, जिथं स्क्रू ड्रायव्हरनं काम होतं तिथे तू हातोडा वापरतेस. एवढा भांडखोरपणा! अशानं एक दिवस उच्च रक्तदाब वाढवून घेशील."

"तुमच्या माहितीसाठी आणि तुम्हाला निराश करणं माझ्या अगदी जिवावर येतंय राणी सरकार, पण माझं अगदी विरुद्ध आहे. जेव्हा मी भयंकर चिडते ना, तेव्हा मी थंड होते. माझा रक्तदाब कमी होतो. शाही मंडळींकडून ज्याला भांडखोरपणा म्हटलं जातंय तो खरंतर माझ्या भावनिक प्रेशर कुकरचा सेफ्टी व्हॉल्व आहे. म्हणजे टोचणारं काही आत राहत नाही आणि कॅन्सर वगैरे होत नाही. माझं सेफ्टी व्हॉल्वचं तंत्र आणखी बायकांनी वापरायला पाहिजे."

"तुझा दाब कमी झाला की तू काय करतेस?"

"असं सहसा होत नाही. मी सेफ्टी व्हॉल्व वापरते. तुझं लक्ष नव्हतं का?"

"तू अशी थंड शेवटी कधी पडली होतीस?"

"खूप खूप काळ लोटला?"

"मग तू काय केलंस?"

"गोष्टी माझ्या हाताबाहेर गेल्या."

"म्हणजे?"

"म्हणजे मला चक्कर आली."

"खरं? तुला आणि चक्कर? फारच काहीतरी झालं असणार."

"चला, विषय बदलू या."

"तुला चक्कर का आली?"

"विषय संपलाय प्लीज आणि आता यावर बोलून झालंय. पुन्हा कुणाला भावनिकदृष्ट्या माझ्या एवढं जवळ यायची परवानगी नाही. मला पुन्हा कधीही चक्कर येता कामा नये, हे अगदी ठसवलंय मी मनात. पुस्तकाचं नाव : द हाफ टू नेव्हर व्हर्सेस डिक्लाइन अँड फॉल."

छै हसू लागते.

"एवढं हुशार आहे शीर्षक, क्या?"

"मला एकदम आठवलं, तू स्टड फार्मवर त्या बाईची टांग कशी खेचत होतीस ते. तू तिला सांगत होतीस की, तू एक कल्पित कथा लिहिते आहेस की, पृथ्वी मातेच्या गर्भात एक गोरं मूल असतं. त्याला सर्व दिसतं, ते सर्वसाक्षी असतं आणि ते बाहेर येऊ शकत नाही, कारण त्याला चंद्राची भीती वाटते. काय नाव ठेवलं होतंस तू? सेलेनेफोबिया? – चंद्रभीती आणि तुझ्या पुस्तकाचं नाव 'द वॉम्ब विथ ए व्ह्यू' आणि तिला ते खरंच वाटलं?"

आता त्या दोघी खदखदून हसतात. ओह, देवा आपण तिच्याशी इतकं वाईट नको वागूया, पुन्हा अनावर हसण्याची उबळ वाढत वाढत अशक्य हसण्यापर्यंत गेलेली. शेजारून जाणारे लोकसुद्धा हसतायत, त्यांनासुद्धा उगीचच छान, हलकं वाटतं.

भाग्या तिच्या देव्हाऱ्यातलं छोटंसं चांदीचं निरांजन स्वच्छ करते आहे. मधल्या खोलगट भागात तुपात वात बुडवतो ती जागा नीट काळजीपूर्वक पुसते आहे. त्या रिकाम्या भाडोत्री घरात ती मोठ्यानं म्हणते, "ती काळी चीज, माझ्या प्रिय अमेरिकन ऊर्फ अमरिकन ठेंगणे म्हणजे सूट असते, जो तुला लग्नात घालायला फारच साधं वाटलं. याचं एकमेव कारण म्हणजे मी सोन्याच्या खाणींची मालक आहे असं मला दाखवायचं नव्हतं, पण ती मी असो किंवा नसो. तर तो सूट होता, सलवार-कमीज-दुपट्टा सूट. S-o-e-t नाही S-u-i-t. तर तुम्ही लावा S-o-a-t सूट म्हणजे काजळी, जिथे सूर्य पोहोचू शकत नाही."

ती स्वत:ला आवरते. 'अडा कादवुलै – अरे देवा! थेरियामा, सोलितेन मन्नीचुडु – त्या लोकांसारखी मीही बेशरम झाले की, देवासमोर मी काय बोलते आहे, माझं लक्ष नव्हतं. देवा, मला क्षमा कर प्लीज.' दोन्ही हात तोंडाजवळ नेऊन ती दोन्ही गालांवर हलकेच चापट्या मारते. "थापु थापु थापु – चुकलं! चुकलं!" आणि दिवा लावते. मग तिच्या पूजा पंचायतनातल्या प्रत्येक लाडक्या मूर्तीसमोर क्षणभर थांबून, धन्यवाद देत आणि छोटंसं स्तोत्र, श्लोक म्हणत दिवा उचलून फिरवू लागते.

सुखकर्त्या, विघ्नहर्त्या गणेशाला, 'मला सुखरूप घरी परत आणल्याबद्दल धन्यवाद.' संपत्तीची देवता लक्ष्मीला 'माझ्या नोकरीबद्दल आणि त्यातून मला मिळणाऱ्या धैर्याबद्दल धन्यवाद! तुझी अशीच कृपा असू दे.' विद्यादेवता सरस्वतीला, 'तुलासुद्धा माझ्या कामाबद्दल आणि जे मनन-वाचन करायची प्रेरणा तू मला देतेस त्याबद्दल धन्यवाद.' आणि क्षणभर थांबून पुढे, 'आणि आपलं जग त्या बायकांसारखं अर्थहीनपणात संकुचित होऊ नये, या आंतरिक जाणिवेसाठी धन्यवाद.' तिरूमलाच्या सात शिखरींच्या राजा वेंकटेशाला– उपखंडातलं सर्वांत श्रीमंत तीर्थक्षेत्र – 'आज त्या लोकांबरोबर तिचं काय झालं ते तू पाहिलंस. मी योग्य प्रतिक्रिया दिली नाही, हेही तू पाहिलंस. मला पुन्हा पुन्हा त्यांना भेटावं लागणारच आहे, असं मला वाटतं. तुझी गूढता मला दे. तुझ्या श्रीमंतीचं काही रहस्य, अर्थ असल्याचा जो भाव तू धारण करतोस तो दे आणि अगदी आतून येऊ दे, म्हणजे जेव्हा जेव्हा अशा विखारी लोकांसमोर मला जावं लागेल तेव्हा माझी मुद्रा आणि मी यात तुझ्या अंतरंगाचं प्रतिबिंब उमटू दे.'

ती निरांजन पुन्हा जागेवर ठेवते, हात जोडते आणि डोळे मिटून क्षणभर ध्यान करते. भीतिदायक लाल पट्ट्या तिच्या मिटल्या डोळ्यांसमोर नाचू लागतात. भाग्या मन एकाग्र करण्याचा प्रयत्न करते. पट्ट्या वाढतच जातात. सापासारख्या लवलवतात. भाग्या पटकन डोळे उघडते. शुभ्र विभूती आणि भडक लाल कुंकू असलेल्या छोट्या डब्या उघडते. तिच्या कपाळावर रेखून लावते. बारीकसा तांबडा ठिपका, त्याच्याखाली इवली शुभ्र रेघ. भाग्याने हा ठिपका आणि रेघ न लावता घर सोडलेलं असतं, असा तिच्या कामाच्या आयुष्यातला एकही दिवस उगवलेला नसतो. हाताने वारा घालून ती हलकेच निरांजनाची वात शांत करते. तिची हँडबॅग, तिचा डबा, तिच्या किल्ल्या उचलते. दाराला कुलूप लावते आणि स्कूटीवरून भरधाव निघते.

भाग्या चेन्नईला आणि कामावर परत आली त्याला थोडे दिवसच होऊन गेले आहेत. तिचा नवरा कधी परत येणार काहीच बोलला नाहीये; तीही विचारत नाहीये. तो जेव्हा दिल्ली विमानतळावर तिला सोडायला आला होता तेव्हा तिने विचारलं होतं. आणि तो काही गोष्टींचं काहीतरी करायचं आहे असं पुटपुटला होता आणि त्यानंतर त्याने मधाळ हसत तिच्याकडे पाहिलं. हसतमुख, पोरसवदा, किंचित सावध, जरा दमलेला, आशेला आलेला; तिच्या सासरच्या मंडळींसमोर त्या न संपणाऱ्या सकाळभर तो असाच तर होता.

तो तळमजल्यावरच्या आईवडलांना भेटण्यासाठी भाग्याला पहिल्या मजल्यावरून घेऊन जायला आला आणि जेव्हा त्याने एका हातात ओव्हरनाइटर घेतलेल्या जीन्स आणि शर्टमधल्या भाग्याकडे पाहिलं तेव्हा तो हसला. जरा लबाडपणे (एका

खांद्यावर हँडबॅग लटकवलेल्या, गॉगल मस्त कपाळावर चढवलेल्या) 'मला क्षमा करा.' देव्हाऱ्यातल्या देवांना डोळ्यापुढे आणत भाग्या प्रार्थना करत होती. 'मला आत्ता या ठिकाणी असे कपडे घालायचे नाहीयेत, असं वागायचं नाहीये. पण मी प्रेतासारखे इकडेतिकडे फलकारणारे कपडे घालणार नाही. तुम्हाला जर हे मान्य नसेल, तर मला काहीतरी खूण द्या. मी लगेच हे बदलून खास या प्रसंगासाठी खरेदी केलेला सलवार कमीज घालेन.'

पण देवांना तिचा पोशाख एकूण ठीक वाटला. अशा रीतीने जीन्समध्येच भाग्या खालच्या मजल्यावर येते आणि प्रचंड धक्क्याच्या शांततेकडे दुर्लक्ष करत निवडक पाय छूते.

नववधू पहिल्यांदा सासरी आली की, मिळणारी लहानशी शकुनाची भेट तिला मिळत नाही. चेन्नईहून खास आणलेला मिठाईचा बॉक्स ती सासऱ्यांच्या हातात ठेवते. ते थोडा वेळ खो खो खेळत तिच्या सासूपर्यंत पोहोचतं. त्याला हात लावण्यापूर्वी ती विचारते, "काय आहे हे?"

तिला कुणीच बसायला सांगत नाही म्हणून भाग्या चालत सासूपर्यंत जाते आणि तिच्याशेजारी बसते. "मिठाई. चेन्नईच्या खास दुकानातली. मसुराची मिठाई फार प्रसिद्ध आहे. हा पाक घ्यायला कुठून कुठून लोक येतात."

"हमारे में, आमच्यात असलं काही खात नाहीत. खरी मिठाई तर भरपूर दूध, केशर आणि पुष्कळ सुक्यामेव्याने बनते. स्वाद तब बनता है। मसूर आणि साखर मिसळून काय चव येणार?"

भाग्याला पूर्ण भान आहे की, आपल्या नवऱ्याला अगदी याचीच आशा आहे की, घरातल्या धट्ट्याकट्ट्या पुरुषावरून आई आणि बायको हातघाईवर येतील, म्हणजे मग तो त्या दोघींनाही आपल्या मनाप्रमाणे वाकवू शकेल; पण तिला आडोशाला ठेंगणीचं छद्मी हास्य जाणवतं आणि मग तिचा स्वतःवर ताबा राहत नाही. नवऱ्याकडे हात करून ती म्हणते, "यांना डाळ, तूप आणि साखर एकत्र करून आवडतं. उदाहरणार्थ, बेसनाचे लाडू."

"हांऽऽऽ" होकार देताना एक लांब सुस्कारा सोडून तिची सासू तिला होणारे कष्ट दाखवते. "त्याच्या आवडी वेगळ्याच आहेत. त्याची चव हमारे में सारखी नाही."

ठेंगणी आता उघड छद्मीपणा करायचं ठरवते. आपला कोपरा सोडून ती खोलीत येते आणि सोफ्यावर स्वतःची स्थापना करते. सासूच्या दुसऱ्या बाजूला उलगडणाऱ्या नाटकात भाग्या शंभर टक्के समरस होऊ शकत नाही. तिच्या श्वासावर नियंत्रण मिळवण्याचा तिचा प्रयत्न चाललेला असतो. नियमित प्राणायाम करते म्हणून बरं. स्वयंपाकघरात तळल्या जाणाऱ्या माशाचा वास तिच्या शुद्ध शाकाहारी शरीर-व्यवस्थेवर हल्ला करत तिच्या नाकपुड्यांत घुसतो.

स्वयंपाकघरातून तळलेला मासा बाहेर येतो. पाठोपाठ जरासे धुरकट ग्लास, थंडगार बिअरच्या बाटल्या किणकिणत फ्रीजमधून बाहेर येतात. ती नकार देते. कधीतरी पांढऱ्या असलेल्या बशीतल्या तेलाच्या तळ्यातून तो मासा डोळा वटारून तिच्याकडे पाहत होता. तिची सासू बिअरचा ग्लास घेते. ठेंगणीही तसंच करते. तिचे सासरे उदारपणे हात दाखवतात, ''तुला याच्यासाठी आमच्या परवानगीची गरज नाही. घे थोडं. पाहा बरं, आम्ही काही संकुचित मनाचं कुटुंब नाही.'' यानंतर भाग्याकडे सगळे संपूर्ण दुर्लक्ष करतात. तिलाही ते बरंच वाटतं, कारण तिला प्राणायाम करणं गरजेचं आहे, कारण स्वयंपाकघरातून तळलेल्या माशांचा ओघ सुरूच आहे आणि प्रत्येक जण माशाचं मांस, कल्ले, शेपटी, डोकं गट्ट करत असतो आणि बियर रिचवत असतो. जरा जास्तच वेगाने तिचे सासरे जरा उग्र हास्य करतात. ''माझी मुलगी आणि नवीन जावयासाठी चीअर्स! अमेरिकेमध्ये भरपूर मुलगे होवोत. सुख नांदो. इतकं चांगलं स्थळ, तेही आपल्या जातीतलं आणि बरोबरीचं शोधल्याबद्दल आमच्या मुला-सुनेचे आम्ही फार फार आभारी आहोत.'' ठेंगणी अगदी खूश खूश होऊन नम्रपणे ग्लासात आपले नाक बुडवते. तिची सासू तिच्या हातावर प्रेमाने थोपटते आणि हसून पाहते.

सासरे जाहीर करतात की, एक तृप्त माणूस म्हणून सगळी कर्तव्यं पार पाडून, मुलीचं सुस्थळी लग्न करून देऊन आता ते इहलोक सोडायला मोकळे झाले. फार लांबचा प्रवास होता तो! पार त्यांच्या जमिनीपासून! आता तिथे फक्त अतिरेकी उगवतात. आणि चांगल्या लोकांना हाकलून दिल्यावर दुसऱ्या कशाची अपेक्षा करणार म्हणा आणि बरोबर काय आणलं, तर घाईगर्दीत बांधलेली गाठोडी आणि त्यांनी पाहिलेल्या गोष्टी, बायका ज्या संकटांना सामोऱ्या गेल्या ते आणि इथे आपल्या देशात ज्यांना आपण ठेवून घेतलं त्यांनी खरं म्हणजे अतिरेकीस्तानला जायला पाहिजे होतं? ते असे वागतात की, जणू ते देशाचे मालक! त्यांना राखीव जागा हव्या, लाड हवे; पण ते तिकडे काय होते? आमचे चांभार आणि खाटीक आणि आमच्या बंगल्यांचे दरवान. आणि बंगले ते मागेच सोडून आले.

काही नाही. भाग्याचे सासरे तिकडे काहीही सोडून आले नव्हते. काही लोकांना शक्यच नसतं. त्यांना आवडो किंवा न आवडो. ते सगळं बरोबर घेऊन येतात आणि मग निसटून गेलेल्या माशासारखा सर्वच गोष्टींचा आकार मनातल्या मनात वाढायला लागतो. जी जमीन सोडून आलो म्हणून ते दुःख करतात तिचं क्षेत्रफळ त्या देशापेक्षासुद्धा जास्त भरेल असं वाटतं कितीदा. त्यांचं इथे उत्तम चाललं आहे. भारतात हे कृतघ्नपणाचं वाटतं.

त्यांना इतकं सगळं देऊनसुद्धा पुन्हा ते भावनिक निर्वासितपणाच आळवत राहतात आणि आता भारतीय भूमीवर स्थिरावणाऱ्या या अलीकडच्या जखमेला ते

स्वत:भोवती माळून घेतात. ती अशी काही त्यांना चिकटून बसते की, मुलांपर्यंत पोहोचण्याजोगा एवढा एकच वारसा त्यांच्याकडे शिल्लक राहतो. आजोबांच्या या अवघड ओझ्यापासून सुटका करून घेण्यासाठी नातवापर्यंत दोन पिढ्या जाव्या लागतात. स्वत:चं स्थान सापडवण्यासाठी आणि ते जिथे राहतात त्या देशाशी समरस होण्यासाठी तरुणांना सुजाण वडीलधाऱ्यांची गरज असते. ते भौगोलिक, राजकीय, आर्थिक, धार्मिक किंवा इतर कुठल्या प्रकारचे स्थलांतरित नसले तरीही स्वत: युद्ध न पाहिलेली, पण जखमी पिढी ते तयार होऊ देत नाहीत.

भाग्याच्या सासऱ्यांचे सर्वांत जवळचे आणि जुने मित्र – ते बहुधा 'उसपार'च्या वेळचे नसावेत, कारण ते खिन्न, उदास वगैरे नसतात – तिच्या सासऱ्यांना दिलासा देतात की, गॉड खरंच ग्रेट आहे आणि वेडिंग उत्तम झालं आणि समारंभ फार बेस्ट झाला, कारण पाग आणि लागमध्ये काही तकलीफ होणार नाही याची खबरदारी घेतली होती. ऑफिसमध्ये भाग्याचे बँकेतले मित्र याची उकल करून सांगतात की, म्हणजे सर्वांत चांगल्या प्रतीचे चिकन लेग आणि व्हिस्कीचे पेग. त्यांच्याशिवाय लग्न म्हणजे केवळ, निव्वळ कदापि अशक्य!

'हुंडासुद्धा' – बिअरच्या प्याल्याबरोबर चिंतन करत तिची सासू म्हणते – बढिया होता. आमच्या सुनांकडून घेतलेल्या हुंड्यातली एकही वस्तू, अगदी आमच्यात तसा रिवाज असला तरी मुलीला दिली नाही. तिच्या रोजच्या बांगड्या आणि हिऱ्याचे कानातले टॉप्ससुद्धा सगळं नवीन घडवलं होतं किंवा नवीन खरेदी केलं. 'हमारे घरमें आम्ही मुलींना चांगला हुंडा देतो, पण इतरांच्या मुली आपल्याबरोबर काही आणतील अशी अपेक्षा ठेवत नाही.'

आई आणि बायको यांच्यातल्या ऐतिहासिक युद्धप्रसंगाची आठवण सारवून टाकण्यासाठी भाग्याच्या नवऱ्याचा भाऊ घाईघाईने मध्ये पडतो. "भाई, आजकल हुंडा देणं भारतात कोणी टाळू शकत नाही. तिकडे स्टेट्समध्ये स्थायिक झालेल्या आम्हा मित्रांच्या चर्चा चालतात. भाई हम तो बच गये। आम्ही आमच्या मुलींना लग्नात अमेरिकेत काय द्यावं ही आमची मर्जी. अब देखो, माझ्या बायकोने मुलाकडून माझ्या बहिणीसाठी जे मान्य करून घेतलं, ते भारतात लग्न झालेल्या मुलींना घेऊन जावं लागतं, त्यापेक्षा कितीतरी कमी आहे. आधी फक्त सोनं, साड्या आणि व्यवस्थित लग्न करून देण्यापुरतंच होते, पण नव्वदच्या सुरुवातीला भारताची अर्थव्यवस्था उदार झाल्यापासून वेगळ्याच मागण्या येतात. फारच भौतिक सुखाच्या, हातात जास्त रोकड, मोठी-आणखी मोठी कार."

सासू : "प्रेसमन सांगत होता की, त्याच्या मुलीसाठी येणाऱ्या सगळ्या स्थळांची मागणी होती, फुल्ली ऑटोमेटिक वॉशिंग मशिन आणि स्पिन ड्रायरची. धोबी की जात और देखिये उनके तेवर." हे समजावून सांगायला बँकेतले मित्र

नसते, तर भाग्याने बिचारीने काय केलं असतं? तिची एक बॉस होती. ती हसून सांगायची की, तिला पुढची बढती मिळावी म्हणून ती पूर्वी दिल्लीला 'काळ्या पाण्याच्या' पोस्टिंगवर होती. प्रेसमन म्हणजे कॉलनीतल्या कपड्यांना इस्त्री करणारा माणूस. ते सहसा धोबी जातीचे नसतात. तिच्या सासूच्या व्याख्येत सर्वसामान्यांना यांत्रिक सुविधा मिळाव्या हे बहुधा बसत नसावं.

धुतला होता का अशी शंका यावी अशा ग्लासातून भाग्या पाण्याचा एक घोट घेते. तो नुसताच धुरकट नसतो, तर या सगळ्या प्रकारात त्यालाही माशाचा किंचित वास मारत असतो. तिला कुणीही वेगळं काही देऊ केलेलं नसतं. ती निग्रहाने प्राणायाम करत बसलेली असते. मनगटावरच्या घड्याळाकडे एक धावती नजर टाकते. थांबून कसं राहावं, याचं प्रात्यक्षिकच जणू काळ देत असतो.

आपल्या शेजारी बसलेल्या सासूचं, पलीकडच्या ठेंगणीचं तिला भान असतं. सोफा म्हणजे शीतकक्ष झालेला असतो. ती कडेला बघते. तिला दिसतं की, सासूचे पाय जमिनीपर्यंत पोहोचत नसतात. नजर आणखी वर गेल्यावर तिच्या लक्षात येतं की, तिने तिच्या अतिच काळ्या केसांच्या दोन वेण्या घालून टोकाशी लाल रिबिनी बांधलेल्या असतात. 'तिच्या काळ्याभोर भुवयांमध्ये एक पांढरा केस आहे की काय? भुवयापण रंगवतात?' तिच्या डोक्याच्या मधोमध पाडलेला भांग कालच्या वधूची आठवण करून देत असतो. फक्त त्यात सिंदूरची एक भयानक नारिंगी रेघ असते. इतक्या भडक केशरी रंगाच्या विषारीपणाची शंका भाग्याच्या मनात रेंगाळते. 'काहीतरी भेसळ असणार आणि ती थेट कवटीत जात असणार. स्वत:चं कुंकुमचं पाकीट पाठवून देऊ असं म्हणावं का?' तिचं कुंकू अगदी निवडक घटक पदार्थांपासून बनवलेलं असतं. त्यात सगळे औषधी गुणधर्म शाबूत असलेली, हाताने कुटलेली हळद असते. तिने आपण होऊन पाकीट पाठवलं असतं, तर नवेच काहीतरी परिणाम उद्‌भवले असते का?

तिची दृष्टी सासूच्या चेहऱ्यावर उतरते आणि तिच्या डोळ्यातल्या रागाला भिडते; क्षणभर थंड रागाची लहर; चटकन काबूत आणलेली. त्याला सणसणीत प्रत्युत्तर द्यायची आदिम उबळ भाग्यामध्ये भडकते; पण नाही. ती स्वत:ला आवरते. स्त्रीवादी साहित्याची भोक्ती असलेली, पण भाग्याला ते वाचायला देण्याचा असफल प्रयत्न करणारी तिची बँकेतली बॉस तिला नंतर सांगते, "अशा बायका म्हणजे पितृसत्ताक कठपुतळ्या असतात फक्त."

संभाषणाची गाडी आता मोठ्या आणि अधिक मोठ्या गाड्यांकडून पार्किंगच्या जागेच्या अभावाकडे वळली होती. "परवाचीच गोष्ट, याच कॉलनीत एवढं मोठं भांडण झालं की, कुणीतरी घरात जाऊन बंदूक आणली. अर्थात ही कॉलनी चांगली आहे, त्यामुळे सगळं पटकन शांत झालं, पण दिल्ली टी.व्ही. चॅनेलवर सारखं

असलंच येत असतं. टायरमधली हवा काढतात, कुणी एकानं ड्रायव्हर-सीटखालून सळई काढली आणि कुणाला मरस्तोवर ठोकलं आणि कुणीतरी दुसऱ्या एकाला इतकं मारलं की, त्याच्या डोक्याला पंधरा टाके पडले आणि मग ज्याने मारलं त्यालाच गोळी घातली. तीन तरुणांनी एका म्हाताऱ्याला बडवबडव बडवलं. इतकं की, त्याच्या बरगड्या तुटल्या आणि ते पाहिलं का तुम्ही टी.व्ही.वर, एका माणसाने आपल्या शेजाऱ्याचा कान चावून तोडला?''

तिचे सासरे मोठ्या आवाजात सुस्कारतात. ''कलियुग बरं, हे कलियुग. आता कुणाला वागण्याचा पोच राहिला नाही. एक काळ असा होता जेव्हा प्रत्येक जण किती अदबीने वागायचा – पहले आप हुजूर। नहीं पहले आप जनाब।' त्यांना थोडं दमल्यासारखं होतं. जेवण होईपर्यंत ते आता आराम करणार असतात. ते बेडरूमकडे जातात, पाठोपाठ त्यांची बायको सोफ्यावरच्या सिंहासनावरून अल्लडपणे घसरून पायउतार होते. निदान तिच्या लाल-जांभळ्या रिबिनींमुळे तरी तसंच वाटतं आणि त्यांच्या मागोमाग रिचवलेल्या बिअरमुळे एक एक पाऊल जपून टाकत जाते.

सासऱ्यांचे मित्रही गेल्यावर वातावरणात जाणवण्याइतका मोकळेपणा येतो. आत्तापर्यंत नुसती मान हलवून किंवा थोडंसं बोलून बिअर आणि माशांचा गुपचूप समाचार घेणारा प्रत्येक जण आता एकदम बोलता होतो. सगळीकडे विनोदाला उधाण येतं. ''यारा, काय दुर्दैव आहे! कुडियांन देखो, सस्ती हो गई है। पोरी स्वस्त झाल्या, पण या सस्ती कुडियांचा उपयोग काय? कारण हॉटेल रूम तर किती महाग झाल्यात!''

कसले हसतात ते!

नवीन जोक संपल्यावर नेहमीचे पुन्हा पुन्हा सांगितलेच पाहिजेत असले पुढे येतात. 'ट्विन सिस्टर्स लिक अलाइक.'

केवढं हसू लोटतं त्यांना!

काळ स्तब्ध असतो. भाग्या अधूनमधून घड्याळाकडे बघते तेव्हा वेळाचे वेडेवाकडे तुकडे होतात तेवढेच. विनोदाची पातळी आणखी घसरते. अश्लील, पांचट विनोदापासून ते लहरी, काळ्या कॉमेंट्सपर्यंत बायकांचे बोगदे आणि पुरुषांची इंजिनेपर्यंत. आता विमानतळावर जावं असं भाग्या ठरवते. ती खूप लवकर चेक इन करते. तिथल्या महागड्या कॅफेटेरियामधून काहीतरी खायला घेते. इलेक्ट्रॉनिक चेकमधून पलीकडे जाते. इतरांनी टाकून दिलेली वर्तमानपत्रं उचलते आणि एका स्वागतशील खुर्चीत स्थानापन्न होते.

विमानतळावरचा वेटिंग लाउंज तिला एवढ्या सुरक्षित बेटासारखा यापूर्वी कधीच वाटलेला नसतो.

रविवार

आरामाचा दिवस रविवार.

काही जणांसाठी तरी. ज्यांना रोजच्या जगण्यातल्या लयीतला बदल आवडतो, त्यांच्यासाठी तर रविवारची जेवणानंतरची डुलकी म्हणजे आठवडाभराचे लाड पुरवताना राहिलेली कसर भरून काढते.

माझं म्हणायचं, तर मी आता गोठते आहे. त्यामुळे अनंत रविवारचा काळ माझ्यापुढे पसरला आहे. माझं पार्थिव उद्या अधिकृतपणे सापडेल. ग्रंथालय – काहीच तक्रार नाही. अखेरच्या प्रयाणासाठी ग्रंथालय ही जागा चांगली आहे. 'आत्मिक पालन-पोषणाचं घर'. या अवतरणाचं श्रेय माझं नाही. ते रामेसेस रोजकडे जातं. माझं इथलं काम हे सदासर्वदा छानपैकी रविवार असल्यासारखंच होतं. ज्ञान चाळून, वेचून, निवडून सोयीस्कर पद्धतीने मांडून ठेवणं. उपयुक्त आणि उपयोग करण्याजोगी माहिती सहज सापडेल अशा रीतीने फाइल्समध्ये लावणं. जणू ग्रंथालयांच्या वेताळासारखं! कधी न दिसलेला, कधी न ऐकलेला, क्वचितच बोलणं होणारा, पुस्तकांच्या संरक्षक भुतासारखा त्या कपाटांमधून फिरणारा एक माणूस.

माझी बहीण क्वचित जेव्हा निरागस आनंदाच्या मूडमध्ये थट्टेने मला 'मानसिक योगाची गुरू' म्हणायची, तेव्हा आवडायचं मला ते. यातला उद्धटपणाचा भाग सोडून द्या, पण जगभरचे ग्रंथपाल हेच तर करतात. त्यामुळे तर ग्रंथालय वापरणारे जेव्हा तादात्म्य पावतात – कोणत्या वाचकाने शरीर, मन, बुद्धीचे चातुर्य तादात्म्य अनुभवलं नाहीये – तेव्हा अनोळखी, पण साधारण माहितीच्या, अंतरावरील प्रवासाची मजा ते शोधू शकतात आणि त्यांना ती सापडू शकते. मग ती ते वाचू आणि अनुभवू शकतात.

एक प्रकारे ग्रंथपाल मानसिक स्थलांतरही शक्य करतात. जे शारीरिक स्थलांतरासारखंच आपसात साधारणपणे नीट कसं वागावं हे लोकांना शिकवतं. यामुळे एकसंधता वाढते आणि मला आत्ताच छोटासा दिवा पेटल्याच्या क्षणी

जाणवलं की, एकजिनसीपणा येतो, तो स्थलांतर केल्यामुळे, ते थांबवल्यामुळे नाही. आहा, आपल्या राजकारण्यांची हीच तर समस्या असेल. लोक जर एकसंध झाले, तर ते त्यांच्या सरकारांकडून उत्तरदायित्वाची एकमुखी मागणी करतील. स्थलांतराला विरोध, हा यासाठीच राजकारण्यांचा खिशातला हुकमाचा पत्ता असतो. हक्कांवर लक्ष ठेवण्याचं आवाहन लोकांना करायचं म्हणजे सर्वच प्रकारच्या जबाबदाऱ्या विसरल्या जातात.

याच कारणास्तव ते लोकांना उच्च विचारांच्या प्रदेशात मानसिक स्थलांतर करायलाही मज्जाव करतात. भारताच्या गावांमधल्या आणि शहरांमधल्या सार्वजनिक ग्रंथालयांच्या सध्याच्या स्थितीत कदाचित हेही मध्यवर्ती कारण असू शकतं. पुन्हा राजकारणी, त्यांच्या आतले-बाहेरचे या नेहमीच्या दुष्टपणासह एकतर पुस्तकं, मग ती ग्रंथालयाच्या आतली असोत किंवा बाहेरची- ती त्यांना समजतच नाहीत किंवा मग बळाचा वापर करणं. धार्मिक असो की पारंपरिक, सांस्कृतिक किंवा इथली गाळलेली जागा भरा याने भावना दुखावतील, त्याने प्रक्षुब्ध होतील, याच्या सत्य इतिहासाचं पुनर्लेखन झालं पाहिजे. स्वत: काही ठरवण्याचा अधिकार ते नागरिकांकडून काढूनच घेतात.

आणि हे ते अनादि कालापासून करत आले आहेत. आपल्या सगळ्यांना माहीत आहे, नाही का की, जेव्हापासून राजकारणी स्वत:ला नेते समजू लागले तेव्हापासून ग्रंथालयं पेटवून दिली जाऊ लागली. यातल्या कुठल्याही कारणाने वारंवार ग्रंथालयं जाळली जातात. यापेक्षा मोठा वणवा कोणता असू शकतो? मुद्दा त्या पुस्तकातले विषय हा क्वचितच असून तो त्यांचं अस्तित्व हाच होता आणि ती इतक्या मोठ्या संख्येने एकत्र, एका ठिकाणी क्वचितच सापडतात. प्रलय! आपल्या शत्रूची पुस्तकं ही आपली शत्रू असलीच पाहिजेत. चला तर मग, लूट करू या! घेऊन जायला परवानगी नाही. सच्चा सैनिक पुस्तकं पेटवतो; वाचत नाही. विनाश आणि विध्वंसाचं एक उदाहरण म्हणजे ज्यूलियस सीझरचं अलेक्झांड्रियन ग्रंथालय. आणखी एक म्हणजे प्राचीन इजिप्तचा ग्रंथसंग्रह, जो पर्शियन आक्रमकांनी नष्ट केला. अविवाचे पूर्वजही त्यात होते. इतिहासाच्या पालटत्या पानांवर पुढे नोंदलं गेलं, ते या पर्शियन आक्रमकांना करावं लागलेलं सक्तीचं स्थलांतर! शिकाऱ्यांची शिकार व्हावी ही काळजी राजकारणी घेतात.

उपयोग करण्याजोगी ग्रंथालयं जेवढी कमी, तेवढा उपयुक्त ज्ञानाचा प्रभाव जास्त, हे काही वेगळं सांगायला नको. याचा फायदा होतो तो राजकारण्यांना, अतिरेक्यांना, आपल्यातल्या श्वापदांना, अर्थात इलेक्ट्रॉनिक मार्ग आहेच. ऑनलाइन पुस्तकं, इ-बुक्स; वैचारिक तालिबान्यांच्या हस्तक्षेपाशिवाय ती सहज उपलब्ध होऊ शकतात. त्यांचा शोध लागला याचा मला त्यामुळेच आनंद आहे. स्थानिक

दडपशहांचे गट इ-बुक्सवर बहिष्कार टाकू शकत नाहीत आणि कसे त्यांचे मेंदू भंजाळतील की, हे इलेक्ट्रॉनिक शब्द कसे बुवा जाळावेत?

वैयक्तिकरीत्या, इतर अनेक वाचकांप्रमाणे मला पिक्सेलपेक्षा प्रिंट जास्त पसंत आहे. डिजिटल पुस्तकं हाताळणंसुद्धा त्रासदायक असतं. तुम्हाला हवी तशी तुम्ही पानं उलटी सुलटी पलटवू शकत नाही, की बोर्डवर अमुक इतकाच दाब द्यावा लागतो. आता अंथरुणावर पडल्या पडल्या ई-पानं उलटून पाहा. तुम्ही म्हणाल की, मोबाइल धरून सगळ्या इ-गिझ्मोंना बॅटरी चार्जिंग तर लागतंच आणि आपण खाता-पिता संगणकाजवळच असतो, पण तुम्ही माझ्यासारखे वाचता वाचता खात-पीत असाल तर? म्हणजे आपण काही गबाळे नाही, पण थेंब, कण असं पडतंच की! आपण थोडी वाट पाहायला हवी की, उत्पादक आपल्याला खात्री देतील की, अशा तुकड्या-थेंबांनी त्यांच्या इ-रीडरला काही होणार नाही. त्यांनी त्या डिजिटल रीडरची आणि पुस्तकं डाउनलोड करण्याची न परवडणारी किंमत खाली आणावी.

मला मात्र आपल्या भारतीय संगणक सॉफ्टवेअर तज्ज्ञांनी आपल्या शाळकरी मुलांसाठी असंच काहीसं, पण परवडण्याजोग्या किमतीचं तयार करावं असं फार वाटतं. महाकाय दप्तरांमधून कित्येक पुस्तकांचं ओझं त्यांच्या इवल्या पाठींवरून आता न्यावं लागणार नाही, अशी कल्पना करा. सगळी पुस्तकं एकाच डिजिटल रीडरमध्ये असतील. विविध इयत्तांची पुस्तकं साठवण्याची त्यात सोय असेल. विद्यापीठ स्तरावरच्या विशेष विषयांसाठीही त्याची फार मदत होईल.

माझं आणखी एक स्वप्न आहे. ग्रंथालयांची साखळी : सरकारने चालवलेली नव्हे, तर वैयक्तिक उद्योजकतेतून उभी राहिलेली हवी. सुरुवातीला लहान शहरंही त्यात घ्यायची. तिथेही तरुणाई राहते. लहान ग्रंथालयांपासून सुरुवात करायची. ही ग्रंथालयं संकेतस्थळाने जोडायची, म्हणजे ज्यांना पुस्तकं बदलण्यासाठी नेहमी ये-जा करायची नसेल, ते इ-निवड आणि इ-मागणी करू शकतात. ग्रंथालय पुस्तकं पोहोचवायची, गोळा करायची जबाबदारी घेते. महिन्याच्या शुल्कात याही शुल्काचा समावेश करायचा. आता भारतात सर्वत्र झालेल्या मॉल्सच्या मधोमध यांची प्रतिष्ठापना करायची. उत्तम पुस्तकांचा संग्रह ठेवायचा. पारदर्शक काचा लावून आवाजाला अवरोध करायचा. लोक अजूनही विचार करतात आणि काही लोकांना मॉलमध्ये असतानाही ते शक्य होतं याचा पुरावा! यातल्या अनेक ग्रंथालयांनी वाचक मंडळ सुरू करावं, सभा, बैठका, कार्यक्रम, ऑनलाइन ब्लॉगिंग यातून त्यांचं आपसात चलनवलन चालू राहावं. खास सवलतीत कॉफी, गप्पा असे कार्यक्रम मॉलमध्ये किंवा चंगळवादाला वाहिलेल्या कुठल्याही किल्ल्यात घडवून आणावे.

हे अर्थात प्रकाशकांवर आणि सॉफ्टवेअर प्रोग्रॅमर्सवर आहे, पण भारतातली

परिस्थिती सुधारत गेली की, मॉलमधली ग्रंथालयं इ-विस्तारून डिजिटल वितरणासाठीची पुस्तकं देऊ शकतील. आपल्या नेहमीच्या ग्रंथालयाच्या कार्डपेक्षा फार वेगळं नाही. सभासद ग्रंथालयात लॉग इन होतो आणि एक पुस्तक मागतो. ते तत्काळ इ-दिलं जातं, कारण एकाच वेळी किती माणसं तेच पुस्तक मागवत आहेत याचा काहीच प्रश्न नसतो. वाचकाच्या संगणकावर ते अदृश्य होण्यापूर्वी जास्तीत जास्त एक महिनाभर राहतं. पुस्तक परत करायला विसरणं, लेट फी वगैरे झंझटच नाही. जगात कुठूनही ते यथावकाश इ-पत्त्यावर पोहोचवता येते. ग्रंथालयाच्या संकेतस्थळावर अंगठ्याएवढी चित्रं ठेवायची. त्यात सध्या सर्वांत जास्त मागणी असलेल्या पुस्तकांचा स्वतंत्र विभाग ठेवायचा आणि चित्रं मात्र सर्व उपलब्ध पुस्तकांची ठेवायची; डिजिटल आणि छापील.

हे घडलेलं पाहायला मी नसेन. जशी माझ्या डॉक्टरेटचं काम पूर्ण करायलाही मी नसेन; बरोबर ओळखलंत! भारतातील पूर्वीची आणि भविष्यातील ग्रंथालये हाच आहे विषय, पण ठीक आहे. मी जिथे काम केलं ती सुधारण्यासाठी मला शक्य ते मी केलं. मी नेहमी बरोबरच करत होते असं नाही, असंही शिकले.

तसं एकदा एक छोटीशी मुलगी ग्रंथालयात आली. ती तिच्या वर्गाच्या 'राष्ट्रीय एकते'वरच्या प्रकल्पाची प्रमुख होती. तक्ता बनवायचा होता आणि स्वातंत्र्यदिनाला लावायचा होता. शांतपणे, पण जरा गोंधळलेली अशी ती माझ्या टेबलासमोर येऊन उभी राहिली आणि तिने मला हे सांगितलं. तितक्याच शांतपणे तिला धीर देत- माझ्या ओठामुळे गोंधळलेल्या मुलांसमोर मोठ्ठं हसणं इष्ट नव्हे- मी मान हलवली.

मी तिला आमच्या नेहमीच्या यशस्वी विभागांमध्ये फिरवत होते. स्वातंत्र्याच्या चळवळीत भाग घेतलेल्या नेत्यांची छायाचित्रं असलेली बरीच छोटी, सोपी पुस्तकं मी तिला दाखवली. आता सावकाश घरात हलवायची पाळी तिची होती. मी बघत होते, मला प्रश्न विचारताना, माझ्या प्रत्येक उत्तरानंतर नवीन प्रश्न विचारताना तिच्या चेहऱ्यावरचा आधीचा गोंधळ जाऊन तिथे आता नव्याने समज दिसू लागली होती.

''बाई, या नेत्यांच्या अगोदर कोण होतं?''

''ब्रिटिशांच्या अगोदर कोण होतं?''

''मुगलांच्या वेळीपण आपण नव्हतो का?''

''पण मग जर आपण तेव्हा होतो आणि आत्ताही आहोत, मग राष्ट्रीय एकामता फक्त नेत्यांच्या बाबतीतच का दाखवायची?''

''एकात्मता.'' मी दुरुस्ती केली. बाळांचे बोल! मुलांशिवाय असा चमत्कार रोज कोण घडवू शकेल?

त्या मुलीला मी पुढच्या सुट्टीत परत यायला सांगितलं आणि तिच्या समजशक्तीच्या पातळीवर लोक आणि नेते यांचा परस्परांवर प्रभाव काय दाखवता येईल ते शोधू लागले. मला खूपच चतुरपणे हे काम करायचं होतं, हे माझ्या लक्षात आलं. कुठलंही एक पुस्तक मी आजच्या मुलाच्या हातात कोंबून म्हणू शकत नाही की, बाबा, ह्याने पार्लमेंटमध्ये बॉंब फेकला, म्हणून हा स्वातंत्र्यसैनिक. अमक्यातमक्या शिपायाने धार्मिक नियम तुटले म्हणून बंड केलं, त्यामुळे अशा प्रकारचा उठाव ठीक आहे आणि आपल्या सैन्यात त्याची पुनरावृत्ती झाली तरी चालते.

त्या मुलीने आणि त्यांच्या वर्गाने उत्कृष्ट तक्ता तयार केला. खूप कष्ट घेऊन काढलेली दोन चित्रं तयार केली. एक राजमुकुट – त्याखाली लिहिलं होतं, सम्राट अकबर आणि एक गोल चष्मा – त्याखाली महात्मा गांधी आणि दोघांची वचनं. ती इतकी सारखी होती की कोणतंही कोणाचंही असू शकतं. 'जगातील लोक जर बहुविध प्रकारचे नसतील, तर जग अस्तित्वातच राहणार नाही.', 'आपण जर कुणाला त्रास दिला नाही, तर आपण सगळेजण आपापल्या मनाने राहू शकू. दुसऱ्याला स्वीकारण्याची इच्छा मात्र हवी. इमान-निष्ठा ही फक्त एकाच प्रकारची असू शकते. घरात एक आणि बाहेर एक अशी नाही.'

मला शिष्टपणे वाटलं की, मी सगळं करून दिलंय. तेवढ्यात दुसरा वर्ग स्थलांतराच्या प्रकल्पात मदत मागायला आला. मला फारच झकास वाटलेला एक तक्ता मी त्यांना सुचवला. नकाशावर खूप सारे बाण, मूळ स्थान आणि पोहोचायचं ठिकाण दाखवणारे. मुघल येतात म्हणून तंदूर आणि बेकिंगची कल्पना पोहोचते आणि अर्थातच शहाजहान आणि ताजमहाल. जगातली आश्चर्य! केरळमधून निघून अरेबिया आणि युरोपमध्ये पोहोचलेले, त्या काळी 'काळं सोनं' ज्याला म्हटलं जायचं त्या मिऱ्यांचा व्यापार करणारे भारतीय आणि त्या पदार्थाने स्वत:ची तुला करणारे लठ्ठ राजे. भारतीय वसाहतीत 'राजमा'ची लागवड करणारे फ्रेंच, त्यांना तो पेरू मेक्सिको, चिलीमध्ये मिळाला. आपलं भारतीय जिव्हालौल्य त्यावाचून सुनंच राहिलं असतं. कोलंबस आणि वास्को-द-गामाच्या सफरीनंतर त्या आपल्या पाकसिद्धीचा भाग बनल्या. सौंफ किंवा बडीशेप, डाळिंब, फ्लॉवर, कोबी, रताळी, बदाम हे सगळे वसाहतवाल्यांकहून आपल्या किनाऱ्याला लागले.

वर्गाने माझ्या बाणांच्या कल्पनेकडे दुर्लक्ष केलं. त्यांनी साध्या रेषा काढल्या. तक्त्याच्या अर्ध्या भागात असंच ब्रिटिश भारतात येतात- रेल्वेचं जाळं उभारतात, आपल्याला इंग्रजी भाषा शिकवतात. आज भारताला जोडणारे हे दोन दुवे आहेत. आणखी एक रेघ भारताला इंग्रजीद्वारा विविध देशांशी जोडते. संगणकाची भाषा, तक्त्याच्या दुसऱ्या भागात रेषा अधिक चिकटवलेली चित्रं. मो. क. गांधी नावाचा एक वकील भारतातून दक्षिण आफ्रिकेत स्थलांतर करतो. रेल्वेच्या 'फक्त गोऱ्यांसाठी'

असलेल्या डब्यातून फलाटावर ढकलला जातो. ते भारताला स्वातंत्र्याप्रत घेऊन जातात. त्यांची असहकाराची चळवळ पुन्हा दक्षिण आफ्रिकेतच एक नेता राबवतो आणि कालांतराने वर्णविद्वेष मोडून काढतो. बातमी अमेरिकेत पोहोचते. एक बाई गोऱ्या माणसाला आपली बसमधली जागा द्यायचं नाकारते आणि एका नागरी हक्कांसाठी धडपडणाऱ्या जाज्वल्य व्यक्तिमत्त्वाच्या उदयाची ठिणगी पडते. तो १९५९मध्ये 'गांधींच्या भूमीचा यात्रेकरू' बनतो. ही सगळी माणसं अमेरिकेच्या पहिल्या गोरेतर अध्यक्षांचा मार्ग प्रशस्त करतात.

आंतरवर्ग स्पर्धेचं पहिलं पारितोषिक या तक्त्याला मिळतं. मी तो ग्रंथालयात लावते. बरेचदा स्वत:लाच आठवण करून द्यायला की, शिकणं थांबलं की ग्रंथपालाचंसुद्धा जगणं थांबतं.

या रविवारी माझ्या बहिणीला घर जरा मोकळं मिळतंय. दमयंती अशा चाकोरीबाहेरच्या वेळांची वाट पाहत असते, माहीत आहे मला. ती खोल्याखोल्यांमधून फिरते. उशी नीट ठेवते. चित्राची फ्रेम जरा सरळ करते. तिला जर फारच मूड लागला, तर नोकरांकडून फर्निचरही हलवून घेते. आपलं स्थान पुन्हा मिळवण्याची काही बायकांची अशीही पद्धत असते. के वन लोकेशनवर असतो. तो दुसऱ्या दिवशीच्या दुपारच्या जेवणापर्यंत येणार असतो. के टू त्या दिवशी दुपारी जेवल्यावर निघणार असतो. तो चित्रीकरणासाठी ऋषिकेशला जाणार असतो. मध्ये दिल्लीत काही तास थांबून मोबाइल कंपनीची जाहिरात करणार असतो. तिचा ब्रँड अँबेसेडर होण्यासाठी त्याला चांगले पैसे मिळालेले असतात. मुलाखती, छायाचित्रं वगैरे होणार असतात. ती वर्तमानपत्रांच्या पुरवण्यांवर व्यवस्थित झळकणार असतात. टिस्का सावरली होती का की ती छायाचित्रं बघून तिला त्रास होईल हे कळून की तो तिच्या इतक्या जवळ शेजारच्या रस्त्यावरच्या फॅन्सी हॉटेलमध्ये होता?

टिस्कासाठी तिच्या एकान्त बगीच्यात ग्रीन टीचे घुटके घेत, थंडीतला सकाळचा सूर्य पानांना झटकतो आहे, एक निवांत रविवार. आपण तिच्या शांततेत प्रवेशही करत नाही, हे कळल्यावर के टूचा – बापाचाच मुलगा तो – किती किती हिरमोड झाला असता! पण कुणालाही त्यात वावगं का वाटावं? ही टिस्का आहे. ती फिल्मी बेबी आहे. आकाशातल्या त्या महान दिग्दर्शकाने तिला अशी भूमिका दिली आहे की, आधीचं पडेल प्रकरण विसरून तिने नवीन चित्राकडे वळावं. तिने ते केलं.

शिवाय आदल्या रात्रीच्या लांबलचक फोन कॉलमध्ये स्टारमॉम म्हणाली होती की, तिने अजिबात काळजी करू नये. सारंकाही छान आहे. तसंच राहील,

कायमचं. ती वचन देते. फक्त आता जी गोष्ट टिस्काला सांगितली जाणार होती, ती तिने लक्षपूर्वक ऐकली. तिला डायना आठवत होती का, ती तरुण आई, लंडनच्या दुकानाच्या मालकाच्या मुलाबरोबर मोटार अपघातात मेली आणि ते दुकान? जिथून टिस्काचं हॉट चॉकलेट येत होतं? ते; तर त्या दुःखी राजकन्येने स्वतःच्या परीकथेवर विश्वास ठेवण्याची चूक केली; अर्थात परीकथा चांगल्या असतात. हव्या असतात, म्हणून त्या असतात, ड्रॅगनचा निःपात करता येतो आणि आपल्या आयुष्यात जर काही वाईट गोष्टी घडल्या. उदाहरणार्थ, ड्रॅगन, तर आपण आपली जादूची कांडी फिरवायची आणि जादू घडवून आणायची, समजतंय का टिस्काला?

आईच्या आवाजावरून टिस्काला समजलं की, ही 'खडतर' प्रेमाची वेळ होती. ती तिच्या मुलांशी खडतर प्रेमाबद्दल बोलणार होती आणि कदाचित नवऱ्याशीही. तिचं खरंच त्याच्यावर प्रेम होतं. तो ज्या पद्धतीने तिला अगदी घट्ट-घट्ट कवेत घेत असे, पण चिरडत नसे. खास करून जेव्हा- म्हणजे ती तो शब्द उच्चारू शकत नाही- खास करून तो जेव्हा तिच्या आत असतो. तो तिला कुरवाळत असतो, घशातल्या घशात तिचं नाव कुजबुजत असतो. टिस्का सुखावलेली असते. सकाळीच तिने सुपर वॉर्म अभ्यंग करून घेतलेले असते. लवकरच ते तिच्या सासऱ्यांच्या फार्म हाउसवर जायला निघणार असतात. तिकडे संपूर्ण कुटुंब रविवारच्या ब्रंचसाठी जमणार असतं. टिस्काला तिचे सासरे खरंच आवडत असतात, कारण ते त्यांच्या स्वतःच्या आयुष्याचे निर्माता-दिग्दर्शक असतात. तिची मुलंसुद्धा मोठी होतील तेव्हा आपल्या आयुष्यावर पूर्ण नियंत्रण ठेवतील याची ती काळजी घेणार असत. त्या दिवशी संध्याकाळी ती धंद्याची सफर म्हणून नवऱ्याबरोबर दक्षिण अमेरिकेला जाणार असते. तिथे असतानाच बाळाचं जमव असं स्टारमॉमने तिला सुचवलेलं असतं. तिला तिथले उबदार रंग आणि रसरसतं संगीत फार आवडतं. तिने रिओ डी जानीरोमध्ये एक गाण्याचं चित्रीकरण केलं होतं आणि गुळगुळीत चित्रानं एकंदरीत चांगलाच गल्ला जमवला होता.

स्टारमॉमसाठी फार जुन्या काळी शाळेत शिकवलेलं होतं – सोमवार ते शनिवार देवाने जग घडवलं. रविवारी देवाने विश्रांती घेतली- त्याची दुःखी आठवण- देव बाई नव्हता हे उघडच आहे. लग्नामुळे तिच्या जबाबदाऱ्या थोड्या कमी होतील अशी तिला छुपी आशा होती, पण लबाडांना विश्रांती नसते हेही शाळेतच शिकवलेलं. पालकांनी कर्तव्य केलं पाहिजे. काही वर्षांनी पाय पसरून बसायला पुष्कळ वेळ मिळतो. असंही नको की, इतकं खपून विश्रांतीही नाही आणि लबाडीही नाही. ते अजून टिस्काच्या वडलांना भेटले नाहीत. ते कधीचेच पाय

पसरून बसलेले आहेत. एका हातात व्हिस्की आणि बर्फाचा किणकिणता प्याला, दुसऱ्या हातात सिगरेट. ज्या क्षणी तुम्ही पालक होता त्या क्षणी तुमचा आत्मविनाशाचा पर्याय संपतो, हे कळून घ्यायचं त्यांनी नाकारलं.

स्टारमॉमला जुनाट द्वेष जाणवत नाही. पश्चात्ताप? होय! टिस्काला तिच्या आयुष्यात वडलांचा सहवास कायम मिळावा, अशी तिची मनापासून इच्छा होती. तिच्या मुलीच्या मनात तिच्याविरुद्ध हे सलत असेल का? तिचं बालपण चित्रासारखं सुरेख झालं नाही म्हणून ती तिला दोषी ठरवत असेल का? तिने डोळे मिचमिचवले. ते चित्र डोळ्यापुढे आलं की, तिला नेहमीच तसं होतं. ती तिच्या मुलीला, तिच्या करिअरच्या अगदी सुरुवातीला घेऊन एका महत्त्वाच्या आयकर अधिकाऱ्याकडे रात्रीच्या वेळी गेली. त्याची वर्तमानपत्रात आलेली छायाचित्रं, त्याने शपथेवर सांगितलं की तो उकरून काढू शकेल अशा कुठल्याही कामाच्या गोंधळाबद्दल ते नव्हतं. त्याला फक्त एवढाच खास थरार हवा होता की, इतक्या सुंदर, हव्याशा तरुण नायिकेने तिच्या स्वतःच्या गोऱ्यागोऱ्यापान हातांनी त्याच्यासाठी प्याला भरावा. मद्याचे काही घोट आणि मग टिस्का जाऊ शकते.

तिने टिस्काच्या वडलांना फोन केला. त्यांचा द्रवरूप फराळ चालू होता. त्यांनी एक लांबलचक कथा सांगितली की, त्यांच्या दोस्ताला प्यायला सोबत हवी होती, कारण त्याच्या चित्रपटाची परीक्षणं वाईट आली होती. फर्स्ट डे फर्स्ट शोचं उत्पन्न एकदम कमी आलं होतं आणि आता तो या कल्पनेशी चाळा करत होता की, उत्कंठा वाढवण्यासाठी त्यातली वीस मिनिटं कमी करावी का? पण गुप्तांगावरचे केस भादरले म्हणजे मुडदा हलका होत नाही. 'झाट काटनेसे मुर्दा हल्का नहीं होता.'

टिस्काबरोबर जाण्याची विनंती ऐकताक्षणी विनोदबिनोद सगळा संपला. एखादा पुरुष, विशेषत: तिचे वडील, अशा प्रसंगी जरा विरुद्ध वागतात! पण कदाचित याचमुळे आयकर अधिकाऱ्याने तिला बरोबर हेरलं होतं, कारण घरात पुरुषच नव्हता.

"भडवा समझा है मुझे। हमारी फॅमिली की इज्जत तो नहीं रख पायी। रंडीबाजी की भी हद होती है. सांगितलं होतं कुणी तुला तिला चित्रपटात ढकलायला? तुला तर नक्कीच माहीत आहे बायकांसाठी किती वाईट जग आहे ते. बरोबरच आहे तुला असं. जैसी करनी वैसी भरनी।"

त्या दिवशी एक क्षणभर स्टारमॉमला वाटलं, आपण पुरुष असायला हवं होतं. एक बलदंड पुरुष! त्या हराम्याला चांगलं बुकलून काढावं, ठेचून त्याचा पार लगदा करावा अशी तिला तीव्र इच्छा झाली. त्याचं थोबाड रक्तबंबाळ करावं असं वाटलं आणि तिने जेव्हा सर्व शक्तीनिशी जाड, जड तळाचा बूट त्याच्या नाकावर

ठेचला असता तेव्हा त्याच्या डोळ्यातली भीती तिला बघायची इच्छा होती. त्या एका निसटत्या क्षणात या सगळ्याची भयंकर तीव्र इच्छा तिला झाली.

आह्, इच्छा. इच्छा जर खऱ्या झाल्या असत्या, तर आत्तापर्यंत कित्येक पती कैलासवासी झाले असते आणि आत्तापर्यंत त्यांचं दु:खदेखील विस्मरणात गेलं असतं.

स्टारमॉमने ओळखलं की, ही शक्तिप्रदर्शनाची वेळ होती. 'कळू दे त्या आयकरवाल्याला कोण जास्त ताकदवान आहे! तिच्या बाजूला किती लोक आहेत ते. एका पत्रकाराशी तिची विश्वास टाकण्याएवढी ओळख होती. नफीसा. तिने एक बरोबर नाव आणि नंबर शोधून काढला. तिला खात्री पटली की, त्या तिथे पोहोचायच्या जरा आधी एक ज्येष्ठ अधिकारी तिथे 'अचानक' पोहोचेल. त्यांनी फक्त थोडा वेळ तिथे थांबून सटकायचं होतं. अशा रीतीने सर्वांचीच लाज राखली गेली असती. असे अतिरेक दुर्दैवी असतात, पण ते घडले.

त्या रात्री इतक्या उशिरा आयकर अधिकाऱ्याच्या पार्किंगमध्ये रेंगाळणाऱ्या छायाचित्रकाराच्या कानात हे कुणी सांगितलं? 'तो छायाचित्रकार माझ्या वर्तमानपत्राचा असायला हवा होता.' ही नफीसाची टिप्पणी. ''असा विचार कर ना, आमच्या स्पर्धक वृत्तपत्रात मस्त मसालेदार छायाचित्र होईल ते. कदाचित तुझा नवरा किंवा त्याच्या घरातलं कुणीतरी असेल ज्याला तू आवडत नाहीस. आता जे झालं ते होऊन गेलं. एक मेहेरबानी कर. जास्त विचार करत बसू नकोस, नाहीतर तुझ्या मुलीवरही त्याचा परिणाम होईल. आणि एक कुणीतरी प्रतिष्ठित चार्टर्ड अकाउंटंट शोधून काढ, जो तुझ्या आयकराच्या विषयाचा 'पुरुष' चेहरा होईल.''

स्टारमॉम त्यानंतर नफीसाची मैत्रीण झाली. तिच्या त्या माणसाला धन्यवाद म्हणून एक महागडा संच तिने पाठवला. त्याच्यासाठी हिऱ्याचे कफ लिंक्स आणि सूटपीस, त्याच्या पत्नीसाठी साडी आणि परफ्युम! तिने नफीसाला पाठवलेली साडी, परफ्युम परत आलं आणि त्याबरोबर तिचा फोन की, ती दोन्हीपैकी काहीच वापरत नाही. स्टारमॉमने तिच्या लेकीला प्रेमाने कुशीत घेतलं आणि सांगितलं की, मोठं होण्याच्या प्रक्रियेत हा खडतर प्रेमाचा अध्याय आहे, त्यामुळे ज्यांनी ती छायाचित्रं पाहिली होती त्या चित्रपट व्यवसायातल्या लोकांच्या नजरांकडे तिने दुर्लक्ष केलं पाहिजे. एका अत्यंत तेजतर्रार माणसाने चालवलेली चार्टर्ड अकाउंटंट फर्म तिने नेमून टाकली. त्याच्या बायकोला 'भाभी' म्हणत तिच्याशी मैत्री केली आणि त्यामुळे त्याला भाऊ करून टाकून दर वर्षी त्याला राखी बांधायला सुरुवात केली.

तर असो. आपला रविवार. स्टारमॉमचे बरेच लांबवरचे फोन करून झाले होते. त्या फोन्समधून टिस्काची बरीच संपत्ती स्थावर मालमत्तेत आली होती. टिस्काच्या

नवऱ्याला बरोबर वेळेची शंका आलीच- तर सगळे करार आधीच्या तारखांचे, तिच्या मधुचंद्राच्या काळातले होते. थोडं लीज भांडवल घालून टिस्काच्या स्वर्गीय सासूबाईंच्या नावाने एक विश्वस्त संस्था स्थापन केली जाणार होती. स्थावर व्यवहारात आणि व्यावसायिक कौशल्यात नावाजले गेलेले टिस्काचे सासरे स्वत: मुख्य आश्रयदाते म्हणून या संस्थेचे उद्‌घाटन करणार होते. मग प्रसिद्ध अशा निधी उभारणाऱ्या संस्थांमार्फत ती निधी उभारणार होती आणि विश्वस्त संस्थेच्या अंतर्गत चांगली कामं करणार होती. अशा रीतीने ज्यांच्यासाठी ही संस्था स्थापन केली जाणार होती, त्या बांधकामावरच्या मजूर स्त्रिया आणि त्यांची मुलं यांना मदत तर नक्कीच मिळाली असती, पण तीही जनतेच्या नजरेत राहिली असती. मग मुलं झाल्यावर जेव्हा टिस्काचे चित्रपट आले असते तेव्हा प्रेक्षकांनी तिला सहज स्वीकारायला या संस्थेची मदत झाली असती. टिस्काच्या नवऱ्याच्या मनात असलेल्या पोलोच्या कार्यक्रमांनाही त्याची मदत होऊ शकली असती. 'फिल्मी चक्कर, अशा विकाऊ कल्पनेत सगळ्यांचं एकत्र लग्न लावणारा हुश्शार जावई माझा!' स्टारमॉम मनापासून मान्य करते, 'खरंच नवलाचा निघाला जावई!'

त्याला जो घोडा हवा होता, तो ती त्यांना टिस्काच्या गोदभराईच्या वेळी भेट देणार होती. पुढच्या आठवड्यात ती गर्भवती होणार होती हे तिला ठाऊक होतं. लगेचच बाजारात उत्कृष्ट घोडे बघायला सुरुवात करावी, असं तिला वाटलं. एक पर्याय म्हणजे पुण्यात स्टड फार्म असणाऱ्या राजाशी बोलावं असा होता. दुसरा म्हणजे टिस्काला दिवस राहीपर्यंत थांबणं म्हणजे मग तिने तिच्या जावयाच्या वडलांना येणाऱ्या नातवंडाच्या अभिनंदनाचा फोन केला असता तेव्हा पार अगदी लाजत-मुरकत ती ते म्हणू शकली असती; पण अबला नारीचं नाटक ताणायचं नव्हतं हे तिला लक्षात ठेवणं भाग होतं. पुन्हा हिंदी सिनेमातल्या हिरोच्या बहिणीसारखं नाहीतर आईसारखं अति दुबळंही होऊन चालणार नव्हतं आणि मग तिने विचारलं असतं की, उत्तर भारतात एखादा चांगलासा घोडा मिळू शकेल का? नवीन आईबाबांना चकित करायचं आहे. 'अब क्या देना? कौनसी चीज की कमी है? देवाच्या दयेने आणि तुमच्या कामाने आणि कौशल्याने आपल्या मुलांना कशाची कमी आहे?' डायलॉग फार नाटकी वाटतोय की खपून जाण्याजोगा आहे? चलो, वेळ आल्यावर ठरवेल ती काय ते.

तिने मान्यालाही फोन करून ठेवला होता. तिने खास टिस्कासाठी तयार केलेल्या पाहुण्या भूमिकेबद्दल म्हणजे एक विवाहित स्त्री म्हणून प्रेक्षकांच्या मनात तिची प्रतिमा रुळायला सुरुवात होईल. दुपारी काही डी.व्ही.डी. बघायच्या होत्या. त्यात लावण्याने आदल्या महिन्यात सांगितलेले काही हंगेरियन चित्रपटही होते. लावण्या गोव्यात होती. तिच्या राजकारण्याची वाट पाहत. वेळ घालवण्यासाठी

म्हणून सबंध दिवस आंतरराष्ट्रीय चित्रपट महोत्सवातले चित्रपट बघत बसली. तिला माध्यमांचे बरंच लक्ष, लाड मिळाले, लावण्याची छानशी छबी आणि 'लव्हली सिनेमा'बद्दल तिची खास छानशी टिप्पणी. या सगळ्याकडे पाहण्याचा स्टारमॉमचा दृष्टिकोन असा : राजकारण्याला कळून चुकलं की, महोत्सवात ढिगाने पत्रकार असणार, त्यामुळे त्याने लावण्याला एकटीला लटकवलं. तीही लटकवून घ्यायला राजी झाली. तिने मिळेल त्या पहिल्या विमानाने बाहेर निघून यायला हवं होतं, एकटीला टाकल्याबद्दल कांगावा करायला हवा होता. मग चूक कोणाची, हं? लटकनेवाला या जो अपने ही हाथोंसे लटक गये?

ते काही असो. लावण्याला चित्रपटाचं नाव आठवत नव्हतं. स्टारमॉमने नफीसाला फोन केला. तिने तिच्या चित्रपट पत्रकाराला. "असली भोसरा उदासी बघतेस तू?" तिने सगळ्या माहितीसह परत फोन केला तेव्हा विचारलं. स्टारमॉम जोरात हसली. योनीलासुद्धा एक मूड देऊन माणूसपण द्यावं ते नफीसाने. चांगल्या लोकांच्या संगतीत असणं हेदेखील एक वरदानच असतं. आयुष्य छान असतं खरंच. 'डिव्हीडींच्या या गठ्ठ्यात कुठेतरी टिस्काच्या भविष्यातील भूमिका आहे. एखादं राष्ट्रीय पारितोषिकसुद्धा त्या मानवरूपी डुकराने नाकारलेलं. त्या सडक्या सुव्वरला टिस्काच्या पुढच्या चित्रपटाची मोठी घोषणा होईपर्यंत त्याच्या वित्तदात्यांकडून पत्ता लागता कामा नये. मान्याला यासंदर्भात सावध करायला हवं.' मान्या दिवसातला कामाचा पुढचा फोन करते.

मान्यासाठी हा रविवार क्लेशदायक असतो. त्यांच्या वडलांनी तिच्या जुळ्या भावाला दिल्लीला पाठवण्याअगोदर केवढं ते भांडण! बऱ्याच दिवसांत ते एकत्र टेबलाशी बसून जेवले नव्हते. त्यांची आई गेल्यापासून तिच्या भावाने बेडरूममध्येच जेवायला सुरुवात केली होती. वडील आणि वहिनी यांच्यासोबत मान्या जरा वेळ बसली, पण तिला वाटलं की, त्याचं ते काही कारण नसेल. त्यात तिला भावाच्या पाठीशी उभं राहिलं पाहिजे, म्हणून तीही टेबलावरून उठली.

त्यांच्या आईच्या वाढदिवसाबद्दल, जयंतीबद्दल जेवण होतं. स्वयंपाक्याने सगळे तिच्या आवडीचे पदार्थ केले होते. वहिनीने आई करायची तशी वाढप्यावर देखरेख केली होती, तरी चतुरपणे ती आईच्या जागी बसली नव्हती. जेवायला सुरुवात तर ठीक झाली. नेहमीसारखेच ते त्यांच्या पक्षाच्या राजकारणाबद्दल बोलत होते. तिच्या भावाने काहीएक मुद्दा मांडला. मान्याने त्याला दुजोरा दिला. त्यांच्या वडलांना तो मान्य नव्हता. त्यांच्या बोलण्यातलं थोडं तथ्य मान्याला जाणवलं होतं. भावाने उलट उत्तर दिलं आणि त्याचंही सर्वस्वी चुकीचं नव्हतं. तिच्या वडलांचंही नव्हतं. तिचा भाऊ, तिचे वडील, पुढे भांडण. त्यांचे वडील गरजले, "सांगतो तसं

कर. बापाला झवायला शिकवू नको.''

मान्याचं ओटीपोट अचानक वेदनेनं आवळलं जातं. तिच्या पोटात एक घट्ट मूठ बनते आणि फिरते. आधी काही पूर्वसूचना नाही, काही तयारी नाही. थेट भोसकलेले भाले! तिला जाणवतो तो नंतरचा प्रचंड रक्तस्राव. प्रत्येक पाळीच्या वेळी तिला हा त्रास अंथरुणात खिळवून ठेवतो. आई गेल्यानंतर अकरा पाळ्यांमध्ये तिला फार रक्तस्राव झाला होता. दर वेळी परिस्थिती बिघडतच होती. मोठ्या, आणखी मोठ्या गुठळ्या. आणि मग पाळीनंतरची गलितगात्रता आणि निराशेचा झटका. आदल्या महिन्याच्या दुखण्याच्या वेळी तिच्या भावाने तिला मृदूपणे विचारलं होतं, ''सहन होत नाहीये का गं?'' तिचे डोळे पाण्यानं भरून आले होते. तिने मान हलवली. तो खूप हळवा झाला होता. त्या जुळ्या भावंडांना आपल्या हरपलेपणाची, 'कसं व्हायला हवं होतं' अशा दुःखाची, त्यांची भीती खरी ठरण्याच्या शक्यतेची भावना एकत्र जाणवत, दुखावत होती. एकमेकांशी काहीतरी बोलावं म्हणून ते थांबले. काय ते त्या दोघांना माहीत होतं, पण तरी एकमेकांकडे पाहत ते थांबून राहिले. अव्यक्त शब्द विरून जाणार होते, कारण वहिनी खोलीत आली होती. न बघता भाऊ पुन्हा पुस्तकात परत गेला. तो निरागस हळवेपणा अजून त्याच्या मुद्रेवर होता. मान्याला पुन्हा एकदा जबरदस्त वेदनेचा भाला आणि रक्ताची धार.

भाग्यलक्ष्मीसाठी विश्रांती. बिछान्यात पडून राहणं आणि ही औषधं. त्या खाटकिणीनं सकाळी भडकपणे सांगितलं होतं तसं, तिच्या केसातल्या भांगातल्या हायवेमधल्या सिंदूराएवढ्या भडकपणाने. रुग्णाला कसलाही संसर्ग होता कामा नये आणि तिला पुढच्या निरोगी गर्भारपणासाठी शक्ती गोळा करायला हवी. होय की नाही? भाग्यासाठी. काळाच्या बोगद्यात बघणं - वर्षं, महिने, आठवडे, दिवस; पण बहुतेक तासच.

''तुला वाटतं'' पडद्यांनी बेडरूममध्ये केलेल्या अंधारात भाग्या कुजबुजते. तिच्या नवऱ्याने गर्भपातवालीकडून आणून तिला घरी सोडलेलं असतं आणि तो गझियाबादला जमीन पाहण्याच्या बहाण्याने तिकडे गेलेला असतो. ''त्यांचं चुकलं? कदाचित तू मुलगा असशील. तसं असेल, तर बरी त्यांना शिक्षा झाली. तू मुलगी असलीस, तर त्यांना वाटतं, तुझ्या यातना त्यांनी एका जन्मात कमी केल्या. अशी कुटुंबं हे अवघड करून टाकतात. ते असले तरीसुद्धा आपण एक चांगली मुलगी असणं. मी तुझ्यासाठी तिथे असते गं! तुझ्याविरुद्धच्या कुठल्याही अन्यायाबद्दलच्या माझ्या संतापानं तुझं रक्षण केलं असतं, पण बाईनं असल्याच संतापानं घुसमटून मरून जावं यासाठी अशा कुटुंबांकडे मार्ग असतात आणि त्यांच्या मुली अबोध,

अस्पर्श भावनांनी घुसमटतात, गुदमरतात. मी वचन देते तुला, तू मोठी होऊन काहीतरी अवंच्छित कारणाने गर्भवती झाली असतीस किंवा तुझ्या गर्भात काही दोष-विकृती असती तर मी गर्भपाताला उत्तेजन दिलं असतं. मला जास्त दुःख कसलं झालं, तर तुझे वडील आणि त्याची आई यांनी तुझ्या आत्म्यालाच ठार मारलं. मला क्षमा कर बाळे! मला खरंच माफ कर!''

मग अश्रूंच्या महापुरात बुडून जाण्याअगोदरच भाग्या बिछान्यातून उठून पर्स उचलते आणि घरातून बाहेर पडून फोनबूथकडे चालू लागते. ती आई-वडलांचा नंबर फिरवते. पहिल्या रिंगला तिचे वडील फोन उचलतात. ते थांबतात, ती थांबते. ते म्हणतात, त्यांनी कॉलर आयडी बसवला आहे. हा नंबर दिल्लीचा आहे आणि ती त्यांची मुलगी आहे.

मग अश्रू लोटतात. अनावर हुंदके आणि दबके आवाज. जे ती थोपवूच शकत नाही. फोनबूथवाला तिच्याकडे न बघण्याचा प्रयत्न करतोय. रस्त्यावरून जाणारा शेजारी तिच्या नवऱ्याला नाहीतर सासूला सांगेल किंवा अगदी रस्त्यापलीकडचं नेहमीचं वाण्याचं दुकान अगदी समोर आहे आणि तिथला माणूस अगदी रस घेऊन तिच्याकडे पाहतोय या कशाकशाचं तिला सोयरसुतक नाही.

तिच्या पत्रिकेत दोन लग्नांचा योग असतो, हे तिच्या वडलांचं पुढचं वाक्य.

''अप्पा!''

चाळिशीच्या सुरुवातीला तिचं दुसरं लग्न होणार असतं. तो नवरा कदाचित हिंदूसुद्धा नसेल अशीही शक्यता असते. हे तिच्या आई-वडलांसाठी अधिक दुःखदायक असतं, पण ग्रहांचं म्हणणं असतं की, ती जोड या फालतू माणसापेक्षा पुष्कळ चांगली असेल. ते फोन तिच्या अम्माकडे देतात.

तिची आई : ''बाळे, जे नशिबात असेल ते घडेल. आपण ते बदलण्यासाठी काही करू शकत नाही, पण आत्ता दैव की कर्म यातलं काही मनात आणू नको. सध्या फक्त आराम कर. वा, मा, वीटुकावा. घरी ये भाग्याम्मा आणि विश्रांती घे. तुझी शक्ती भरून येऊ दे.''

अविवासाठी आज बंद असल्यामुळे पेपर नाहीत. केटरिंग नसेल, तर अविवाला अर्ध्या पँटमध्ये रविवारचे पेपर पसरून वाचत बसायला फार आवडतं. जेवण लवकर होतं. साधंच जेवण असतं. एखादं सँडविच, सूप. दुपारची डुलकी. रविवारी ब्रंचचं काम नसेल, तेव्हा ती या कार्यक्रमाची वाट पाहत असायची. 'मजा कर!' ती स्वतःला सांगते. 'जोवर रविवारवर अतिक्रमण करायला नवरा आणि मुलं नाहीत तोवर आकंठ आनंद घे!'

'सकाळपासून त्याचा फोन नाही.' तो घरी असेल तेव्हा फोन करायचा नाही

हे तिला ठाऊक होतं. दुसरं कुणीतरी कॉलर आयडीवरचं तिचं नाव वाचलं असतं आणि तिच्याशी संभाषण करायचं ठरवलं असतं, जे संपूर्ण कडू ठरलं असतं, पण आदल्या रात्री तो त्याच्या बायकोशी बोलला होता. त्या दरम्यान त्यानंतर जे काय व्हायचं ते नाहीतरी वाईटच असणार होतं. मग अविवाने त्याला का फोन करू नये? ती ती कल्पना जोखून बघते. तसं करायला नको असं ठरवते. तिला वाटतं की, त्या बाईला वैवाहिक आयुष्याचा उघडच शेवटचा रविवार द्यावा. 'विभक्त होणारं जोडपं म्हणून त्यांना बऱ्याच गोष्टींचा निकाल लावायचा असेल. ताणलेल्या घरगुती गोष्टींचा कचरा!'

वर्तमानपत्रं नाहीत. हॅट! वॅक्सिंग करायला येणाऱ्या बाईची वाट पाहताना वाचायला ताजं काहीच नाही. अविवा टी.व्ही. चालू करते. सोफ्यावर स्थानापन्न होते आणि वाहिन्या चाळायला सुरुवात करते. एक वृत्तवाहिनी माहिती देते की, बेंगळुरू बंद पूर्णपणे यशस्वी झाला आहे. 'ब्युटिशियन पोहोचू शकणार आहे की नाही?' ती वाहिनी बदलते. 'इथेपण बंद चालू आहे.' कुणीतरी अति भगवे कपडे घातलेलं आणि त्रिशूळसदृश काहीतरी हातात घेतलेलं, ओरडत असतं, "बाबरीसारखं इथेही भुईसपाट करू. ही दक्षिण भारताची अयोध्या आहे." अविवा दुसऱ्या वाहिनीवर जाते. तिथला माणूस टेकडीचा आणि आजूबाजूचा पूर्वीचा निरोगी आल्हाददायक परिसर दाखवून फार भलेपणाने खवळलेल्या पाण्यात तेल ओतत असतो.

"बाबा बुडनगिरी हिल्स हे नाव एका सूफी संतावरून पडलं आहे. त्यांची समाधी हिंदू, मुस्लीम दोघांसाठीही एक पूजनीय ठिकाण आहे, पण केवळ मतं, विशेषत: बेकार तरुणांची मतं मिळवण्यासाठी उजव्यांनी या जागेवर दावा सांगणाऱ्या गटाला पाठिंबा दिला आहे. पक्षाच्या धार्मिक आघाडीने या दाव्याला बळकटी आणण्यासाठी टेकडीवर नवीन प्रथा सुरू करायला या गटाला मदत केली आहे. सुरुवातीला ज्याला ते होणारं अटळ हस्तांतर म्हणतात, त्यात पक्षाच्या युवा आघाडीने समाधीजवळची काही मुस्लीम दुकानं उद्ध्वस्त केली आहेत. शेजारच्या आंध्रप्रदेशात अशाच एका समाधीभोवती जातीय वादाचं वादळ जमा होऊ लागलं आहे. उजव्यांच्या हाती कोलीत देण्यासाठी सुशिक्षित मुस्लीम युवकांची उदाहरणं आहेत, जे कर्नाटकात आणि आंध्रात जन्मून आणि परदेशात अतिरेकी कारवाया करण्यासाठी स्वेच्छेने सामील झाले आहेत. या राज्यातली जनता आपली जीवनं धर्माच्या नावाखाली हवी तशी वळवू-वाकवू देईल का? काळच सांगेल."

रेशमासारख्या मुलायमपणे वार्ताहर पुढे सरकतो, "आणि हाच पक्ष प्रत्यक्ष राजकीय सत्तेमध्ये त्याच्या धार्मिक आघाडीला वाटेकरी करून घेईल काय? संन्यासिनी श्वेतांबरा, पक्षाच्या ज्वलंत कार्यकर्त्या यांनी राजकीय लाभात त्यांचा

वाटा मागितला आहे. संन्यासिनींनी स्वत: रिंगणात उतरून आपल्या मागण्या समोर आणल्या आहेत.'' झर्रकन संन्याशिणीच्या छबीने पडदा भरून जातो. इथे ती स्वत:च्या पक्षाच्या बैठकीत आरडाओरडा करते आहे. तिथून ती आता बाहेर पडते आहे. इकडे वेगवेगळे हबकलेले पक्षश्रेष्ठी कॅमेऱ्यासाठी शांती धारण करून बसले आहेत. तिकडे ती आपल्या अनुयायांना आणखी दगड फेकायला चिथावते आहे. 'एक पत्थर और फेको' वाहिनी मध्येच आणखी एका धार्मिक स्त्रीची चित्रफीत दाखवते. बाबरी मशीद पाडण्याच्या वेळी कुदळी घेतलेल्या लोकांना एक शेवटचा प्रहार करण्याचं आवाहन एक साध्वी करत असते, 'एक धक्का और दो.'

वार्ताहर पुन्हा दिसू लागतो, ''श्वेतांबरांचा पक्ष त्यांच्या महत्त्वाकांक्षेला एक धक्का द्यायची परवानगी देईल? वरवर निधर्मी कारणांसाठी राजकीय सिंहासन ते तिला नाकारू शकत नाहीत, कारण जेव्हा एका साध्वीच्या हातात मंत्रिपदाची ऐहिक सूत्रे आली तेव्हाच देशावर धर्म आणि सत्ता यांची दुर्दैवी युती स्वीकारण्याची सक्ती झाली. या विषयावर चर्चा करण्यासाठी आज आपल्याबरोबर आहेत...'' वार्ताहर खुर्चीत वळून विविध बोलक्या डोळ्यांकडे बघतो. अविवा पुन्हा आधीच्या वाहिनीवर जाते.

पण इथेही पुन्हा संन्यासिनीच आहे. आज ती सगळ्या वाहिन्यांची लाडकी आहे. डोक्यावर फळं आणि भाज्यांची टोपली घेऊन फ्रेममध्ये हेलकावत चालत येत असलेल्या संन्यासिनीला पाहून अविवाच्या मनात येतं, 'तिला जर खरंच असल्या राजकीय माकडचेष्टा करायच्या असतील, तर हिने चांगल्या बसणाऱ्या ब्रावर थोडा खर्च करायला हवा.' ती टोपली खाली ठेवते आणि जाहीर करते की, तिचं म्हणणं मनावर घेतलं नाही, तर ती तिच्या लोकांना दुकानांची नासधूस करायला सांगेल. ती शहरात एकाही वाणसामानाचं एकही मोठं दुकान उघडू देणार नाही. तिच्या भारतीय बहनोंसाठी ती त्यांना फळांचे, भाज्यांचे दर वाढवू देणार नाही.

अविवा छताच्या दिशेने डोळे फिरवते. 'कुठल्या गावठी दगडाखालून निघतात हे प्राणी? किरकोळ विक्री संघटित नसल्यामुळे आम्हा व्यावसायिक केटरर्सना कोणत्या दिव्यातून जावं लागतं याची कल्पना तरी आहे का त्यांना? रस्त्यातल्या मोकाट गायी आणि जागोजागचे शेणाचे पो यांच्यातून त्या घाणेरड्या मुख्य मंडईमध्ये धडकणं!'

तिचे समर्थक तिला जोरदार प्रोत्साहन देत असताना संन्यासिनी एका दुकानाजवळ जाते. तिच्या भगव्या कपड्यांमधून एक मोठं कुलूप काढून ते उगारते. दुकानाचं शटर ताबडतोब खाली येतं. ती दुकानाला प्रतीकात्मक कुलूप घालते आणि विजयोन्मादाने किल्ली समर्थकांकडे भिरकावते, ''आज मी या दुकानाला फक्त टाळं ठोकलं आहे. उद्या जर हे पुन्हा उघडलं, तर मी त्याला आग लावेन.'' जबरदस्त

आरडाओरडा, घोषणा, टाळ्या. त्या गदारोळात वाजणाऱ्या बेलचा आवाज जवळजवळ बुडूनच जातो. अविवा घड्याळाकडे बघते. वॅक्सिंगवाली बाई अगदी मिनिटाच्या ठोक्याला बरोब्बर हजर असते. ती टी.व्ही. बंद करते.

दार उघडते. तेव्हा आपलं चुकलं असं मनाशी कबूल करते. तिच्या अपेक्षेतल्या गोलमटोल देहाच्या, पिंजारलेल्या केसांच्या आणि काळ्या वस्त्रात लपलेल्या स्त्रीहून ही फारच दूर असते. कदसिया बेगमचं दर्शन नेत्रसुखद होतं. तिला आत घेता घेता अविवा एकदा तिला नखशिखान्त न्याहाळून घेते. मध्येच रुपेरी रेघा असलेलं दाट काळ्या केसांचं छान विंचरलेलं डोकं, थेट तुमच्या खोलवर ठाव घेणारे काजळलेले डोळे, साधा, पण सुरेख शिवलेला सलवार कमीज, त्याच्या राखी रंगाच्या दुपट्ट्याला कडेने क्रोशाकाम केलेलं आणि अविवाला दिसणाऱ्या छोट्याशा पावलांवर बेबी ब्राउन नेलपॉलिशवरून तिला समजतं की, या टाचा मऊ, मुलायम, नितळ आहेत.

कदसिया बेगम खांद्यावरची पिशवी खाली ठेवते. अविवाला तिची नजर जाणवेपर्यंत ती टक लावून पाहत राहते.

"मस् सेठना, आय ट्रस्ट?"

एम आय एस एस - 'मिस' नाही, एम एस - 'मस्' अगदी बरोबर उच्चार आणि ते 'आय ट्रस्ट', बाई बाई!

"अर्थात तुम्ही अगदी वेळेवर पोहोचलात. या साल्या बंदमधून यायला कसं जमलं तुम्हाला?"

"ग्लासभर पाणी प्लीज?"

"हो हो, थोडी कॉफी? की चहा, टी बॅग असेल माझ्याकडे."

"पाणी, साधं. शुक्रिया!" ग्लास घेताना ती म्हणते. काही मोठे, पण नाजूक घोट घेते. तिची हनुवटी तिरकी होते तेव्हा नाकातला हिरा लखलखतो. अविवा तिच्या चेहऱ्याच्या आणि गळ्याच्या त्वचेकडे बघतच राहते. असं वाटतं की, प्रत्येक घोटाबरोबर पाण्याचे थेंब तिच्या शरीरात जाताना आणि तिला तृप्त करताना दिसत होते.

ब्युटिशियन तिच्या पिशवीची चेन उघडते. आत व्यवस्थित रचलेल्या वस्तू दिसतात. "कुठे साफ करायचं तुम्हाला?"

"साफ करायचं? स्वयंपाकघरातल्या स्टुलावर. अशा इकडून या."

"तुमचे डोक्यापासून पायापर्यंत म्हणजे बिकिनी लाइन आणि खालीपण?"

गेल्या वेळी तिने बिकिनी लाइन केलं होतं. तेव्हा पार्लरवालीने खालीपण करायला सुचवलं होतं. वर म्हणाली होती की, फार दुखलं तर तिथेच थांबू आणि त्या दुखण्याच्या कल्पनेनेच ती थरथरली होती. त्या बाईने खांदे उडवले. मांड्यांपासून

केस काढायला सुरुवात केली. बऱ्याचदा ते स्पॅच्युलाने लावण्याचं साखर लिंबाचं रसायन फारच गरम होतं. कापडाची पट्टी पसरा, त्या लगद्यावर दाबा, वाढीच्या विरुद्ध दिशेने खेचा. ओढून बरोबर येऊ द्या. बधिरपणा येतो. पसरा, दाबा, नीट खेचा. जळजळणारी त्वचा. चिडके-लाल ठिपके अंगभर. सगळीकडे न निघालेल्या वॅक्सच्या रेघा. 'अंगावर बारीक लव असली, तर इतकं दुखतं. केसाळ बायकांना काय किंमत मोजावी लागत असेल!'

"फक्त बिकिनी लाइन."

कदसिया बेगम किचन टेबलवर सर्व वस्तू बाहेर काढते. शस्त्रक्रियेच्या आयुधांसारखी तिची साधनं नेटकेपणाने मांडते. लहान बाटल्या काढून अर्धवर्तुळात मांडते; मलमं, तेलं, द्रव्यं. ती आपला दुपट्टा काढते. व्यवस्थित घडी करून खुर्चीवर ठेवते. स्वत:ला 'बॉडी धर्मा ये:' असं गुलाबी रंगात लिहिलेल्या पाकिटातल्या एका भल्या मोठ्या जांभळ्या एप्रनमध्ये गुंडाळून घेते. ताज्या धुवट वासाचं एक खोळीसारखं वस्त्र ती अविवाच्या हातात देते. अविवा पायजमा खाली सरकवते. आपण आत काहीच घातलेलं नाही, हे एकदम तिच्या लक्षात येतं आणि तो कपडा घाईघाईने चढवते. खांद्याखाली नाडी घट्ट बांधून टाकताना अविवा म्हणते, "तुम्ही आत्ता पाहिलंच असेल की, मला चड्डी घातली पाहिजे."

"मांडीच्या आतून वॅक्सिंग करण्यासाठी जी-स्ट्रिंग किंवा थाँग बरी पडेल."

थाँग? ही वॅक्सिंगसाठी आलेली प्रौढ मुस्लीम स्त्री आत्ता जी-स्ट्रिंग म्हणाली?

कदसिया बेगम एक रबरी शीट जमिनीवर अंथरते. अविवा बेडरूममधून बाहेर येते आणि आपली चड्डी फलकावते तशी भुवया उडवून झटक्यात मान्यता दर्शवते.

"रिॲक्शन टेस्ट" ती म्हणते आणि स्टेनलेस स्टीलच्या गोल डब्यातून वॅक्स काढून हातात मळून त्याची गोळी करते, चपटी करते आणि अविवाच्या कोपराच्या जरा खाली पद्धतशीरपणे पसरवते. ओढते. वॅक्स हलकेच निघून येतं, त्याबरोबर केसही. दुखणं नाही, फाडल्याचा आवाज नाही, डोळ्यात येणारं पाणी नाही, बधिरपणा तर नाहीच.

"तुम्ही वॅक्स गरमसुद्धा करत नाही? आणि कापडाच्या पट्ट्याही वापरत नाही. फॅण्टास्टिक! मस्तच आहे हे! इतर ब्युटिशियन ही पद्धत का नाही वापरत?"

"स्वच्छ करायला कोमट पाणी प्लीज? अंडं? मिसळण्यासाठी मला एक काचेचा बोलही द्या."

अविवा पूर्तता करते. "सांगा ना बाकीच्या ब्युटिशियन्स हे वॅक्सच्या गोळ्याचं तंत्र का नाही वापरत?"

"ते एक कौशल्य आहे."

"आणि ते तुम्ही शोधून काढलं आहे?"

"हे पिढ्यान्‌पिढ्या वापरलेलं आहे. प्लीज स्टुलावर बसा."

कदसिया तिचे दोन्ही हात – छोटे, पण संपूर्णपणे नियंत्रण असलेले हात कुशलतेने अविवाच्या केसांतून फिरवते. कोणत्यातरी गुप्त बिंदूंवर दाब देते. तिचं डोकं तणावमुक्त करते. मानेच्या मुळाशी असलेल्या आणखी एका बिंदूकडे जाते. मग अंगठ्यांनी तिच्या कानाच्या खाली आणि प्रत्येक खांद्यावर दाबते. ती म्हणते, "मेहंदी लावून झाली की, वॅक्सिंग. तोवर या लव्हेंडर तेल मिसळलेल्या पाण्यात तुमचे पाय ठेवा. तुमचा ताण कमी होईल."

आपण श्वास सोडलाच नव्हता अशी अविवाला जाणीव होते. आता जवळजवळ जेवायची वेळ होत आलेली असते; अजूनही त्याने फोन केलेला नसतो.

दमयंती टेबलाशी स्थानापन्न होते. टेबलाच्या मुख्य जागी – तिच्या नवऱ्याच्या खुर्चीत नव्हे, पण त्याच्या डावीकडे आणि तिथली छोटीशी घंटा उचलून काळजीपूर्वक बरोबर सहा वेळा वाजवते. आता घरातल्या स्टाफला कळणार होतं की, ती जेवायला बसली आहे. स्वयंपाकघरातल्या स्टाफला कळणार होतं की, आता वाढायला सुरुवात करायला हवी. तिचा मुलगा, अशी आशा होती की, घंटेचा आवाज ऐकून खाली आला असता आणि चित्रीकरणासाठी जाण्याअगोदरचं जेवण त्याने तिच्यासोबत घेतलं असतं. जेवण वाढलं जात असताना ती पाहत असते. वरण, भाजी आणखी काहीतरी. काकडीची कोशिंबीर, भात; ती उसासा टाकते.

माझ्या बहिणीच्या अंतरंगातून निघालेला आणखी एक उसासा! तो का निघाला असेल याचा अंदाज मी नक्कीच बांधू शकते. अनपेक्षितपणे, अनाकलनीय रीतीने तिला माशांची आठवण येते आहे. म्हणजे ते खाण्याची. आम्ही बोंग ना! माशांच्या बाबतीत किडे असतो. हे आपलं रूपकात्मक बोलणं हो! मासे नुसते खरेदी करण्यानेही आम्हाला किती आनंद मिळतो! बाजारात मला अशा कितीतरी बौदी दिसतात, ज्या हसरा मासा शोधत असतात. म्हणजे जो शिजवणं आणि सेवन करणं यातून आणखी वाढीव आनंद मिळेल. आमचं आमच्या माशांवर प्रेम असतं आणि माशांचंही आमच्यावर असतं. बंगाली स्त्रियांच्या डोळ्यांचा तो विशिष्ट आकार पाहा! एवढं आमचं प्रेम की, आम्ही आमच्या एका मिठाईला त्याचा आकार दिला. नारळाची बनवलेली आणि तळलेल्या कोळंबीसारखा आकार दिलेली छोटी चीज.

हां, तर मला काय वाटतंय की, माझ्या बहिणीला एकाएकी माशांच्या चवीची आठवण येतेय. आमची माँ मासे शिजवायची तेव्हा ते खायला आम्हाला फार मजा यायची. दमयंती तिच्याकडून स्वयंपाक शिकली आणि सर्व प्रकारचे मासे तळणं, रस्सा, मोहरीच्या वाफेवर शिजवणं यात तरबेज झाली. जेव्हा तिने हीच चव घराच्या बाहेर शोधायला सुरुवात केली तेव्हा ती अगदी जवळच्या नातेवाइकांचं किंवा

बंगाली मैत्रिणीचं घर नसेल तर मिळाली नाही. आता एकदा तुम्ही हिंदी चित्रपटांची नायिका झालात आणि त्यानंतर स्टार पत्नी झालात की, तुम्ही फार लोकांच्या स्वयंपाकघरात पोहोचू शकत नाही. मला एवढं माहीत आहे. तुमच्या समोर जर तुमचा आवडता पदार्थ आला, ज्यामुळे तुमचे ज्ञानेंद्रियं जुन्या सुखद कौटुंबिक आठवणींमध्ये चिंब होतात, तर नक्की अगदी नेहमी त्याची चव अगदी सर्वसामान्य निघते.

इतकं फसवलं जाण्याऐवजी दमयंती माशाच्याच नव्हे, तर मटणाच्याही बाबतीत – आम्हा बंगाल्यांच्यात मटणही करतात – अत्यंत चोखंदळ बनली. इतकी की, घराबाहेर ते खाणं तिने बंद केलं. घराच्या आत तिला काही पर्याय नव्हता. के वन भूमीवर सामिष आहाराला परवानगी नव्हती. तो शुद्ध शाकाहारी होता. तसंच तो सिगारेटही ओढत नव्हता किंवा दारूही पीत नाही. त्याच्या न-सिरामिष आहारात कंदमुळं किंवा कांदा-लसूणही चालत नव्हता. जे काही पुरुषाला आणि बाईला – त्याचमुळे भारतीबान विधवांच्या आहाराच्या मध्ये पडले – वैषयिक बनवेल, त्यातलं काही नाही. चला, आतातरी के वनच्या कृपेने आम्हाला समजलं की, सबंध 'कंदमुळाची संकल्पना' ही तद्दन टाकाऊ आहे? तरीही के टू अगदी वडलांच्या आहाराच्या सवयींच्या पावलावर पाऊल टाकून आहे. बायकांना कच्चं खाणं धरून. टिस्का प्रकरणानंतर तो फार व्यग्र आहे आणि अगदी लग्न झाल्यावरही ते सोडून का द्यायचं, हे त्याला समजत नाही आणि तो आईला सांगतो आहे की, तो ते म्हणजे लग्न लवकरच करतो आहे. तो जेवायला बसला आहे. टेबलाच्या दुसऱ्या टोकाला. वडलांच्या खुर्चीकडे तोंड करून आणि आपल्या निर्णयाची माहिती देतो, "प्लीज, लग्नासाठी लागणारी सगळी तयारी करायला तू सुरुवात करशील का?"

दमयंती आपल्या मुलाकडे बघते. या क्षणी तिला काय वाटतंय याबद्दल ती एकदम शांत आहे. बाप आणि मुलगा दोघांसाठीही. तिरस्काराची एक स्पष्ट लहर. स्वयंपाकघरातून आलेला वाफाळता फुलका घेत ती लहानसा तुकडा तोडते आणि तो चमच्यासारखा मुडपून त्यात भाजी घेते. मुलाला म्हणते, "भाजी खाऊन बघ. वाईट नाहीये."

"मी आत्ताच काय म्हटलं, ते ऐकलंस का?"

"ओरडायची अजिबात गरज नाही. मला सांग तू कधी मासे खाल्ले आहेस? घराबाहेर?"

"तुला माहिती आहे की, मी शुद्ध शाकाहारी आहे. झालंय काय तुला अचानक?"

"जेवताना ओरडायचं नाही. थोडं वरण घे. माझ्या आईच्या घरी आणि माझ्या स्वत:च्या घरी, जोपर्यंत हे घर खरेदी करण्यासाठीची बयाना रक्कम देण्यासाठी

तुझ्या वडलांनी ते घर विकलं नव्हतं तोवर आम्ही माशाचं डोकं आमटीत घालायचो. ती चव सवयीनेच येते. तुम्ही ती चाखलीच नसेल, तर तुम्हाला तिची आठवण येणार नाही.''

''तुला माझी निवड आवडेल. ती तुझ्यासारखीच बंगाली आहे.''

''मासे-खाऊ? जशी मी होते तशी? मग माझं जिव्हेंद्रिय मी बेकार होऊ दिलं ही माझी चूक म्हणायची. माझं नुकसान. माझ्या लक्षात येईपर्यंत माझ्या आवडीच्या कित्येक गोष्टींची चव आणि बदल्यात माझी किंमत हरवूनच गेली.''

''तू अशी काय वागते आहेस? याच्याकडे दुर्लक्ष करण्यात काहीच विशेष नाही. ते नाहीसं होणार नाही. पा, मी त्यांना फोन लावतो.''

''या घरची सून होण्याइतकी तिची पर्वा नाही त्यांना.''

''पण मला काय वाटतंय हे ते समजू शकतात. त्यांचं प्रेम आहे माझ्यावर.''

''प्रेम कधीकधी फार भीतिदायक असू शकतं. त्यांचं माझ्यावर प्रेम आहे, असंही ते म्हणाले होते. तिने तिची एचआयव्ही तपासणी करून घेतली आहे का?''

''तुझं डोकं फिरलंय! काय रा.''

''रावस, रावस मासा का? रंडीबाजीचं म्हणत असलास, तर ते असतं बघ तुझ्या वडलांच्या डोक्यात. तिचीसुद्धा कल्पना करत असतील की काय कोण जाणे!''

''हे विकृत आहे.''

''तुझे वडील बरेच विकृत आहेत.''

''नाही. तू विकृत आहेस. तुझ्या कुठल्यातरी काल्पनिक जगात वावरणारी आणि प्रत्येकाने तुझे मूर्खपणाचे निकष पूर्ण करावे अशी इच्छा करणारी. ती बिचारी किती रडली माहीत आहे, जेव्हा तू तिला फोनवर काय म्हणालीस ते तिने सांगितलं तेव्हा. तिला तुझ्याशी बोलायचं होतं. तू तिला अधिक समजून घ्यावंस असं सांगायचं होतं. तू फक्त तिला चहाला वगैरे बोलवलं असतंस, तरी पुरे होतं आणि तू काय केलंयस, तिला म्हणालीस नीच....''

दमयंतीच्या डोळ्यासमोर जणू फुलांनी डवरलेली दरी दिसत असावी. ती स्वप्नाळूपणे म्हणते, ''माझ्या खांद्यावरून उडवलेली बंदूक. मीच चाप ओढला असं होत नाही काही.''

''माझ्याशी हे फालतू कोड्यांचे खेळ खेळू नको. तुझ्या नवऱ्याला काबूत ठेवताना खेळतेस तेवढे बास!''

यावर माझी बहीण हसू लागते. अनावर हसून हसून तिच्या डोळ्यातून आलेलं पाणी गालांवर ओघळतं.

याने तिच्या मुलाच्या डोक्यात सणक जाते आणि तो ओरडतो, ''मी लोकेशनवरून परत आलो की, ती आणि मी तारखा ठरवू. आमचे प्रसिद्धीवाले काय त्या घोषणा

करतील. एक सुखी कुटुंब म्हणून आपण एकत्र राहायला हवं होतं, पण तू तिच्या आयुष्याचा इथे नरक करून टाकशील. मला कळलंय, आम्ही माझ्या ट्रिप्लेक्स पेण्टहाऊसमध्ये राहू.'' के टू वादळासारखा बाहेर पडतो. त्याची खुर्ची त्याच्यामागे वेडीवाकडी होऊन पडते.

माझी बहीण यथावकाश हसायची थांबते. अजून खुदखुदत असताना ती घंटी वाजवून घरातल्या स्टाफला जेवण संपल्याचं कळवते. स्वयंपाकघरातला स्टाफ आता टेबल आवरू शकतो. ती स्वत: मास्टर बेडरूममध्ये जाते. अतिभव्य एम्परर बेडवर आडवी होते, डोळे मिटते, पुन्हा उघडून आपल्या पायांकडे बघते आणि आपण चपला काढायला विसरून गेलो हे बघून तिला हसण्याची पुन्हा जोरदार उबळ येते.

ती उठते, मुलाच्या बेडरूममध्ये जाते. इकडेतिकडे बघते. त्याच्या आणखीनच गचाळ आणि ओल्याचिंब बाथरूममध्ये जाते. पेल्यातल्या त्याच्या विविध टूथब्रइसचं निरीक्षण करते. एक एक करून ती सगळे उचलते आणि टॉयलेटच्या कडेच्या खालून फिरवते. मग तिला बरं वाटतं. म्हणून मग ती त्याचे केसाचे ब्रशही तसेच फिरवते. त्याच्या दाढीच्या ब्रशांनी ती टॉयलेटमधले एकदोन डाग साफ करते. हे करत असताना ती भेसूर गुणगुणते. मग ती पुन्हा मास्टर बेडरूममध्ये परत येते. चपला तशाच पायात ठेवून आडवी होते आणि डोळे मिटते. गुणगुणते, अधूनमधून हसत असते.

काजोलीसाठी रविवारची रात्र म्हणजे उजाडणं. ती सेलफोनचं स्नूझ बटण दाबते आणि मिटल्या डोळ्यांनी तेवढ्या वेळात आढावा घेऊ लागते. काल रात्रभर आजच्या पहाटेपर्यंत ती काय करत होती आणि तिच्या कथेला जो आकार येत होता त्यामुळे ती खूश होती. दुसऱ्या कथेच्या लेखकाला ती रजा देणार होती. त्याच्याऐवजी असा कुणीतरी शोधणार होता जो नवीन कल्पना कागदावर उतरवेपर्यंत पुरेसा वेळ जागा राहू शकेल. 'हे सांभाळायला एखादी भन्नाट राणी नेमावी. नाहीतर ती स्मीटी नुसतं त्याला फेकण्याच्या दुष्ट आनंदापोटी त्याला खाऊन टाकेल.'

कशी काय ती बाई तिची सीता और गीता, जेकिल आणि हाइड व्यक्तिमत्त्वं सांभाळते? तिच्या दिल्लीतल्या सदनिकेत ते कथा पक्की करत असताना संपूर्ण व्यावसायिक. काजोलीचे लोक कथेवर काम करत असताना अतिशय नेमकी, मुद्देसूद. करारातल्या शेवटच्या 'र'पर्यंत आग्रही आणि मग अचानक कफ्तान उघडून, जोरात श्वास घेत. काजोलीच्या नकारावर हसत, तिच्या नजरेत नजर अडकवून अंतर्वस्त्रातून बाहेर पडत आणि काजोलीचा हात आपल्या योनीकडे नेत, ''इकडे पाहा, बाहुलं आवडलं?'' तिच्या गुप्तांगावरचे केस वॅक्स करून पिंगट

रंगवून मोहॉक केलेले. "फक मी! बोटाने घे मला; जोरात. बाकीचीपण बोटं घाल ना आत, अगदी मुळापर्यंत. जोरात. हो, हो." विव्हळत, दम खात काजोलीच्या ब्लाउजवरून तिच्या स्तनाचे चावे घेत. आळोखेपिळोखे देत. उत्कर्ष बिंदूपर्यंत गुडघ्यावर आपटत, काजोलीच्या गुह्यभागाशी चाळा करत, तिचा स्कर्ट वर करत. "आता तुझी पाळी बाहुली, मला तुला खाऊन टाकू दे." काजोली नको म्हणते आणि सिगारेट पेटवते तेव्हा चकित होत मोहॉक पिंगट सोफ्यावर पसरते.

"तू मला चकित केलंस." क़ाजोली म्हणते. "मला वाटलं, तुला पुरुष आवडतात."

"मला माझ्यासारखे पुरुष, बायका आवडतात."

स्मीटी उठून काजोलीला दारापर्यंत सोडायला येते. दाराला तिला दाबून धरते. तिचा हात उचलून आपल्या छातीवर दाबते. तिचे ओठ जबरदस्तीने उघडून तिची जीभ काजोलीच्या जिभेशी खेळवत प्रदीर्घ पूर्ण चुंबन घेते. "मला तुला इतकं जोरात फकायचं आहे. माझी जीभ तुझ्या योनीच्या मलईत. कशाला विरोध करतेस? तू ओली झाली आहेस. मला समजतंय. तुला चाटू दे मला."

"मला विमान पकडायचं आहे आणि ज्यांच्याबरोबर मी काम करत असते त्यांच्याबरोबर न झोपण्याचा मी प्रयत्न करते."

पुन्हा एकदा ती गंमत वाटल्यासारखी नजर. "वाट पाहू या आपण तुला माझी करण्यासाठी."

या जन्मात तरी नाहीच. काजोलीचं हे स्पष्ट आहे. उभयलिंगी व्यक्तींबरोबर ती झोपणार नाही. एचआयव्हीचा धोका सोडला, तरी निश्चय करण्याचं धैर्य कुठंय? तुम्ही बहु-लिंगी असता किंवा नसता. हो. तिची बोटं स्मीटीच्या आत होती तेव्हा तीही उत्तेजित झाली होती, पण ती त्या क्रियेमुळे; स्त्रीमुळे नाही. जेव्हा तिचा हात तिच्या छातीवर होता, तेव्हा तिला काहीतरी जाणवायला हवं होतं. पण ते जणू स्वत:च्याच स्तनाला स्पर्श केल्यासारखं होतं. त्यात काहीच थरार नव्हता.

असे काय गे!

- *१५ टक्के समलिंगींना एचआयव्हीची बाधा.*
- *पुरुष वेश्या, अनेक जोडीदार यांमुळे एक लाखांना एचआयव्ही संसर्गाचा मोठा धोका.*
- *उभयलिंगी व्यक्तींबद्दलची वेगळी आकडेवारी नाही.*
- *कंडोम चळवळीनंतरही एचआयव्हीमध्ये वाढच*
- *हक्कांची मागणी करताना जबाबदारीकडे दुर्लक्ष होऊ नये.*

कसली सपाट छाती! जणू रुमालाची घडी. अस्थिमय शरीर, कागदासारखी त्वचा. तिच्यात पुरुष काय बघतात कोण जाणे. बहुतेक ती चांगली झिंग आणत असावी. काही असो! ती तिच्यावर प्रयोग करत नाही तोपर्यंत काही का असेना.

स्नूझचा शेवटचा गजर वाजतो. मग एक उत्तेजक मस्त शॉवर. आणखी एका कामाच्या रात्रीची सुरुवात.

मान्याचं मन तिच्या शरीराला धक्का देऊन जागं करतं. ती दचकून उठून बसते. तिचं हृदय उडतंय. काहीतरी चुकतंय. तिचा भाऊ, तो संकटात आहे. ती स्वत:ला बिछान्यातून बाहेर काढते. पुन्हा एकदा जोराची कळ जाणवते. रक्ताचा लोट, पाळीच्या दिवसात सांगितलेल्या अँटी-स्पासमॉडिक औषधाचा उपयोग होत नाहीये. दुसरी कळ तिला वेढून टाकते. तशी ती धाडकन बिछान्यावर पडते. हात लांब करून मोबाइल उचलते आणि भावाचा स्पीड डायल नंबर फिरवते. तो व्हॉइस-मेलवर जातो. ती बंद करते. पुन्हा री-डायल दाबते. पुन्हा व्हॉइसमेल.

बिछान्यावर बसून ती बेडरूमच्या दाराच्या पलीकडच्या आवाजांची नोंद घेते. तिची आई जिवंत असताना घर वेगळ्याच तालात चालायचं. ती जाताना ती लय बरोबर घेऊन गेली होती. मान्या कान देऊन ऐकते. स्वयंपाकघरातल्या प्रेशर कुकरचा एकसारखा हिस्स आवाज, टी.व्ही.चे एकमेकांत मिसळलेले आवाज, जोरात हसणं. हे तिचे वडील आणि त्यांचे पाहुणे आलेले भाऊ असतील. ते गावाकडे त्यांच्या कुटुंबाच्या मालमत्तेकडे बघतात. वडलांना राजकीय डावात काही जास्त हातांची कुमक हवी असेल तेव्हा ते आपल्या मुलाला पाठवतात. मान्याला तिच्या काकांबद्दल किंवा चुलतभावाबद्दल राग-लोभ काही नाही. तिला फक्त वाटतं की, त्यांना तिच्या वडलांकडून फारच जास्त भौतिक आणि चुलतभावाच्या बाबतीत राजकीय अपेक्षा आहेत. पण तरी तिला त्यांच्याबद्दल आदर आहे. तिच्या काकांचं लग्न तिच्या मावशीशी झालंय.

तिची आई जिवंत असताना एक प्रस्ताव आला होता. तिचं लग्न तिच्या चुलतभावाशी करून देण्याचा. तिचे वडील – कदाचित तो चुलतभाऊ जास्त त्यांच्या वळणावर गेला असल्याने – यासाठी खुले वाटले. आश्चर्य म्हणजे नेहमी संमती देणाऱ्या तिच्या आईला हे मान्य नव्हतं. खोदून कारण विचारल्यावर तिने आपले ओठ अगदी घट्ट आवळून घेतले आणि ती स्वयंपाकघरात निघून गेली.

मान्याने हे आवळलेले ओठ याआधी एकदाच पाहिले होते. कॉलेज संपल्यावर एकदा तिने वडलांना विचारलं होतं की, ती त्यांच्या पक्षात येऊ शकते का. तेव्हा ते चकित आणि सावधही झालेले दिसले. जेव्हा तिच्या आईने लक्षात आणून दिलं की, तिच्या वडलांनी राजकीय घराणेशाहीविरुद्ध बरीच भाषणं केली आहेत तेव्हा

जरा ते सैलावले. त्या काळात काही आठवड्यांनंतर त्यांच्या काही पोरांनी एका मुलीचा विनयभंग केला आणि तिच्या प्रियकरावर हल्ला केला होता. दुर्दैवाने एका वृत्त-छायाचित्रकाराने या घटनेची छायाचित्रं घेतली. हे सगळं प्रकरण शांत करण्याचं काम तिच्या वडलांवर टाकलं गेलं. त्यांनी पूर्वी बढतीसाठी मदत केलेल्या एका ज्येष्ठ पोलीस अधिकाऱ्याशी ते बोलले. त्या पोरांच्या मदतीसाठी काही कायदेशीर पळवाटा शोधून काढल्या गेल्या. तिच्या वडलांनी त्यांना मंदिरात पाठवलं आणि तिथून थेट पत्रकार परिषदेत. तिथं त्यांच्या नैतिकतेवर परस्पर विरुद्ध मतं मांडली गेली आणि वर्ग आणि भाषा यांचे काही वादग्रस्त संदर्भ दिले गेले.

आणखी एक धाडसी पाऊल उचलत, हे कुठपर्यंत पुढे रेटता येतं ते जोखत ते पुन्हा एकदा यशस्वी ठरले. तिच्या वडलांनी एक बरं इंग्रजी बोलणारी, पण ॲक्सेंट नसलेली आणि सर्वांत सुंदर दिसणारी स्त्री-कार्यकर्ती निवडली आणि तिला टी.व्ही. कार्यक्रमासाठी दिल्लीला पाठवलं. तिची गोरी कातडी, घारे डोळे आणि तिचं तारुण्य यांनी ती स्त्री अगदी निलाजरेपणे बोलली. मोलेस्टर्स – गुंड या शब्दाचा उच्चार करताना तिच्या मुद्रेवर राग उमटला.

आपल्या जुळ्या मुलांसमवेत टी.व्ही. बघणाऱ्या तिच्या आईने ओठ घट्ट आवळले. मान्याचा भाऊ खोलीबाहेर निघून गेला.

ती पुन्हा भावाला फोन लावायचा प्रयत्न करते. पुन्हा तो व्हॉइसमेलवर जातो. ती त्रोटक निरोप ठेवते – फोन कर. आणखी एक वेदनाशामक गोळी घेते आणि सगळं विसरण्याचा प्रयत्न करते.

स्टारमॉम लवकर झोपायचं ठरवते. आजचा रविवार सत्कारणी लागला होता. तिला समाधान आणि थकवा जाणवत होता, पण सकाळी तिच्या वार्षिक वैद्यकीय चाचण्यांसाठी तिला नेहमीपेक्षा लवकर उठायचं होतं. त्याची सुरुवात उपाशीपोटी रक्तातली साखर तपासण्यापासून होणार होती आणि दुखवणाऱ्या भयंकर मॅमोग्रामने त्याचा शेवट होणार होता.

तिने गेल्या वेळी तिच्या स्त्रीरोग विशेषज्ञीला विचारलं होतं, "आईचा द्वेष करणाऱ्या कुणीतरी मॅमो शोधून काढली का हो? एखाद्या बाईला स्तनाचा कॅन्सर हे कळण्याचा जरा बरा मार्ग नाही का? एखाद्या पुरुषाला आवडेल का त्याचं नुनू दोन थंड पट्ट्यांमध्ये धरलं आणि क्ष किरणाच्या आधी आणखीनच दाबलं तर?"

स्त्रीरोगतज्ज्ञ हसली, "बाईनं छाती खाली असलेल्या अवस्थेत कटआउट असलेल्या टेबलावर झोपून ही तपासणी करतात. क्ष किरण खालून सोडले जातात. चला आता तुमचा अहवाल पाहू या. सर्व ठीक, छान आणि गरम गार वाफा?"

"माझ्या योगाच्या सरावामुळे ते नियंत्रणात आहे, पण एक वेगळाच गरमपणा

जाणवतो. मला आधी कधी तो जाणवला नाही. माझं लग्न झालं तेव्हादेखील अगदी क्वचित.''

''जसं तुमच्या शरीराला संभोग हवासा वाटतो? ते सर्वसाधारण असतं.''

''साधारण? या वयात?''

''सगळ्या पाळी जाणाऱ्या बायकांना कोरडेपणा येत नाही. मजा करा!''

''कसली मजा, आत्ता मी तुमच्या चाचण्यांसाठी कपडे काढत होते तेव्हाच मला केवढा धक्का बसला. मी चुकून स्वत:कडे पाहिलं म्हणजे मी आंघोळ करतानाही तिकडे बघत नाही. पांढरे केस दिसले मला. हे झालं तरी कधी? डोक्यावरचे केस तुम्ही रंगवू शकता, पण पांढरे केस तिथे?''

''ते वयामुळे नाही. तो एक प्रवास आहे. रजोनिवृत्ती हा एक मैलाचा दगड आहे. एक खूण की, स्त्रीचं जीवन आता नव्याने सुरू होत आहे. पुनर्तारुण्याची प्रत जिची तिने ठरवावी.''

आत्ता ती बिछान्यावर पडल्यावर, नवीकरण सुरू आहे, ओळखीची पण फार दिवसात न जाणवलेली एक ऊब.

ती कुशीवर वळते. उशांच्या मोठ्या ढिगावर एक पाय ठेवते. एका रुंद, शक्तिमान खांद्यांच्या आणि बळकट मांड्यांच्या एका अनोळखी पुरुषाबरोबर सुखाच्या झोपेच्या प्रवासाला निघते. त्याला चेहरा नाही की तो बोलत नाही. तिच्या मांड्यांमध्ये जशी दारुण मधुर भावना जागृत होते, तशी तिची स्तनाग्रं ताठरतात. तो त्याचा हात तिच्या मोठ्या गोल स्तनांजवळ आणतो. त्याच्या बोटाचं टोक तिच्या जडावलेल्या स्तनाग्राच्या टोकाला शिवतं. ती ऊब तिच्या शरीरातून वाहत जाते. उबदार ओलेपणा. तिचं क्लिटोरिस विस्तारतं. तो बोटाने सावकाश वर्तुळं काढतो. मग कुरवाळत, दाबत तो तिच्या ताठर स्तनाग्राभोवती पाकळ्या काढतो. तिचं क्लिटोरिस शिरशिरतं. ती पोटावर वळते. तो पुरुष त्याची बोटं क्लिटोरिसकडे नेतो. तिचा श्वास थांबतो. तो तिच्या पाकळ्या बाजूला करतो. तिला सज्ज करतो. ती किंचित वर उचलते. त्याच्या भल्यामोठ्या प्रवेशासाठी वाट करून देते. तिचा श्वास जोराने चालू लागतो. त्याचे हात पुन्हा तिच्या वक्षांवर. तो आत येताना त्याने ते ओंजळीत धरले आहेत, गरम, मोठे. आत-बाहेर, तिला भरून टाकत. जोरात, जोरात, तिचा श्वास कमालीचा जलद, आता, आत्ता....

अच्छा, तर असं असतं का एक वृद्धत्वाकडे झुकणारा माणूस आणि त्याची बाईल यांच्यातलं खरं प्रेम? मुलं जेव्हा त्यांना धड वागवत नाहीत तेव्हा तो त्या स्वार्थी मुलांविरुद्ध खंबीरपणे उभा राहतो. असं असायला पाहिजे. त्रिपुरसुंदरी केबलवरचा एक पुन्हा दाखवला जाणारा चित्रपट बघते आहे. हा हिंदी चित्रपट

उगीचच बघायचा राहिला होता. त्यात दमयंतीचा नवरा होता. त्याच्या मुलांनी जर त्यांच्या आईकडून तो इथे राहायला आला तर मी विष खाईन, असं वदवलं नसतं, तर असं होऊ शकलं असतं. दमयंती भाग्यवान बाई आहे. अर्थात हा अभिनय आहे आणि के वन दिव्याच्या खांबालासुद्धा सोडत नाही हे जगजाहीर आहे, पण निदान रोज रात्री तो तिच्याकडे घरी येतो.

'समाप्त' झळकतं. त्रिपुरसुंदरी वाहिनी बदलून वृत्तवाहिनी लावते. बेंगळुरूची दृश्यं. 'बंद'ला हिंसक वळण लागलेलं असतं. लोक मेलेले असतात, मरत असतात, जखमी होत असतात, बसेसना आगी लावल्या जात असतात. नंतरच्या गोंधळात दुकानं लुटली जातात तेव्हा दुपारनंतर संचारबंदी लागू होते. तिला माहीत असतं की, लावण्या शहरात काही स्थावर मालमत्तेत गुंतवणूक करण्याच्या कल्पनेशी चाळा करत असते. तिने ती कल्पना तत्काळ सोडून द्यायचा सल्ला तिला दिला असता.

बातमी झळकते. प्रसिद्ध इव्हेंट संयोजक आणि भारतातल्या फॅशन दुनियेचे गुरू यांना आणि त्यांच्या बहिणीला अमली पदार्थ जवळ बाळगल्याबद्दल बँकॉकमध्ये अटक! तो वाहनतळावर संशयास्पदरीत्या रेंगाळत होता आणि पोलिसांनी दुरून लक्ष ठेवलं तेव्हा एका व्यापाऱ्याकडून त्याने अमली पदार्थ खरेदी केल्याचं लक्षात येतं. त्या व्यापाऱ्यालाही अटक झालेली असते. स्टाइल गुरूच्या बहिणीच्या हॉटेलमधल्या खोलीची झडती घेता अश्लील कॉम्पॅक्ट डिस्क्सही मिळतात.

त्रिपुरसुंदरी रिमोटचा उपयोग करते. सगळे जण याच बातमीसाठी एकमेकांच्या मागे लागलेले असतात. टेलिव्हिजनच्या वाहिन्यांवरून दृश्य प्रतिमा आणि श्राव्य तुकड्यांनी पटरपटर चाललेली असते. संताप, धडधडीत अविश्वास, वकिलांची मतं इ. अगदी रस्त्यावरच्या माणसालासुद्धा त्याचं मत असतं, "ये डेजिनूर दर्जी और नाई देस का नाम मिट्टी मे मिलावत रहे." लगेच वाहिनीवर भाषांतर दाखवलं जातं – डिझायनर शिंपी आणि न्हावी देशाचं नाव धुळीस मिळवत आहेत. दुसऱ्या वाहिनीवरच्या पुरुष मॉडेलची ओळख उघड होऊ नये म्हणून त्याची प्रतिमा सारवल्यासारखी दाखवत असतात. कास्टिंग कोच कबुली देतो. 'हो ना हो, अपने आप को गे-शाय कहनेसे काम मिल जाता है.' आणखी एक दृश्य! याच्याशी संदर्भ नसलेलं. साड्यांच्या एका सुप्रसिद्ध डिझायनरकडून, "स्त्रियांचे कपडे बनवणाऱ्या आंतरराष्ट्रीय समलिंगी डिझायनर्सची समस्या ही की, ते वळणाशिवायच बनलेले आहेत. त्यांच्या बायकी खेळण्यांना साजेशा सरळ रेषांमध्ये." पुढचं मत येतं राजकीय वर्गाकडून. तो बरंच बोलतो, पण काहीही न सांगणं जमवतो. लावण्याचा प्रियकर. 'ती चेन्नईत ज्योतिषाला भेटून परत आली असेल आता.'

त्रि टेलिव्हिजनचा आवाज बंद करते. नंबर फिरवते, "त्यांनी काय सांगितलं तुला?"

“जे नेहमी सांगतात तेच की तो माझ्याशी लग्न करू शकत नाही ते मी खालच्या जातीची आहे म्हणून नाही, तर तो बायकोला सोडू शकत नाही म्हणून. तिची कूस उजाड असली, तरी ती उच्च जातीची आहे आणि त्याचा परिणाम दोन्हीवर होईल. त्याचा मतदारसंघ आणि त्याचा वित्तपुरवठा.”

“जे आपल्याला आधीच माहीत आहे. मी विचारते आहे, ज्योतिषी काय म्हणाले, तुला मुलं होतील का?”

“मी चेन्नईला फोन करून वेळ पुढे ढकलली आहे.”

“अरें, का नाही गेलीस? आणि मला फोन करून कळवलं का नाहीस?”

“काय सांगायचं तुला! मी इतकी त्रस्त आहे. त्याला माझ्याकडून कसली अपेक्षा आहे हे मी तुला सांगितलं, तर तू कुणाला सांगणार नाहीस. अगदी दमयंतीलासुद्धा. प्रॉमिस?”

“प्रॉमिस, पण दमयंतीला का सांगायचं नाही? तुमचं दोघींचं काही बिनसलं आहे का?”

“तसं काही नाही. तुला माहीत आहे ती कशी आहे. ती एक शब्दही बोलणार नाही, पण तिला पसंत नाहीये असं सारखं दिसत राहतं. ती नजर तिने तिच्या आवारा नवऱ्यासाठी वापरायला पाहिजे.”

“हं, तुझ्या राजकारण्याला काय हवंय सांग.”

“मी काही ते करणार नाही. मी त्याला तसं सांगूनही टाकलं आहे, पण त्याचा हट्ट आहे की मी त्याच्या बायकोला माझी अंडी द्यावी.”

“हे नवीन आहे. त्याच्या बायकोमुळे तो तुझ्याशी लग्न करत नाहीये, पण त्याला तिच्यासाठी तुझी अंडी हवी आहेत. तिची हरकत नाही?”

“ती माझी अंडी आहेत हे तिला सांगितलं जाणार नाही. खरंतर कुठलीही अंडी तिच्या गर्भाशयात ठेवली जात आहेत हेच तिला सांगितलं जाणार नाही. ती वांझ आहे, म्हणून तिला वंध्यत्व उपचाराच्या खास दवाखान्यात नेत आहेत आणि तिथे त्यांच्यावर एकत्र उपचार केले जाणार आहेत, असं सांगणार आहेत.”

“मग तिला दुसऱ्या बाईच्या अंड्याबद्दल सांगण्यात काय अडचण आहे?”

“जात गं. त्यांच्या जातीपेक्षा खालचं तिला काही चालणार नाही. त्यांच्या घरच्यांनाही नाही. तो म्हणतो, जातीची अंडी कुठं शोधायची? तरी मला वाटतं की त्यानं थोडी शोधाशोध केली आहे. त्यांच्या बिरादरीतही गुपचूप चौकशी केली आहे.”

“हंऽऽ, किंमत खूप जास्त सांगत असणार. तो कोण आहे! त्यामुळे लोकांनी किंमत जास्त मागायला सुरुवात केली असणार. तू किंमत मागायचा काही विचार केला आहेस की नाही?”

"काय बोलतेस? माझं प्रेम आहे त्याच्यावर! मी माझ्या बाळाची किंमत मागितली, तर ईश्वर मला कधीही क्षमा करणार नाही."

"पैसे नाही."

"पैसे नाही? मग लग्न सोडलं तर मागण्यासारखं आहेच काय? माझ्याकडे सगळं आहे माझ्या उत्पन्नातून खरेदी केलेलं."

"उतारवयाची काळजी. त्याला सांग की, तू तुझा विचार बदलला आहेस. तू तुझी अंडी देशील. बदल्यात तुझी एक अट असेल."

"मी सांगितलं तुला आणि तुला माहिती आहे, आपल्याकडे सगळं आहे. लग्न आणि मुलं सोडून."

"मला मुलं नको आहेत म्हणून मला मुलं नाहीयेत."

"असं तू म्हणतेस. जाऊ दे, मुलं होण्यासाठी आपलं लग्न झालेलं असावं लागतं. आपण चांगल्या घरंदाज स्त्रिया आहोत, हरामी काढणाऱ्या रखेल्या नव्हे."

"माझं लग्न झालंय."

"असं तू म्हणतेस. तुला त्याच्या चित्रपटाच्या प्रिमिअरचं निमंत्रण का नव्हतं? खूप मोठ्या कालावधीनंतर त्याने महत्त्वाची भूमिका केली आहे. सगळे त्याची प्रशंसा करत आहेत."

"मला निमंत्रण नव्हतं असं तू गृहीत धरलं आहेस. मला बरं नव्हतं म्हणून मी गेले नव्हते."

"त्रि, माझ्यापासून लपवण्यात काही अर्थ नाही. तू आणि मी एकाच बोटीत आहोत."

"मला नाही तसं वाटत."

"असं तू म्हणतेस. बरं, तू ते उतार वयातल्या काळजीचं काय सांगत होतीस ते सांग मला प्लीज."

"हेऽऽ म्हणजे तुला रस आहे तर? तुझी अट अशी की, त्याने तुला चारचौघांत जाहीरपणाने वेळ द्यावा."

"ते अशक्य आहे. तुला माहीत आहे आम्ही असं करू शकत नाही!"

"नीट ऐक. सांग की तुला राज्यसभेची खुर्ची...."

"कसली खुर्ची? माझ्याकडे पुष्कळ फर्निचर आहे. आणखी काय करायचंय?"

"लावण्या, लोकसभा नावाची एक जागा असते, तिथे आपण राजकारण्यांना निवडून पाठवतो. याची काही माहिती आहे का तुला?"

"मी काही मूर्ख नाही."

"मग तुला जिथे एकमेकांना निवडतात ती राज्यसभा नावाची आणखी एक जागा कशी काय माहीत नाही?"

"मी नीट ऐकलं नव्हतं, पण मला राजकारणाची काहीही माहिती नाही आणि तसंही ते डर्टी असतं. ते पॉलिटिक्स! आणि मी कशी काय उभी राहणार आणि त्यांच्यासारखा आरडाओरडा करणार...."

"तुला फारसं काही करावं लागणार नाही. ते अभिनयासारखंच असतं. छान छान कपडे घालायचे, सुंदर दिसायचं. अधूनमधून हजर राहायचं. छान छान, वेगळ्या सुबक फायली हातात धरायच्या. सबंध कार्यकाळात मोजक्या वेळा आपल्या चित्रपट-उद्योगाबद्दल बोलायचं आणि बायका, मुलं अशा विषयांवर; आणि तसंही पक्षाला तुझ्याकडून काय बोलून हवं असतं, ती भाषणं पक्ष तुला देईलच. तुझ्या प्रसिद्धी व्यवस्थापकाला सांग की, नेहमी नेहमी तुझी छायाचित्रं झळकली पाहिजेत आणि संसदेत प्रवेश करताना किंवा बाहेर येताना वेगवेगळ्या ऋतूतल्या तुझ्या छब्या टि. व्ही. कॅमेऱ्याने टिपल्या पाहिजेत. हिवाळ्याचा पोषाख, उन्हाळ्यातलं रूप अशा. याची त्याने काळजी घ्यावी. या सगळ्या प्रसिद्धीसाठी तुला पैसे मिळणार असतात. कल्पना कर. तुला आकाशमार्गाने दिल्लीत नेतील. तुमची राहायची सोय तिथे करतील. तोसुद्धा तिथे असेल. तुम्ही उघडपणे चारचौघांत भेटाल तसंच महत्त्वाच्या राजकीय गोष्टींबद्दल चर्चा कराल, कारण तू त्याच्या पक्षाची – राज्यसभेची प्रतिनिधी असशील."

"पण त्याच्या पक्षाने का मान्य करावं?"

"कारण तू चित्रतारका आहेस. आपण महत्त्वाची मंडळी आहोत आणि प्रचारासाठी जेव्हा ते आपल्याला घेऊन जातात तेव्हा जनता आपल्याला बघायला गर्दी करते. तर तो तुला प्रचारासाठी घेऊन जाईल आणि काळ जाईल तशी लोकांना त्याचे जातवाले आणि बायको धरून तुम्हाला एकत्र बघण्याची सवय होईल. जेव्हा तुझ्या अंड्यांची मुलं होतील तेव्हा तू भेटवस्तू घेऊन बाळं बघायला जा, त्याच्या बायकोशी मैत्री कर. तिचा वाढदिवस लक्षात ठेव आणि महागड्या भेटवस्तूने तिला शुभेच्छा दे. अशा रीतीने तू तुझ्या मुलांच्या संपर्कात राहशील. बाकी रस्ता काळच दाखवील."

"हे जरा जास्तच कल्पनामय होतंय."

"आत्ता वाटतंय तितकं अवघड नसणार आहे. फक्त ती आसपास असताना त्याच्यापासून किंवा तुझ्या मुलांपासून भावनिक अंतर ठेवणं तुला जड जाईल."

"मुलं!"

"का नाही? जिथे एक अंडं तिथं परडीत आणखीही. आणि कुणी सांगावं, पहिल्याच वेळेस एकाहून अधिक बाळं होतील. मी टी.व्ही.वर पाहिलं आहे की, अशा उपचारात एकाहून जास्त गर्भ निर्माण होतात. लोक डॉक्टरांच्या सल्ल्याने ठरवतात यातली किती निरोगी बाळं म्हणून ठेवायची."

"मला या सगळ्याची कल्पनाच करता येत नाहीये!"

"यावर एक छानशी झोप काढ. घट्ट, कणखर हो आणि त्याच्याशी बोल."

त्रि टी. व्ही.चा आवाज चालू करते. वाहिन्या बदलते आणि तिने आधी पाहिलेला एक सिनेमा पुन्हा पाहायचं ठरवते. दमयंतीचा नवरा आणि तिचा पुरुष. दोन प्रिय मित्रांच्या कहाणीने गल्ल्यावर स्फोट केला होता, कारण त्याआधी त्यांनी तशी बरीच कामं केली होती. ती पुढे झुकते. नाइट स्टँडचा खाना उघडते. आणीबाणीच्या बॅटरीशेजारी ठेवलेला छोटा स्टेनलेस स्टीलचा डबा उघडते आणि त्यात दाण्याची किती चिक्की शिल्लक आहे ते पाहते. त्याचं खरंच प्रेम असतं तिच्यावर. बायको-मुलं बरोबर असली, तरी फार्महाउसवर असला की, खास घरच्या गाईचं तूप वापरून ही चिक्की तो खास तिच्यासाठी बनवून घेतो. ती चित्रपट पाहते. रवंथ करत राहते. अधूनमधून चिक्कीचा तुकडा तोंडात टाकते. इतकं छान वाटतं.

'कुणी सांगावं, त्याचे मुलगे भराभर मोठे होत आहेत. त्याच्या कुटुंबाच्या प्रथेप्रमाणे तो नक्कीच त्यांची लग्नं ठरवून करेल आणि प्रतिक्रिया म्हणून त्यांच्यातला एक तरी चिन्ना वीडु- दक्षिण भारतातल्या अंगवस्त्रासाठीचा, धाकट्या घरासाठी शब्द- ठेवेल. बहुतेक करून चिन्ना वीडु वासिनी चित्रपट व्यवसायातीलच कुणीतरी असेल. मग ती त्रिपुरसुंदरी त्या अंगवस्त्राशी मैत्री करेल. पहिल्या बायकोची तब्येतही तितकीशी ठीक नसते. नियंत्याची हाक कधी कशी येईल कुणी सांगावं? मग तो इकडे राहायला येईल.'

कथेत अनपेक्षित वळणं नेहमीच शक्य असतात.

बेडरूममधल्या अंधारात कुठेतरी दमयंतीचा सेलफोन वाजतो. एचआयव्ही विशेषज्ञ डॉक्टर असतो. 'किती वाजलेत? हा रविवारी रात्री का फोन करतो आहे?' तिच्या नवऱ्याची स्थिती बिघडली असते का त्यांना काही उपाय सापडलेला असतो? आणि त्याचा प्रयोग त्यांना त्याच्यावर करून बघायचा असतो. का तो फोन तिच्या रक्ताच्या चाचणीबद्दल असतो? डॉक्टरांनी स्वतः फोन करणं म्हणजे किती विशेष, तर आता 'खिडकी-काळ' पूर्णपणे संपला आहे. तिला आता काळजीचं कारण नाही, मग त्याला तिला लवकरात लवकर का भेटायचे आहे? सॉरी, चुकीचं ऐकलं, निगेटिव्ह नाही, पॉझिटिव्ह. डॉक्टर म्हणाले तिच्या रक्ताचा रिपोर्ट तिला एचआयव्ही पॉझिटिव्ह म्हणून दाखवतो आहे. बरं मग, धन्यवाद, शुभ रात्री.

दमयंती फोन ठेवते. उशाजवळचा दिवा लावते. इंटरकॉमवरून घरकामाच्या स्टाफला, 'मला त्रास द्यायचा नाही. उठवायचं नाही' असं सांगते. कशी प्रतिक्रिया द्यावी तिला समजत नाही. इतर बायकांच्या नवऱ्यांनी त्यांना बाधित केलं आहे हे

प्रथम ऐकल्यावर त्या काय करत असतील, असा विचार करते. तिने फोन करून तिच्या बहिणीला सांगावं. ती सेलफोन लावायचा प्रयत्न करते. फोन कंपनीचा कालपासून तोच मेसेज. 'पुन्हा एकदा सरस्वती मोबाइल चार्ज करायला विसरली आहे. बहिणीशी बोलता आलं असतं, तर बरं झालं असतं.' असं तिच्या मनात येतं आणि असं वाटतानाच तिला हसू येतं. 'नवऱ्याला फोन करण्याचं आपल्या डोक्यातसुद्धा आलं नाही, हे तिच्या लक्षात येतं. करावा का? काय सांगायचं? हॅलो सहचरा, आता आपण रक्ताने बांधलो गेलो आहोत!' तिने तिच्या मुलाला फोन केला असता, पण त्याला वडलांबद्दलचं सत्य तिने सांगितलेलं नसतं. ती ज्याच्याशी बोलू शकेल असं दुसरं कुणीच नसतं का आणि असलं, तरी पहिल्या वाक्यानंतर पुढे काय बोलणार?

विचारांच्या आंदोलनात दमयंती उठते. बिछान्यातून बाहेर येऊन तिच्या ड्रेसिंग टेबलाजवळ जाते. खान्यातून तिचा लहानसा शिवणाचा डबा काढते आणि त्या छोट्याशा डबीतून कात्री काढते. ती नवऱ्याच्या या भिंतीपासून त्या भिंतीपर्यंत असलेल्या कपाटापाशी जाते. त्याच्या असंख्य पँट्स तिथे वेगवेगळ्या हँगरवर व्यवस्थित लावून ठेवलेल्या आहेत. आत्ताच हाती आलेल्या बातमीचं नेमकं काय करावं हे तिला उलगडायला हवं आहे आणि त्याचं काय करावं हा विचार करता करता ती एकेका पँटचा मधला भाग नीटसपणे कापून टाकायला सुरुवात करते. 'कात्री जरा मोठी आणि धारदार हवी होती, पण ठीक आहे.' हिनेच काम चालवून दमयंती आखीवपणे कपाकप कापत जाते.

छैरंधरीचा नफीसाला रात्री उशिरा एसेमेस –

Rchd home. Thanx 4 coming Pune wth me. Thnx, thnx 4 pregnancy-test idea. Thnx x 100 4 making me strong 2 force it. Such a convenient miscarriage! Pater asking her 2 leave, v. hurt she lied 2 trik him in2 marij. V o u, thnqu 4 my☺

Instant sms response from Nafbanu to Czaebai:
stay ☺, raj karey rani!

In a flash, Czae to Nafi:
☺☺☺

(घरी पोहोचले. माझ्याबरोबर पुण्याला आल्याबद्दल धन्यवाद! गर्भनिदानाच्या

कल्पनेसाठी आभार. ते पुढे रेटण्यासाठी मला बळ दिल्याबद्दल शतशः आभार. किती सोयीस्कर गर्भपात! पाटेर तिला जायला सांगतोय. फसवून मर्जीत घेतल्याने फार दुखावलाय. ऋणी आहे. माझ्या ☺बद्दल आभार.

नफीबानूचं छैबाईला तत्काळ प्रतिसाद.
☺ राहा, राज करेगी रानी!

लगेच छैकडून नफीला
☺☺☺)

तिची अंत:प्रेरणा बरोबर असतो. तिचा भाऊ खूप मोठ्या संकटात असतो.

तिच्या वडलांचा सेलफोन अधीरपणे वाजताना ऐकू येतो. दिल्लीचा फोन. तिचा भाऊ उलटीच्या थारोळ्यात, नाकातोंडातून रक्त आलेल्या अवस्थेत सापडतो. त्याच्याजवळ पक्षाचा कार्यकर्ता मृतावस्थेत. मादक द्रव्याचा अतिरेक.

आता मान्याला उमजतं.

तिच्या भावाने तिला कधीच सांगितलं नव्हतं, असं ती आता भासवू शकत नाही.

असाच एकदा अलिबागच्या पलीकडे, त्यांच्या समुद्रकिनाऱ्यावरच्या घरात हृदयविकाराचा एकच झटका. जवळ डॉक्टर नाही. इतक्या रात्री पलीकडे बंदरावर रुग्णालयात जायला मोटरबोट नाही.

फक्त तिचा राजकारणी नवरा आणि नवी सून. तिला संशय होता. तिला आता सहन होईना. तिने मुलाला त्याच्या बायकोबद्दल सांगितलं. जी आता भावाकडे असायला हवी होती. तिचा मुलगा रात्री तिला घेऊन अलिबागच्या त्या खडबडीत, खड्डेमय रस्त्यावर गाडी चालवत होता. त्याचं समुद्राकाठचं घर. ज्याच्या पायाचा दगड तिने रचला होता. आतमध्ये तिचा नवरा कुडत्याशिवाय. तिच्या सुनेची पुढून चुरगळलेली, बटणं सुटलेली उघडी नाईटी.

आणि मग - तितकंसं चटकन नाही - समाप्त.

स्वगत

दमयंतीच्या बातमीवर प्रयोगशाळेच्या रिपोर्टच्या रूपाने आलेल्या मृत्यूच्या बोलावण्यावर मी प्रतिक्रिया द्यावी अशी तुमची अपेक्षा आहे?

सॉरी, मी यापूर्वीच त्याचा सामना केला आहे.

आपली बहीण मरावी असं मला मुळीच वाटत नाही. पण मला ठाऊक होतं. हा 'खिडकी काळ' तिच्या अंगावर येणार होता. तिच्या नवऱ्याच्या निदानाबद्दल जेव्हा तिने प्रथम मला सांगितलं आणि सांगितलं की, तिची चाचणी निगेटिव्ह आली आहे तेव्हाच मला कळलं होतं की ती कधीच पकडली गेली होती. अनेक प्रकारे, काही तिच्या स्वत:च्या इच्छेने - शेवटचा पडदा हा असाच पडणार होता. मी तिच्याशी बोलायचा, तिला धीर द्यायचा प्रयत्न केला; पण तिला सांत्वनाची गरज आहे असं तिला वाटत नव्हतंसं दिसलं.

मी शोक केला.

मला आमच्या आईची आठवण झाली. माझ्या बहिणींसाठी मला फार फार दु:ख झाले.

मी एक खेळ खेळले. आम्हाला कॉलेजमध्ये त्यावर आधारित एक निबंध लिहायला सांगितला होता. माझ्या प्रिय व्यक्तीच्या मृत्यूअगोदर त्याच्या किंवा तिच्याबरोबर मला आणखी एक दिवस घालवायला मिळाला तर मी काय करीन.

अत्यंत उत्कृष्ट इंग्रजीत मी अत्यंत फालतू काहीतरी लिहिल्याचं मला आठवतं. अर्थात निबंधात मला सर्वांत जास्त गुण मिळाले. नंतर मी आमच्या मॉंला विचारलं की, याचं एकच बरोबर उत्तर असतं का?

ती म्हणाली, "करणाऱ्याला बरं वाटावं म्हणून ते काय वाटेल ते करू शकतात. जाणाऱ्याच्या बाजूने काही वेगळा विचार असू शकतो." आईचा आवाज जरा खाली आला. ती प्रकट चिंतन करू लागली. "आपण आपलं आयुष्य नीट जगलो असलो, तर अखेरच्या दिवसाला काही खास संदर्भ राहत नाही. आपण जर

नीट आणि शहाणपणाने वागून आपलं वय मिळवलं असेल, तर आपल्याला एक जादा दिवस हवासा वाटणार नाही. वाटेल का?''

मी एकटीच हा खेळ खेळले, कल्पनेत. असं समजून की, माझ्या बहिणीने माझं न ऐकल्यासारखं केलं नाहीये. या बाबतीत ती चतुराईने वागलेली आहे.

मी आमच्या सुखद स्मृतींचे क्षण आठवले. आमच्या तिघींचे आणि माँनंतर आमच्या दोघींचे. आम्ही अनुभवलेला अतिविशिष्ट काळ, एकत्र प्रवास केलेली ठिकाणं. लग्नानंतर माझ्या बहिणीच्या सुट्ट्या तारांकित झाल्या. आपण नुसतं 'भोज्ज्याला शिवून आल्यासारखं' तिला वाटायला लागलं, असं ती म्हणू लागली. आम्ही एक पद्धत बसवली, ज्यात मी प्रवास आणि इंटरनेटवरची शोधमोहीम घालत असे. माझ्या आवश्यक खर्चासाठी पैसे साठवत असे. मूलतः इकॉनॉमी प्रवास आणि राहणं आणि दमयंती त्यात भर घालायची, जेणेकरून आम्ही बरोबर राहू शकायचो. आमची शेवटची सुट्टी होती युरोपमध्ये. दोन अत्युत्कृष्ट आर्ट गॅलऱ्यांमध्ये वेळ घालवण्यासाठी रंग-पोतांची लयलूट! आमची पुढची ट्रीप जगातल्या सर्वोत्कृष्ट ग्रंथालयांच्या शहरात असणार होती. मी तीन ठिकाणंही निवडून ठेवली होती.

आमच्या सुट्ट्यांची आठवण झाली की, माझं मन अजूनही आनंदानं थुईथुईतं. माँच्या शाळा मुलांना सहलींना न्यायच्या. आम्हाला फुकट जायला मिळायचं. केवढी मजा! शाळांबरोबर न जाता येण्याएवढ्या आम्ही मोठ्या झालो तेव्हा माँ कामातून सुट्टी घेऊन आमच्याबरोबर यायची किंवा आम्हाला मैत्रिणींबरोबर आणि त्यांच्या कुटुंबांबरोबर पाठवायची. आम्ही महाविद्यालयाच्या शेवटच्या वर्षाला होतो तेव्हा तिने घोषणा केली, 'चला हंपीला जाऊ या. फक्त आपण तिघीच.' आणि आम्ही गेलो. तिथे आम्ही पाहिलं की एका हिंदी चित्रपटाच्या युनिटने अख्ख्या भागाला एक चमकता तपकिरी रंग फासून ठेवला होता. नक्कीच त्या भागातल्या खडकांना कॅमेऱ्याच्या सोयीचा 'पुरातन' लुक त्यांना द्यायचा असावा. दमयंतीने त्या 'निर्दयी नाशकां'ची नाक मुरडून निर्भर्त्सना केली होती. तिला हा भाग आठवत असेल का कोण जाणे!

ती आमच्या सर्वांत आवडत्या सुट्ट्यांपैकी होती आणि आमची शेवटचीही. कारण त्यानंतर लांबचा प्रवास न होण्याएवढी आई थकत चालली. आठवणी तुम्ही विकत घेऊ शकत नाही. आपण ज्या निर्माण केल्या त्यांची पुरेशी किंमत तुम्ही देऊ शकत नाही. तिथल्या नाट्यमय शिळांमधून आम्ही तिघी फिरत होतो आणि त्या त्यांची कहाणी आम्हाला सांगत होत्या. आमच्या हातात मार्गदर्शक पुस्तिका होती, तरी आम्ही आमच्या डोळ्यांनी ऐकत होतो. एका सुंदर, कोरीव,

भव्य खडकावरच्या दगडाने आम्हाला तो काळ वर्णन करून सांगितला. जेव्हा एक साम्राज्य आणि त्याच्या व्यापारी मार्गावरून कला, सर्जनशीलता इथे बहरली.

त्या शेवटच्या गीतांच्या सुरावटी होत्या का की मनं तेव्हा एकत्र विचार करायची थांबली आणि अशा रीतीने सकारात्मक सर्जनशीलतेच्या अत्यावश्यक प्राणवायूच्या अभावी तडफडली? आधी काय भंगलं? स्तंभ की तिथल्या लोकांचं एकत्रित धैर्य? ते सगळं या बलाढ्य साम्राज्यात बंदिस्त झालेलं होतं. आक्रमकांच्या हल्ल्यांना त्यानंतर आपला ठसा उमटवणं किती सोपं झालं!

दगडधोंड्यांच्या भटकंतीच्या सायंकाळी दगडांवर आम्ही विचार करत बसलो. इतिहासरूपी निवेदनकार बोलत असताना सूर्यास्त पाहिला, बाकीची सारी दुनिया सोनेरी झाली होती. आम्ही इतक्या गप्प आणि विचारात इतक्या गढलो होतो. आम्ही कदाचित प्रार्थनाच करत असू.

बेंगळुरूहून आमच्या पुढच्या, घरी जाणाऱ्या आगगाडीच्या प्रवासात आम्ही तर्क लढवत होतो. एवढ्या बलाढ्य साम्राज्यांनी आक्रमणाखाली का बरं चुरगळून जावं? मग त्यांची शक्ती ती काय?

अशी एखादी नेमकी वेळ असते का, जेव्हा सगळं ढासळायला सुरुवात झाली आहे, हे लोकांना समजतं? आणि जेव्हा हे सुरू होतं – मोडणं, पडणं तेव्हा त्याचा प्रवाह थोपवेल अशी एकही शक्ती नसते? जर सुसंस्कृत समाज स्वत:चा विनाश नियंत्रित करू शकत नसेल, तर त्याचं वजन ते काय?

आमच्या हंपीच्या सफरीनंतर खूप वर्षांनी आमची संभाषणं, तक्त्यांच्या रूपात तुमच्यासमोर मांडू द्या. सामाजिकीकरण. त्याद्वारे अस्मिता. त्यातून येणारा राष्ट्रीय आनंद. कदसिया बेगमच्या भाषेत तुम्हाला चार 'ज' ची संकल्पना सांगते बरं का! कारण बरोबर ओळखलंत. अनुप्रासाचा मला भारी सोस!

राजकारण्यांचा जोर कमी करण्यासाठी, त्यांना उत्तरदायी बनवण्यासाठी आपण त्यांना त्यांच्या जागेवर ठेवलं पाहिजे. त्यांच्या संख्येवरसुद्धा नियंत्रण ठेवलं पाहिजे.

हे मला फार नंतर, अगदीच किरकोळ प्रसंगात समजलं. माझे तेव्हाचे प्राचार्य एका धर्मादाय संस्थेचे विश्वस्त होते. त्या संस्थेने काही बक्षीस-सोडत वगैरे कार्यक्रम केला होता. राज्यपाल विजेता निवडणार होते. शाळेतल्या आम्हा काही जणांना चहापानासाठी राजभवनात नेलं होतं. ही एकच वेळ अशी होती की, जेव्हा मी ब्रिटिश राजच्या अवशेषांपासून हाताच्या अंतरापर्यंत आले होते. एक सुरकुतलेले गृहस्थ त्यांच्याभोवतीच्या, त्यांच्यापेक्षा कितीतरी देखण्या शरीररक्षकांच्या गराड्यातून पुढे आले. मोघम काहीतरी बोलले. त्यांचा शुभहस्त त्यांनी सोडतीच्या खोक्यात

प्राचीन संस्कृती लयाला
का गेल्या?
जीवन हे फक्त चार 'ज' चं
बनलेलं आहे असं
मानण्याइतक्या त्या
अधोगतीला गेल्या.

हे चार 'ज' कोणते?
जर- भौतिक गोष्टी- त्यात जेवर,
रत्न, दागिने- इ.
जोरू - स्त्रिया
जमीन
जोर

वाईट राजकारणी म्हणजे काय?
शासनाचा हेतूच मुळी कुणाचेही
बुरे न करता सर्वांचे जास्तीत-
जास्त सुख पाहणे हा असतो.
हे जाणवून घ्यायलाच जे
नाकारतात.

सुख?
होय. कुठल्याही सभ्य, कर
देणाऱ्या, कायद्याने वागणाऱ्या
नागरिकाला सुखाचा अधिकार
असतो.

शुद्ध सुखाची व्याख्या : जेव्हा
आपण सकारात्मक प्रागतिक
पथावर असतो. जेव्हा आपण
जे करतो आहोत त्यात सखोल
गुंतलेले असतो, तेव्हा
आपल्या आयुष्याला काही
अर्थ आणि उद्दिष्ट असतं.

सुख! या तिन्ही घटकांचा संयोग
हा आपण वारंवार आपल्या
स्वत:ला भेट द्यायला हवा. मग
यात शासन किंवा राजकारणी
यांचा संबंध येतोच कुठे?

जोर' मध्ये काय काय येतं?
बाह्य जोर - जेव्हा दुबळ्या किंवा
खिळखिळ्या समाजावर आक्रमक
एक शेवटचा टोला मारतात.
अंतर्गत जोर - आतला पशू

यातला पशू कोण?
आपल्या प्रत्येकाच्या आतमध्ये
आपल्या मूलभूत चांगुलपणाने
धरलेला दुष्टपणा.
समाजातील- आपल्यातल्या
चांगल्या व्यक्तींसारखे आपण
आहोत असं भासवणारे दुष्ट.
देशांतील वाईट धार्मिक नेते आणि
राजकारणी.

'जोर' मध्ये काय काय येतं?
बाह्य जोर - जेव्हा दुबळ्या किंवा खिळखिळ्या समाजावर आक्रमक एक शेवटचा टोला मारतात.
अंतर्गत जोर- आतला पशू.

आतला पशू कोण?
आपल्या प्रत्येकाच्या आतमध्ये आपल्या मूलभूत चांगुलपणाने आवरून धरलेला दुष्टपणा. समाजातील- आपल्यातल्या चांगल्या व्यक्तींसारखे आपण आहोत असं भासवणारे दुष्ट. देशातील वाईट धार्मिक नेते आणि राजकारणी

सुख म्हणजे?
दुःखाच्या उलट नाही.

दुःखाच्या उलट काय? रितेपणा.

जोर, नागरिकत्वावर राजकारण्यांचे नियंत्रण. सुखी लोकांना कायदा, सुव्यवस्था, उत्तरदायित्व याद्वारे राष्ट्रीय दुःखाची अपेक्षा असते. अ-सुखी लोक बिजली-सडक-पाणी यांचा अभाव चालवून घेतात.

राजकीय जोर का? कारण त्यामुळे या ना त्या नावाखाली जोरूवर नियंत्रण ठेवता येतं. दरम्यान पुरुष स्वतःसाठी जर आणि जमीन गोळा करतो. जोर हा दुर्बल लोकांना शासन किंवा धर्म नावाच्या एका व्यवस्थेत एकत्र आणून त्यासाठी काम करायला लावतो. तो कधीही त्यांना मोकळं सोडत नाही. दुर्बलच ठेवतो. अधिक दुर्बल बनवतो, कारण तरच ते नियंत्रणात ठेवता येतात.

मूर्खपणा, मूर्खपणा
जोर कमी करण्यासाठी, त्यांना उत्तरदायी बनवण्यासाठी आपण अजिबात काहीच करू शकत नाही?

घातला. आम्ही टाळ्या वाजवल्या, बोन चायनाच्या कपातून फिका चहा प्यायलो आणि त्यांचं राजचिन्ह असलेल्या बश्यांमधल्या बिचाऱ्या बिस्किटांचा समाचार घेतला. सुरकुतलेले गृहस्थ ऐषआरामात राहत होते. भव्य इमारत, विस्तीर्ण उद्यानं, शहरातल्या सर्वोत्कृष्ट स्थावर मालमत्तेपैकी ती असणार हे उघडच होतं. भोवती नोकराचाकरांचा ताफा! ते सगळे तिथे राहत होते.

कशासाठी?

राज्यपाल नेमकं असं काय करतात? विशेषत: भारताच्या प्रत्येक राज्यात निवडून दिलेले मुख्यमंत्री असताना? असं काही की जे राष्ट्रपती थेट करू शकत नाहीत?

मोठ्या शिक्षकांच्या खोलीतील राज्यशास्त्राच्या बाईंना मी हे विचारलं. त्या हसल्या, "उपराष्ट्रपती काय करतात?"

हे सगळे हवेत कशाला?

राज्यातल्या विधानपरिषदा कशासाठी किंवा अगदी राज्यसभासुद्धा कशासाठी? त्याचा हेतू होता, एक ज्येष्ठांचं सभागृह असावं. तिथल्या ज्ञानाधिष्ठित चर्चांमधून काहीतरी प्रकाशमान मार्ग सापडावा. त्यांनी स्वत:लाच लहान करून टाकलं. बरखास्तीपेक्षाही ते नगण्य केलं. आमचं अजून मुलांना आदर्श घटनात्मक पद्धत शिकवणं चालूच आहे.

मी संशोधन केलं. काही राज्यांना विधानपरिषदा नाहीत. काहींना राज्यपाल मिळायला वेळ लागतो. कुणाची उणीवसुद्धा जाणवत नाही. राज्यसभेचे, विधानपरिषदेचे सदस्य, राज्यपाल, देशाचे उपराष्ट्रपती यांपैकी किती जण कुठलंही राष्ट्रीय मूल्य उदा. राष्ट्रीय सुख खात्रीलायकरीत्या मिळवून देण्यासाठी उत्तरदायी असतात?

मग हे घ्या, त्यांना आपल्याप्रति, त्यांचा खर्च उचलणाऱ्या लोकांप्रति फारच अल्प जबाबदाऱ्या असतात, पण सर्व प्रकारचे हक्क असतात.

हे म्हणजे मन मानेल तेव्हा कामावर जाणं, अध्येमध्ये भरपूर सुट्ट्या घेणं आणि हजर असलं की नीट दंगा करणं असलं आहे. बऱ्याचदा निवडून गेलेल्या राजकारण्यांचा अहं सुखावणं असतं हे. बदल्यात कालावधी पूर्ण होईपर्यंत क्वचितच डच्चू मिळतो आणि शिवाय पुढच्या गोष्टी मिळतात: लठ्ठ पगार, फायदे. देशांतर्गत आणि परदेशात सफरी. सर्वोत्कृष्ट वैद्यकीय सेवा, सोबत कुटुंबाला विमानप्रवास मोफत, अधिकृत निवासस्थानात नातलगांची भरमार, नोकर-चाकर, कार्यालयाची जागा, मोठ्या पेट्रोलच्या टाक्या असलेल्या गाड्या, फोन, वीज आणि पाण्याची बिलं परस्पर. ज्यांनी देशाचं रक्षण केलं पाहिजे ते सुरक्षारक्षक त्यांच्याभोवती तरंगत असतात. ते निवृत्त झाले तरी त्यांना लाभ मिळतो. ते मेले की, त्यांच्या कुटुंबांना लाभ होतो.

हे असले हुद्दे अस्तित्वात नसले, तर काय या विश्वात पोकळी निर्माण होणार आहे का?

चर्चेचा मुद्दा आहे. अगदी १९४७ सालापासून आपण या बहुमूल्य मंडळींवर खर्च करत आलो तो प्रत्यक्ष आणि अप्रत्यक्ष पैसा. या विना-जबाबदारीच्या हवेल्यावर आपण जो काही खर्च करतो, तो वाईट कामांसाठी पाठवलेला चांगला पैसा; नाही का? या पैशाचा विनियोग भल्यासाठी, कदाचित अगदी राष्ट्रीय सुखासाठी करता आला नसता का?

एक पर्याय. हा पैसा भारताच्या भावी नागरिकांवर, मुलांवर खर्च करा. ज्या ज्या शहरात राजभवन आहे तिथे भारताचे राष्ट्रपती आणि राजमान्य भारतीयांच्या मानद समितीच्या थेट देखरेखीखाली मुलांसाठी जागा निर्माण करायच्या. जी शहरं मुलांना त्यांचा साधा खेळण्याचा हक्कही परवडू देत नाहीत त्या शहरांमध्ये मुलांच्या अगदी स्वत:च्या जागा, पादचाऱ्यांनी पाळलेल्या, कचऱ्याच्या ढिगांवर पोसलेल्या मोकाट कुत्र्यांचे हल्ले नसतील. राज्यपालांच्या हवेलीचं रूपांतर मुलांच्या साहित्याने समृद्ध असलेल्या ग्रंथालयात करायचं. जगभरातले मुलांचे चित्रपट दाखवण्यासाठी तिथे एक स्वतंत्र विभाग करायचा, मत्स्यालय करायचं. गरीब मुलांना सुरक्षितपणे आणि चांगल्या उजेडात अभ्यास करता यावा म्हणून सुबक कापलेल्या, फुलांनी डवरलेल्या, हिरव्या वृक्षांच्या सावलीच्या बागाही ग्रंथालयांसारख्या मध्यरात्रीपर्यंत उघड्या ठेवायच्या.

अशक्य वाटतंय?

जगातल्या सर्वांत मोठ्या लोकशाहीत 'जोर' याचीही खात्री देऊ शकतो.

'जोर' ही या गोष्टीतल्या स्त्रियांवरच नव्हे, तर बऱ्याच माणसांवर पडू पाहणारी एक सावली आहे. भाग्यलक्ष्मी रोज सकाळी तिच्या वर्तमानपत्रात ज्या गोष्टी वाचते त्यांना जोडणारा धागा आहे. मोडलेली माणसं निर्माण करणारा कायदा आणि सुव्यवस्थेचा अभाव, दहशतवाद. मांडवली केलेले पोलीस, मोडकळीला आलेली शहरं, भारतीबान. राजकारण्यांनी चालवलेलं धर्माचं राजकारण. ते जे आपल्याला शंखध्वनी, मंदिरातले पठण, अजानची बांग यावर आधारित सुखाची भीक घालतात.

कधीकधी राजकारण्यांना स्वत:लाच जोरला तोंड द्यावं लागतं. त्यांच्या स्वत:च्या पिलावळीकडून त्यांच्यात्यांच्यातच राजकीय स्पर्धा उभी राहिली आहे. कुत्र्यांच्या पिसाळलेल्या सुळ्यांच्या मार्गाने अखेरचा उपाय शोधायला निघालेली माणसं! बराचसा भाग नष्ट होणार का?

केवढा विरोधाभास नाही का की, चांगले राजकारणी शिल्लक राहतील का,

असा विचार आपल्याला पडतो.

पण आपल्याला आवडो किंवा नावडो, परस्परावलंबन हे असंच असतं. आपल्याकडे जेव्हा चांगले राजकारणी नसतात तेव्हा ते केवळ अधिक चांगली अर्थव्यवस्था किंवा पायाभूत सुविधा नसण्यापर्यंत नसतं, तर 'आपल्या' विरुद्ध जास्त 'ते' असण्याबद्दल असतं, कारण दर वेळी जेव्हा दहशतवाद फोफावतो तेव्हा मधली जागा नाहीशी होऊ शकते आणि हे नष्ट होणं टोकाचं साम्राज्य घडवू शकतं, ज्याला राजकीय स्पर्धा उत्तेजन देते आणि वाट पाहते. आणि असं घडलंच, टोकाची मतं अशी एकरूप झालीच, तर ती नाट्यपूर्ण कलाटणी नसते. यात हळूहळू सुधारणा होणार. पुढच्या निवडणुकांचं नाही हे, तर ही फक्त पीछेहाट असेल. अंतिम पावलाचा ठसा उमटलेला नसेल.

भारतीय जोरूला विचारा हे कसं घडतं! ती तर सारखी जुळवूनच घेण्याच्या परिस्थितीत असते. निर्णयप्रक्रियेतून तिला वगळलेलं असतं, पण त्या निर्णयांच्या परिणामांचा सारा राजकीय-सामाजिक भार तिला पेलावा लागतो. तिच्या सुखाच्या काळजीची थट्टा करत, त्यावर तर आधीच नियंत्रण असतं, कारण दहशतवाद फैलावतो तेव्हा सर्वदूर पुरुषाला त्याची बायको, आई, बहीण, मुलगी यांची सुरक्षितता हवी असते.

काय बोलायचं? कुठे जायचं नाही, कुणाकुणाशी बोलायचं नाही, काय ल्यायचं?

सुरक्षित!

तिच्या स्वतःच्या प्रवासात प्रत्येक स्त्री खोलवर हळूहळू आयुष्यातून उठत जाते.

कदसिया बेगमला वाटतं की, ती एक भरतीची लाट आहे. नेहमीच ती भरतीची लाट असते. उंच, खोल, ओहोटी, वाहणं; सतत ती आशा आणत असते किंवा आशेला ओढून नेत असते. कधीकधी भरती असते आणि जोराचा पाऊस पडतो. परिणामी, आलेला पूर बरचसं धुऊन नेतो आणि भरपूर गाळ मागे सोडतो. ज्या घरांमध्ये तिला बोलावलेलं असतं तिथे तिला हे जाणवतं. जेव्हा प्रवाह संथ असतो तेव्हा तिची सेवा स्वीकारणं. लाट फिरली की, सहनशीलता संपुष्टात येते. प्रत्येक झटक्यानंतर जोरूवर पडणाऱ्या जोरामुळे हे स्पष्टच दिसतं. श्रीमंत बायकांच्या समजुतीत की त्यांची संपत्ती आणि स्थान इस्लामी दहशतवादामुळे – दुष्ट माणसांना कायमचं दिलेलं एक नाव – जाणार. त्यांची मनं, त्यांची हृदयं बधिर झाली आहेत. त्यांना समजत नाही की दुष्ट दुष्टांचाच कार्यभाग साधतात. अतिरेक्यांना बदल्यात तिरस्कार करण्यासाठी, दुष्टपणाच्या धंद्यात टिकून राहण्यासाठी समोर अतिरेकीच लागतात.

जोरूवरचा जोर आणि जर तिच्याकडे जर असेल, तर महत्त्वाचे निर्णय तिने

घ्यायचे नाहीत. त्यामुळे असंच तिच्या मुलांनाही वाटलं होतं. जेव्हा कदसियाचा नवरा मेला तेव्हा त्याने स्पष्ट केलं होतं की, तो जर तिच्याआधी मेला तर तिनेच निर्णय घ्यायचे होते. तिच्या मुलाची तिच्या बेंगळुरूमधल्या विवाहित मुलीशी लांब आणि लांबवरून- कारण तो परदेशात नोकरी करतो- चर्चा झाली. कदसियावर फोन कॉल्स, ईमेल्स, एसेमेस यांचा भडिमार. तिच्या मोठ्या झालेल्या मुलांना तिची खूप जबाबदारी वाटू लागली आणि तिच्या भविष्याच्या एकूण स्थितीवरून त्यांनी बरीच चिंता केली. निष्कर्ष असा की, कदसियाने तिची मुंबईतली तीन खोल्यांची सदनिका विकणं हेच सर्वांत चांगलं, असं कदसियाला सांगण्यात आलं. विक्रीच्या पैशातून तिने काय करावं हे कुणीच बोललं नाही. विषय तसाच लोंबकळत राहिला. अव्यक्त काड्यांवर झुलत राहिला. विक्रीनंतर कदसियाने त्यांच्याकडेच राहायला आलं पाहिजे असा जावयाचा आग्रहाचा फोनही आला.

काळजीचा केवढा हा लोट!

कदसिया सांगते की, इतक्या सगळ्या बदलांना जुळवून घ्यायला तिला थोडा वेळ लागेल. किती वेळ ते त्यांना समजायला हवं आहे. ती सांगते की, ती भोपाळहून आल्यावर तिला याचं उत्तर कळेल.

भोपाळ! एकटी कशी जाणार ती तिकडे? आत्ताच कशाला? काय गरज आहे? तिची मोठी, प्रौढ मुलं आणि जावई काळजीच्या आणखी एका लाटेत जातात.

कदसियाने आणि तिच्या नवऱ्याने अशा वेळेसाठी बाजूला काढून अक्षरश: गादीखाली ठेवून दिलेले पैसे ती मोजते. वर्तमानपत्रात जाहिरात देते – 'दोन पेईंगगेस्टच्या जागा उपलब्ध. जेवणसुद्धा. मुलगे नको. दारू नाही. पोर्क नाही.'

ती भोपाळला जाते. एका टाकून दिलेल्या असाहाय्य नातलग स्त्रीला घेऊन परतते आणि तिची सदनिका सजवायच्या मागे लागते. स्वयंपाकघराच्या जागी छोटीशी बेडरूम करते आणि त्याला कुलूप लावून टाकते. मोठ्या हॉलला जोडून बाल्कनी असते. तिथे उघडंच स्वयंपाकाचं टेबल ठेवते. रंगाचा एक मार्बल कोट मारल्यावर चित्र पूर्ण होतं. दोन कामकाजी महिलांना त्यांची पार्श्वभूमी, ऑफिसची कागदपत्रं तपासून बेडरूम देते. त्या नातलग स्त्रीला जोडलेल्या बाल्कनीत दिवाण-बेड-कम-स्टोरेज देते. ती स्वयंपाक करणार असते, पेईंग गेस्टकडे लक्ष देणार असते आणि घराची काळजी घेणार असते. त्याबद्दल तिला दरमहा पगार मिळणार असतो.

साश्रू नयनांनी कदसियाच्या हाताचं चुंबन घेत ती स्त्री म्हणते, "तू तर माझी फरिश्ता आहेस!"

कदसिया काहीच बोलत नाही. तिने तिच्या मुलांना फोन करून सांगितलेलं असतं की, ती बेंगळुरूला पुरेसं काम मिळतं का ते बघायला येणार आहे. नाहीतर ती मुंबईला तिच्या घरी परत जाईल. तिकडे बाल्कनीतल्या राखणदाराला सोबत

मिळाली तर आनंदच होईल.

अविवा या सगळ्याच्या वर आहे. कुठल्याच 'ज'ची फिकीर करत नाही.

मग फोन वाजतो.

तो फोन करत नाही. त्याची बायको करते आणि अपेक्षेप्रमाणे की, असं कसं तो तिला करू शकतो. तू बाई असून असं कसं करू शकतेस? कुणालाच लाज कशी राहिली नाही? तुला तळतळाट लागतील. कुणी सुखी होणार नाही इ. इ. रडगाणं गाण्याऐवजी त्याची बायको साधं सांगते की, ती त्याला घटस्फोट देत नाहीये.

ती अतिशय मैत्रीपूर्ण आणि स्नेहशील असते. अविवा जेव्हा मध्ये बोलायचा प्रयत्न करते, तेव्हा ती म्हणते, 'शट अप बाळा आणि ऐक...' आणि हे इतक्या सौजन्याने की, न ऐकणं शक्यच नव्हतं.

बायको म्हणते की, ती भावंडांच्या मोठ्या आणि धनिक परिवारातून आली आहे. सगळ्यांची लग्नं ठरवून झालेली, सगळ्यांची लग्नं यशस्वी झालेली असतात; एक हिचं सोडून! याचं कारण असं असेल की, तिच्या नवऱ्याकडचे सगळे श्रीमंतीचं सोंग आणण्यात व्यग्र होते, पण प्रत्यक्षात संपत्ती वाढवायच्या ऐवजी दारू पिण्यात, धूम्रपान करण्यात आणि जुगार खेळण्यात ती वायाच घालवत होते. ती म्हणजे संपत्तीचा मटकाच लागल्यासारखं वाटल्यामुळे त्याच्या आर्थिक ठोंब्यासारखं वागण्यात भरच पडली; अगदी अविवाच्या आई वडलांसारखंच. ती म्हणते, तिच्या आईकडे माहेरचा पैसा आणि वयानं बरेच मोठे असलेले, घरच्या नावावर जगणारे तिचे वडील, आर्मीतल्या शॉर्ट सर्व्हिस कमिशनवर अख्खं जेवणच बाहेर काढलं त्यांनी.

ती पुढे म्हणते की, ते सगळे एकाच 'बाग'मध्ये राहायचे. त्यामुळे अविवाचे वडील एकदा त्यांच्या कॅनडास्थित भावाकडे कामासाठी कसे गेले होते. हे साऱ्या कॉलनीला माहीत होतं, त्या भावाचा गूढ धंदा काय ते कुणाला कळलं नव्हतं. त्यांनी परत येताना ही सुंदर, भूल घालणारी आणि उघडच भूल पडलेली मुलगी आणली. जी घर चालवण्यासाठी घरून पैसे मागवायची. तिला वाटलं, अविवाच्या आजोबांचा विश्वस्त निधी ज्यातून अविवाचा कॅनडातील खाजगी शिक्षणाचा आणि लंडनमधल्या खर्चीक शेफच्या शिक्षणाचा खर्च भागला आणि पुरेसा पैसा शिल्लक राहिला आणि आणखी तिच्या व्हँकव्हरमधल्या सुंदर आईकडून येतच होता. त्याची देखभाल आर्थिक बाबतीत तरबेज डोक्यांकडून होते आहे याची खात्री अविवाने घेतली असणार. अगदी तसंच, तिच्या स्वतःचा संपत्तीची काळजी तिचे भाऊ घेतात. तिचा नवरा म्हणवणारा माणूस नव्हे, तो फक्त बोलण्याच्याच कामाचा.

ती म्हणाली की, अगदी सुरुवातीलाच तिला समजलं की, त्याच्या उठवळपणात तिने नुकसान मानता कामा नये. चांगल्या आयुष्याचं नुकसान. खास क्षणांचं नुकसान किंवा सुखाचं नुकसान. - त्यामुळे तिने त्या तिच्या मुलांबरोबर आणि विस्तारित कुटुंबाबरोबर निर्माण केले त्यांच्याबरोबर. ती सुखी होती. नाणेफेक केली, तर दोन्ही बाजूंना तीच जिंकत होती. ''तुझं स्वत:चं नाणं उडवून बघ मुली.'' ती म्हणाली. ''पाहा की सोडून देण्याचा पर्याय निवडता येतो का, मगच तुला कदाचित कळेल की तसंही त्याला लटकून राहण्यात अर्थ नव्हता.'' ती त्याला घटस्फोट देत नव्हती, कारण तिने त्याला कधीच सोडले होते. फार पूर्वीच, जेव्हा तिने मोठ्या भीतीच्या फुग्याला टाचणी लावली होती. अविवाच्या आईसारखं, जोवर तिने येऊन जवळून सत्य पाहिलं नव्हतं तोवर ती हा सुंदरसा, गोडसा प्रेमविवाह आहे असं समजत होती आणि त्यावर विश्वास ठेवत होती, पण सत्य कळल्यावर ती लगेच परत तिच्या गोऱ्या जीवनाकडे जात होती. 'ब्राउन'पेक्षा चांगलं असण्याचा अट्टहास त्यात नव्हता.

तिच्या नवऱ्यालाही तसं वाटत होतं. त्याला खरंच प्रचंड विश्वास होता की, रोजची रोटी कमावण्यासाठी जे दुकानं आणि व्यवसाय चालवतात त्यांच्यापेक्षा तो चांगला होता. आपली खोटीच तो खरी मानायला लागला होता आणि त्याच्या ऑफिसमधल्या बायकांना तो हुशार वाटायचा. त्यांच्या त्याच्यावर उड्या पडत. टेकीला आलेल्या एकट्या बायांना वाटायचं त्या त्याच्या बायकोपेक्षा सरस आहेत. त्याच्या सुरुवातीच्या रंगेलपणाच्या खाणाखुणा जेव्हा तिला दिसल्या तेव्हा तिने त्याला छेडलं. त्याने शपथेवर सांगितलं की तो थांबेल, पण तो अधिकच सावध, चोरटा झाला, त्यामुळे धास्तावून त्याच्या खिशांची आणि कॉलरची तलाशी घेण्याऐवजी तिने सरळ त्याला बेडरूमच्या बाहेर हाकलून दिला.

तिला खात्री होती की, त्याचे चाळे चालूच होते आणि तिला अधिकाअधिक धन्यता वाटत राहिली की, त्याच्या वासाची बाथरूम तिला वापरावी लागत नाही. त्याला नागडं बघावं लागत नाही. त्याच्या पायांमधला तो गोळा असा थुलथुलतो जशी वार्षिक एरंडेल कार्यक्रमानंतर तिच्या मुलांची शी लोंबायची किंवा शॉवरखाली हलणारी टर्कीची मानच जणू. आपल्या जीवनात तिनं जी अधिक जागा निर्माण केली होती त्याबद्दलही ती कृतज्ञ होती आणि ती जाणीव अगदी अनपेक्षितपणे व्हायची. जसं, आता ती तिला पाहिजे तितके जोडे खरेदी करू शकत होती, कारण आता तिच्या स्वत:च्या बेडरूमध्ये जोड्यांसाठी जागा होती. तिने केवळ या भंगार माणसापासूनच स्वत:ची सुटका करून घेतली नव्हती, तर त्याच्या असंख्य टोकदार जोड्यांपासूनही- ज्यामुळे त्याचं डोकं दुखतं, टाचेचं दुखणं - हॅमाटो - तर त्याला आनुवंशिक होतं, नशिबाने त्यांच्या मुलांना नव्हतं.

अविवाला मुलं हवी आहेत असं तिला सांगितलं गेलं होतं. तिचा नवरा कायदेशीररीत्या तिला ती देऊ शकत नव्हता याचं तिला वाईट वाटत होतं. म्हणजे गिधाडांना कायदेशीरपणाचं काय? तरी तिला तो ते पुरेसं जागं करू शकतो की, नाही याबद्दलच शंका होती. उतारवय वगैरे सगळं तसं दर्शवणारी औषधं तिने त्याच्या बिछान्याशेजारी पाहिली होती, पण खरंतर ते अविवालाच जास्त माहीत असणार होतं. ते काही असो, तिने त्याला सांगितलं होतं की ती काही डिव्होर्स-बिव्होर्स देणार नव्हती.

त्याने त्याच्या बायकोला अविवाचा लँडलाईन नंबर दिला होता. फोन वाजला तेव्हा ती घासण्याची प्रक्रिया चालू होती, त्यामुळे अविवाने कदसियाला स्वयंपाकघरातलं स्पीकरफोनचं एक्स्टेंशन चालू करायची विनंती केली आणि इथं तिचा खणखणीत स्वच्छ आवाज! कदसिया सौंदर्यसाधना चालूच ठेवते. या वरपांगी हितोपदेशातला शब्दन्‌शब्द तिला नीटच समजतो आहे याचं चिन्हही नाही. जेव्हा त्याची बायको थँक्यू म्हणते आणि "नीट राहा. मी तुला दुखवण्यासारखं काही बोलले असेन तर माफ करजो. माफ कर, पण आपण शिकलेला धडा विसरायला नको. आव जो, गुडबाय." असं सांगते तेव्हा कदसिया साभिप्राय अविवाकडे बघते. ती भुवई वर उचलते. कदसिया सांगते, "ट्रीटमेंट पूर्ण झाली."

ती एका चिठ्ठीवर व्यवस्थित तपशीलवार सेवा आणि त्या प्रत्येकीची किंमत लिहिते. येण्याजाण्याचा खर्च वेगळा लिहून त्यात मिळवते. ती चिठ्ठी जेवायच्या टेबलावर ठेवते आणि आपली ब्युटी बॅग नीट आवरून ठेवते. अविवा बेडरूममध्ये जाते, पैशाचं पाकीट घेऊन येते. नि:शब्दपणे पैसे चिठ्ठीवर ठेवते. त्यात टिप, बक्षिसी म्हणून दहा टक्के जास्त देते. कदसिया ते उचलते, धन्यवाददर्शक मान झुकवते आणि निघते.

अविवा टी. व्ही. लावते. 'बंद'ला हिंसक वळण लागल्यामुळे संचारबंदी लागली आहे हे तिला समजतं. ती पायजम्यातच धावत कदसिया बेगममागे जाते. ती एकटीच पायी जात असते. तिला परत आणते आणि एकत्रित, कमीतकमी बोलत त्या जेवायला बसतात. कदसिया बश्यांकडे काळजीपूर्वक बघते. त्यात पोर्क नाही याची खात्री देण्यासाठी अविवा नकारार्थी मान हलवते. त्या खातात. त्यानंतर कदसिया बेगम शांतपणे खांदे आणि पायांचा मसाज सुचवते, ज्याबद्दल अविवा शतश: आभारी असते.

तिला शतश: तुकडे झाल्यासारखं वाटत असतं. स्वत:ला गोळा करून परत ठेवण्यासाठी तिला अवधी हवा असतो. आपल्या वडलांच्या जागी अगदी तसाच दुसरा माणूस आणण्याच्या मागे आपण एवढं का लागलो आहोत याचा विचार करण्याइतकंही तिचं मन थाऱ्यावर नसतं.

बाबांसारख्याच कुणाशीतरी लग्न करण्याची इच्छा असलेली मुलगी.

'गोड गोड मिठू बाबा म्हणायचे नाहीत मला. अगदी विशेष नागरिक नसले, तरी बाबा जराजरासे सर्वसामान्य असले, तर काही बिघडतं का?'

पण... पण... ही बाई पपांची प्रतिकृती कशाला निवडते आहे?

तिला ही कल्पना नाही असंही शक्य आहे.

अविवाचे पूर्वज कदसियाच्या धर्मबांधवांपासून पार्शियातून पळून आले. म्हणजे आत्ताचा इराण. याला काही शतकं झाली. त्यांचा राग त्यांनी त्यांच्याबरोबर नेला. त्यांची नाराजी, असंतोष कायम राहिला, पण त्याचं कृतीत रूपांतर करण्यापासून ते दूर राहिले. तेव्हा त्यांना जुलमाने स्थलांतर करावं लागलं. तेव्हा त्यांच्यापैकी बरेच जण भारतात पोहोचले. इथे त्यांनी स्वतःचं बस्तान चांगलं बसवलं. त्यांनी विश्वस्त जमिनी बनवल्या. आता त्यांची किंमत करोडोंच्या घरात आहे आणि त्यावर केवळ राहण्यासाठी त्यांनी इमारती बांधल्या. त्यांच्यातल्या पुढारी मंडळींनी भारतीय विमानउद्योगाचा आणि नागरी प्रशासनाचा इतिहास रचला. त्यांनी समाजाला भरभरून परतफेडही केली. ब्रिटिश राजच्या काळात चिनी अफूच्या व्यापारात सर्वच प्रकारच्या व्यापाऱ्यांना नफा झाला. तो परत आणून रस्तेबांधणीसाठी निधी दिला तो यांच्या समाजाने.

जे उद्योग व्यवसायाच्या अपरिचित वाटा धुंडाळायला निघाले ते भारतीय उद्योजकतेच्या कथा आहेत. केबल टी.व्ही.चा पाया ते टेलिव्हिजन सॉफ्टवेअर ते वाहिन्या ते चित्रपट-निर्मिती. शिवाय एका बाजूला टूथब्रशचं उत्पादन. आपल्या दर्जाबद्दल एवढं नाव कमावण्यासाठी – मग ते कुलपात असो की बेकरीत – आणि सहसा योग्य त्याच गोष्टी करून त्याद्वारे बाकीच्या देशांपुढे एक आदर्श निर्माण करण्यासाठी या समाजाने बरेच कष्ट घेतले आहेत. त्याचमुळे त्यांच्यापैकी एकाने जेव्हा एका जहालमतवाद्याला कायदेशीरपणा देण्यासाठी पुढाकार घेतला तेव्हा साऱ्यांची पाचावर धारण बसली होती. शतकानुशतकांच्या संतापाची ही सावली?

अविवाचा समाज हळूहळू संपत चालला आहे, असं मी वाचल्याचं आठवतं. तिची माणसं चांगली असतात. मुख्यत्वे नागर असतात, सुशिक्षित असतात. ते मजेदार लोक असतात. दृश्य कलांमध्ये त्यांना गती असते. खाणंपिणं यांचा आनंद घेणं आणि एकूण आनंदात वेळ घालवणं त्यांना आवडतं. तरीही भारतातल्या इतर अनेक समाजांप्रमाणे स्वतःशी व्याख्या करताना ते 'जे काही ते' याने करतात. जाहीरपणे अनुत्तरित असलेले 'इतर' त्याच मार्गाने, पण नंतरच्या बोटीने आलेले स्थलांतरित असले तरी. त्यांच्यातल्या स्त्रियांनी 'जोर' विवाह केले, तर त्यांना वगळलं जातं. याचा परिणाम म्हणजे धर्मस्थानात प्रवेशबंदी किंवा अखेरच्या क्रियाकर्मांना परवानगी नसणे असा होऊ शकतो. त्यांच्या मुलांनाही 'न'कार

मिळतो. मिश्र विवाहातल्या पुरुषाचं निराळं असतं. त्याची मुलं ही त्याच्या वंशावळीचा धागा मानली जातात. वांशिक शुद्धता त्यामुळे गढुळत नाही.

स्वर्गाचा प्रवास हा गिधाडांच्या मार्गाने होतो, कारण पृथ्वी किंवा अग्नी बाटवायचा नाही, अशी त्यांची श्रद्धा असते. म्हणजे पुरायचेही नाही आणि जाळायचेही नाही. नंतरच्या काळातला विद्युत्‌दाहिनीचा पर्याय फार कुणी स्वीकारला नाही, याचं कारण बहुतेक स्वत:च घालून घेतलेली वेगळेपणाची अढी असावी. हाय, गिधाडेसुद्धा या प्राचीन धर्माच्या अनुयायांसारखी भारतातून नष्ट होत चालली आहेत.

याचा परिणाम आपल्यावरही होतो. निसर्गात सगळं एकमेकांशी जोडलेलं आहे. तुम्ही, मी, एखादं मूल, पिसाळलेलं कुत्रं चावून तोंडाला फेस येऊन मरू शकतं कारण गिधाडं उरली नाहीत. अदृश्य होणाऱ्या गिधाडांचा थेट कार्यकारण संबंध म्हणून भारतात पिसाळलेल्या कुत्र्यांची संख्या वाढते आहे आणि तसंच कुत्र्यांनी मुलाला चावणंही वाढतं आहे. म्हणजेच कुत्रीही विनाकारण लहान बाळांना चावतात. सगळ्या देशभरातून लहान बाळांना कुत्री चावण्याचे अहवाल येतात.

गिधाडांची लोकसंख्या देशाच्या परिसंस्थेत आपली महत्त्वाची भूमिका पार पाडू शकत नाहीत. कुत्री कचऱ्यांच्या ढिगांकडे जात आहेत आणि तसेच उंदीर-घुशीही. १९९० साली प्लेग पसरलेल्या देशासाठी ही चांगली बातमी नाही. गिधाडे नाहीत, त्यामुळे गाई गुरांचे आणि माणसांचे मृतदेह पाणीसाठे प्रदूषित करत आहेत. कुत्री आणि उंदीरही त्यांवर ताव मारत आहेत. सडणाऱ्या देहातल्या कच्च्या मांसावर पोसल्यामुळे कुत्री झुंडी करून फिरतात आणि माणसांवर हल्ले करतात.

प्राणिहक्कांच्या प्रेम्यांना महापालिकेने कुत्र्यांना झोपवणं पसंत नाही - उंदीर? ते वेगळं असतं.

गिधाडांचे गूढ

माणसांसाठी विकसित केलेल्या, पण गुरांवर वापरलेल्या डायक्लोफेनॅकची गिधाडं बळी आहेत. धार्मिक भावनांमुळे मृतदेहांची विल्हेवाट लावणं अधिक गुंतागुंतीचं बनतं. भाकड जनावरं नुसतीच सोडून दिली जातात. मेलेली जनावरं टाकून देतात. त्यांच्यातल्या डायक्लोफेनॅकमुळे गिधाडांची मूत्रपिंडं निकामी होतात. २००६मध्ये डायक्लोफेनॅकवर बंदी घातली होती. जर डायक्लोफेनॅकचा उरलेला साठा शेतकऱ्यांनी आणि प्राणिवैद्यांनी वापरला नाही, तर २०२५पर्यंत भारत गिधाडांसाठी सुरक्षित बनेल.

ते टीव्ही.वर सांगतात की, कुत्री लहान मुलांना चावतात किंवा खोलवर चावे घेतात हा अपवाद आहे. हे अपवाद नाहीत हे सिद्ध होण्यासाठी किती अपवाद घडावे लागतील? जर भटक्या कुत्र्यांची फक्त नसबंदीच करायची असेल, तर त्यांच्या चावणाऱ्या, फाडणाऱ्या, खुनशी दातांचं काय करायचं? टीव्हीत बोलणारे भटक्या कुत्र्यांना – पिसाळलेल्या, मरू घातलेल्या, लूत लागलेल्या कुत्र्यांना खाऊ घालतात. पण घरी नेत नाहीत किंवा पट्टा बांधून आपल्या आसपास ठेवत नाहीत. ते स्वत:च्या कुत्र्याची शीसुद्धा पादचारी मार्गावरून किंवा बागेतून उचलत नाहीत. पारंपरिक आउटसोर्सिंग मनोवृत्ती! दुसरं कुणीतरी किंवा सरकार किंवा नंतर येणारे माझी सोडलेली पापं धुतील. पण शप्पथ, ते प्राण्यांवर भयंकर प्रेम करतात. अगदी उत्कटतेने तेच सोडतात झिपऱ्या कुत्र्यांना.

सातत्य, निसर्गाचं सहिष्णू चक्र. मोडायला सोपं, पण पुन्हा संतुलित करायला किती अवघड!

दरम्यान, अविवाला जिथे गिधाडांसाठी ठेवतील त्याच्या आजूबाजूला जरा खळबळ. जरा लहान आकाराच्या घारी वगैरे पक्ष्यांना मांसाचे छोटे छोटे लचके तोडून पळवायला जमतं. एखादी करंगळी वगैरे खिडकीवर पडली, त्यामुळे सौर रिफ्लेक्टर्स बसवून ते अवशेष सुकवायचे प्रयत्न चालू आहेत.

आपल्याला काही दुसरा मार्ग नाही, असं का वाटतं अविवाला? तिने आणि तिच्या मुलांनी याच प्रक्रियेतून जावं असं तिला का वाटतं?

जर, जोरू, जमीन यामुळे अविवाला फरक पडतो असं वाटत नाही.

जोर?

मग ती पहिलीच स्त्री नसेल आणि हाय, शेवटचीही नसेल, जी आक्रमकांबरोबर तद्रूप झालेली आहे.

रविवारपूर्वीचा अनंत काळ

बरोबर की चूक ओळखा.

भारतमाता ही प्राचीन चीनची माता आहे.

इराणमध्ये स्थिरावणारी पहिली माणसे भारतीय होती.

अशोकाच्या अहिंसेच्या शिकवणुकीचा त्याच्या सैन्यावर वाईट परिणाम झाला. साऱ्या साम्राज्यात हळूहळू भित्रेपणा पसरला.

हिटलरने जर्मन सरकारला सन्मान आणि प्रतिष्ठा दिली. त्याने सामान्य लोकांमध्ये साहसी वृत्ती रुजवली.

वरीलपैकी एकही विधान चूक म्हटल्यास तुम्हाला शून्य गुण मिळतील.

निदान काही शिक्षकांचं आणि पाठ्यपुस्तकांचं मत असं असेल. भारतीबान नियंत्रित हजारो शिक्षणसंस्थांच्या अभ्यासक्रमाचा एक भाग असलेल्या या पुस्तकांमध्ये महात्मा मोहनदास करमचंद गांधींच्या हत्येचा उल्लेखही नाही. जेव्हा माध्यमांमध्ये याच्या कथा येऊ लागल्या व जेव्हा लोकांनी आरडाओरडा केला तेव्हा एका ओळीची भर घालण्यात आली.

या पुस्तकांमध्ये आणखीही काही आहे. इतर श्रद्धांना कमी लेखणं, इतिहासाच्या गौरवाचा अतिरेक आणि विराट मातृभूमीची मिथक कथा बनवणं. आमच्या शाळेतल्या शिक्षक-खोलीत आम्ही या पुस्तकांबद्दल बोललो आहोत. नमुन्याला मिळवलेलं एक मी पाहिलं आहे आणि मेख अशी की आपण नीट, काळजीपूर्वक परीक्षण करेपर्यंत त्यात काहीही उपद्रवी आढळत नाही. बालिश आहे, पण म्हटल्याशिवाय राहवत नाही – मुखपृष्ठावरून पुस्तकाची परीक्षा कधीही करू नये.

ही पुस्तकं ज्या शाळेमधल्या मुलांसाठी वापरली जातात तिथे अल्पसंख्याक विद्यार्थी किंवा शिक्षक अभावानेच असतात. अशाच प्रकारची पुस्तकं 'पुनरागमन' केलेल्या आदिवासींच्या मुलांसाठी वापरली जातात. आत्म्यांच्या त्या स्पर्धात्मक सुगीने मान्य केलेलं असतं की, धर्मांतर बेकायदा आहे, पण शुद्धीकरण, त्याचे विधी आणि तडजोडीचं पुनर्धर्मांतर त्याआधीच्या हिंसा, भीती, दहशत यांसह

सन्माननीय आहे.

आपल्या मुलांचाच तिरस्कार भरला जातो, तो असा. ओल्या मातीसारख्या मनांवर सदैव विखार कोरत राहायचा आणि त्यांचं ब्रेन वॉशिंग करायचं. 'मातृभूमी'च्या भाषेच्या, धर्माच्या प्रतिष्ठेच्या रक्षणासाठी हिंसेसारखा मोबदला दुसऱ्या कशालाही मिळत नाही. फक्त हिंसेलाच मिळतो. हा धडा त्यांना शिकवला जातो.

हे शिक्षणतज्ज्ञ – नवरे, बायका अशाच प्रकारच्या सुशिक्षित घरांमधल्या आया – या पुस्तकांमधला आशय हजारो शाळांमधल्या लाखो मुलांना शिकवत असतात. प्राध्यापक आणि प्रपाठक ज्यांना स्वत:ची मुलं, नातवंडं आहेत अशा प्रकारची पुस्तकं लिहितात जेणेकरून हे शिकवता येईल.

शिक्षणतज्ज्ञांच्या चेहऱ्याखाली लपलेली आक्रमकांची अकल्पनीय साखळी, त्यांच्या स्वत:च्या बालपणापासूनची गुरू-शिष्य परंपरेतून निर्माण झालेली ओळख, ही यातली शोकांतिका.

मुलांबरोबर असं घडतं. त्यांच्या बालपणात आपण असं घडू देतो.

तुम्हाला दोन अगदी छोट्या गोष्टी सांगते –

राजाबद्दलच्या कथा ऐकून मोठ्या झालेल्या एका छोट्या मुलाची. त्या राजाचे हेतू कितीही चांगले असले किंवा त्याची शत्रूलाही वागणूक अतिशय सहृदयतेची असली, तरी त्याचे शत्रू त्याला फाडून काढायला टपलेले होते.

अशाच धर्तीच्या गोष्टी सांगणाऱ्या पुस्तकांकडे तो मुलगा आकर्षित होतो. याचं कारण कदाचित इतर प्रकारची पुस्तकं, राजा आणि त्याच्या कृती यांबद्दलच्या वेगळ्या गोष्टी सांगणारे निष्पक्ष मजकूर हे दिसता क्षणी जाळून टाकण्यात येत किंवा त्यांच्यावर ताबडतोब बंदी घालण्यात येत असे. ते काही असो, जे काही त्या मुलाला ऐकायला मिळालं, ज्यावर त्याने विश्वास ठेवला त्या अनुसार दुष्ट कारनामे करून त्याला रोखणारे काही जण नसते, तर त्याने सारा देश पादाक्रांत केला असता आणि म्हणून तो लहानगा मुलगा पहिला महत्त्वाचा धडा शिकतो. जे तुमच्या जवळच्या माहितीच्या जगातले, तुमच्या राज्यातले नसतील, त्या कुणावरही कधीही विश्वास ठेवू नका.

तो आजूबाजूला जी संभाषणं ऐकतो. इतर लोकांबद्दलच्या गोष्टी ऐकताना, स्त्रियांच्या भीतीच्या, घृणेच्या प्रतिक्रिया आणि अगदी ते घेत असलेले वर्तमानपत्र, मूकपणाने या विचाराला दुजोरा देतात. चांगलं शिक्षण देणाऱ्या शाळेत त्या मुलाचं नाव घातलं जातं. आरोग्यपूर्ण क्रीडाप्रकारांचा अंतर्भाव अभ्यासक्रमात असतो. शाळापूरक उपक्रमांमध्ये शाखाधिष्ठित संस्थेच्या मदतीने एका प्राध्यापकांनी चालवलेल्या विशेष शिबिराचा समावेश असतो.

तो ज्या महाविद्यालयात जातो, ते अगदी संमिश्र असतं. फक्त त्याचं घर, त्याच्या नातेवाइकांची घरं आणि त्याच्या शाळेतल्या मित्रांची घरं सोडून आणि तो अजूनही ज्यांना भेटतो त्या शाखेच्या स्वयंसेवकांना सोडून सगळीकडे नवे वारे वाहत असतात. ते एव्हाना चांगले शक्तीच्या स्थानी होते.

तो गोष्टी विसरू शकत नाही. तो त्याच्या राजासाठी लढेल, तो बदला घेईल.

आणि एक छोटी मुलगी असते. तिला मानभंगाच्या गोष्टी सांगितल्या जात असतात.

या देशात घडणाऱ्या प्रत्येक चुकीच्या गोष्टीसाठी चमत्कार असणाऱ्या एका वृद्ध माणसाच्या गोष्टी असतात. तो म्हातारा नसता, तर त्याला स्वत:च्या देशातलं त्याचं सुंदर आयुष्य सोडून द्यावं लागलं नसतं.

त्या छोट्या मुलीचे वडील धर्मनिरपेक्ष सेवाभावी संस्थेत एक सामाजिक कार्यकर्ते असतात आणि ती त्यांच्या महिला आघाडीत लहानाची मोठी होते. तिचे वडील एक शाळा काढतात. ती त्यात शिकते. पदवी मिळवते. एका डॉक्टरशी लग्न करते. तिचा मुलगा परदेशात शिक्षण घेतो.

तिच्या डोक्यात कुठेतरी तो म्हातारा असतो. ती छोटी सूड घेणार.

तो मुलगा देशातल्या अतिउत्तम दलात भरती होतो, पण त्याच्या डोक्यात सतत बदला असतो.

ती मुलगी प्राण वाचवण्याची शपथ घेते. ती चालवत असलेलं प्रसूतिगृह भरभराटीला येतं. बालकल्याणाचं काम अधिकृतपणे तिच्याकडे येतं, पण ती अत्यंत प्राणपणाने, निष्ठेनं काय करत असते, तर तलवारींचं वाटप, ज्या हत्याकांडासाठी वापरल्या जाणार आहेत. बलात्कारासाठी स्त्रियांच्या आत आणि मुलांच्या शरीरात भोसकल्या जाणार आहेत.

ती मुलगी, तो मुलगा कधीही एकमेकांना भेटलेले नाहीत; भेटणारही नाहीत. ते एकमेकांसाठी अनोळखी आहेत. एकमेकांचा संदर्भ त्यांना लागणार नाही. तरीही सीमेच्या दोन्ही बाजूंना बॉंबर्सच्या मदतीने दुष्ट शक्ती जिथे कार्यरत आहेत अशा त्या पोकळीत दोघे जण एकरूप झालेले आहेत.

हिंदुत्वाला विरोध, इस्लामियत, ख्रिश्चॅनिटी दुष्ट शक्तींना धर्माची गरज नसते. त्यांना फक्त एक सामूहिक कल्पनाशक्ती आणि त्याचा तिरस्कार केलाच पाहिजे असं सांगितलेले असतं. ते सगळं ओतण्यासाठी तिरस्कारकर्त्यांना एक रिकामी जागा हवी असते.

ती लहान मुलगी आणि मुलगा त्यांच्या वडीलधाऱ्यांसाठी अशी रिकामी जागा होते.

आक्रमक

विरुद्धार्थी शब्द आहे संरक्षक, आक्रमित.

आक्रमक, आक्रमित. मला तर हा दुष्ट चक्रव्यूह वाटतो.

हिटलरच्या असहिष्णुतेच्या शोकांतिकेचे बळी ठरलेल्यांचं उदात्तीकरण करणाऱ्या देशातल्या लोकांना विचारा. आज ते निष्ठुरपणे रॉकेटचा बदला रॉकेटने घेत आहेत. भुकेलेल्या आजारी बायका मुलांविरुद्ध सीमाबंदीच्या आज्ञा थंडपणे देत आहेत.

आणखी एका महासत्तेला शह देण्यासाठी आपल्या उपखंडात आलेल्या महासत्तेला विचारा तेही अशा देशात, जो कुणाचाच नाही, इतिहासाच्या जुन्या पुस्तकात दोघांनाही आक्रमक म्हणून नीच उल्लेखलेलं आहे. जिथे जवळजवळ तयार असलेल्या प्रादेशिक सेवेत नागरिकांची भरती केली जाते आणि शेजारच्या तिसऱ्या देशातल्या लढणाऱ्यांना आर्थिक मदत दिली जाते. आज ते स्वत:च निर्माण केलेल्या लष्कराशी आकांताची लढाई लढण्यात गुंतले आहेत आणि आपण त्यांच्या घुसखोरीची प्रचंड किंमत मोजतो आहोत.

या चक्रव्यूहातून सुटका नाहीच का?

चुकीच्या माणसांकडे नेतृत्व असलेल्या देशांबद्दल काही सांगू शकत नाही, पण एकेकट्या व्यक्ती हिंमत करू शकतात. आपले ग्रंथ, अगदी धार्मिकसुद्धा आपल्याला हेच सांगतात की, आपण एकीचं बळ वापरून, स्वत:पासून सुरुवात करून याच्यावर मात करू शकतो.

खरी गोष्ट अशी की, रानटीपणा आणि नैतिकता आपल्या अंतरंगात खोलवर मुरलेली आहे. मानवी मेंदूच्या पायामध्ये आपलं आदिम वायरिंग, ॲमिग्डेला असतं. माकडांमधून मानवापर्यंत आपली जशी उत्क्रांती होत गेली तेव्हा ॲमिग्डेलच्या मजबूत विणीने आपल्याला इतर टोळ्यांकडे संशयाने पाहायला लावलं. सुरुवातीच्या काळात अन्न आणि सहचर दोन्हींसाठी असलेल्या तीव्र स्पर्धेमुळे ही भीतीची भावना अस्तित्वासाठी आवश्यक होती. काळाबरोबर या भीतीवर मात करण्याची आणि तिच्याशी परिणामकारकपणे दोन हात करण्याची कौशल्यं मानवी मेंदूत विकसित होत गेली. (आत्ताच्या बिन-गुंफेच्या युगात आपण जर ॲमिग्डेला पातळीवर जगत असतो, तर काय 'भेजा फ्राय' झाला असता, याची कल्पना नाही.) ॲमिग्डेलाची धोक्याची सूचना सौम्य करण्यासाठी मेंदूच्या प्रगत भागांची, ॲंटिरियर सिंग्युलेट कॉर्टेक्स मेडिअल ॲंड डॉर्सीलॅटरल प्रीफ्रंटल कॉर्टेक्स यांची भूमिका असते, त्यामुळे मेंदूच्या वरच्या - आणि प्रगत - भागाने खालच्या भागाला सुजाणपणा शिकवण्याचा पर्याय तुम्ही नेहमीच निवडू शकता.

आणि नेमकं हेच दहशतवाद्यांचे प्रशिक्षक घडू देत नाहीत. प्रशिक्षणार्थींना विकसित मनुष्यांच्या नैतिकतेची किंवा शहाणपणाची परवानगी नसते. दुसऱ्याकडे

एक अ-शत्रू म्हणून, एक मनुष्य, एक व्यक्ती म्हणून पाहण्याची त्यांना परवानगी नाही.

मानवी मेंदू हा आपल्यापैकी प्रत्येकाचा एक विस्मयकारक भाग आहे. अगदी प्रत्येकाच्या उत्क्रांतीचा हा एक चमत्कार आहे. उत्क्रांतीवर तुमचा विश्वास असो किंवा नसो, माझा आहे. तशीही मला ॲडम आणि इव्हची गोष्ट आवडत नाही. आपल्याच भावंडाला ठार मारणाऱ्या मुलाचे बिचारे आई-वडील - आपण काहीतरी उद्देश असलेले मनुष्यप्राणी आहोत.

तो म्हणजे : आपल्या पशुत्वाचा पराभव करून त्यापासून उन्नमन करणे.

कारण : जेणेकरून आपण व्यापक हित साधू.

हा चांगुलपणाही आपल्यात घट्ट विणलेला आहे. इतिहासाची पुस्तकं अशा घटनांनी भरलेली आहेत, जिथे तात्पुरत्या काळासाठी व्यापक हिताकडे दुर्लक्ष झालं, पण दीर्घ पल्ल्यासाठी मात्र याच्याकडे दुर्लक्ष करणं अशक्य असतं.

तुम्ही हे स्वत:ला विचारलं आहे का? मी विचारलंय. जर आपली रचना आपण चांगलं असण्याची असेल, तर इतके लोक वाईट का होतात?

याचं कारण माझ्या लक्षात आलं आहे की, नुसतं वायरिंग पक्कं असून चालत नाही. सॉफ्टवेअरही सतत सुरू ठेवावं लागतं आणि योग्य प्रकारे कॉन्फिगर करावं लागतं. याचा अर्थ, आपल्याला सातत्याने योग्य पर्याय निवडावे लागतात. या न्याय्य पर्यायांचा परिणाम सुप्त प्रकारे आपल्या मेंदूच्या रासायनिक क्रियांवर होतो. याच्या उलट, मेंदू हा स्वत:चं प्रोग्रॅमिंग करणारा मास्टर कॉम्प्युटर आहे आणि आपण फक्त त्याचे रोबो आहोत. ही कल्पना त्यांच्यासाठी आहे, ज्यांना 'स्वभावामध्ये संशोधनाचा सिंहाचा वाटा आहे' हे मान्य नसतं. तर जेव्हा आपण योग्य निवड करतो तेव्हा आपल्या मेंदूमध्ये बरेचसे भाग उल्हासाने प्रकाशित होतात. यामुळे आपल्याला आनंदाची भावना होते आणि एक संतुलित शक्ती म्हणून अधिक समतोल निवड करण्यास सक्षम करते.

हे फारच अति-सुलभ वाटत असेल, तर लोक वाईट का बनतात? यावरच्या माझ्या संशोधनाने झालेला दृष्टिकोन सांगते. तुमचा इलाजच नसतो तेव्हा तुम्ही वाईट बनता. तुम्ही वेडे असता, त्यामुळे लैंगिक गुन्हेगार, खुनी अशा सातत्याने गुन्हे करणाऱ्यांच्या थंडपणाशी यांची गल्लत करायची नाही. सहसा लोक लहानसहान गोष्टींत वाईट वागतात. कुटुंब, मित्र, कामाची जागा, समाज यात वाईट वागतात. हे पुष्कळसं दुरुस्त करता येण्याजोगं असतं. जर उपाय समतेने आणि त्वरेने केला गेला, तर अशा लोकांसमोरचं सर्वांत मोठं आव्हान म्हणजे त्यांच्या टोळीबाहेरच्या माणसांशी त्यांचं नैतिकतेने आणि सहृदयतेने वागण्याची त्यांच्याकडून अपेक्षा केली जाते.

आता 'इतर' ही संकल्पना. आतले आणि बाहेरचे यांच्यातला भेद.

जे सज्जन असतात, ते असा काहीच भेदभाव करत नाहीत. अगदी त्यांच्या

नजीकच्या वातावरणात – जात, मित्र, सहकारी, कुटुंबीय असा होत असला, तरीही. ते स्वत:ला एकाच निळ्या छत्रीखालचे समजतात. दुभंगणाऱ्या, निर्गम आकाशाखालचे नव्हे. ही निवड करताना ते हेही सिद्ध करतात की, अनैतिकता ही संसर्गजन्य किंवा साथीचा रोग आहे. हे देवाचे भागीदार असतात.

जे दुर्जन असतात, दुनियेतली अनाथ लेकरं असतात, ते दुसऱ्याच्या तालावर नाचणारे दुर्बल असतात. स्वत:च्या वेड्यावाकड्या वैयक्तिक कारणांसाठी युद्ध पुकारणाऱ्या थंड मारेकऱ्यांपुढे ते मान तुकवणारे असतात.

मी अशा माणसाचं शब्दचित्रच रेखाटलं तुमच्यापुढे! इतिहास असं सांगतो की, जास्त करून हा पुरुष असतो. जसं 'वाँटेड' माणसाचं रेखाचित्र पोलीस काढतात ना, तसं. फक्त तो अशा काही अंधारातून बाहेर येतो की, समग्र चित्र त्याच्याशी जुळणं कठीण होतं. त्याला त्याच्या मातृभूमीपासून किंवा आईपासून दूर केलं गेलेलं असतं. त्याला काहीही आत्मसन्मान नसतो. तो बायकांचा तिरस्कार करतो, पण आईवर त्याची नितांत श्रद्धा असते. तो त्याच्या भयानक क्रूर वडलांचा तिरस्कार करतो, पण त्यांच्याच पावलावर पाऊल ठेवून चालतो. त्याच्या स्वत:च्या धर्मातल्या अनिष्ट अशा मोठ्याच काय, पण लहानसहान गोष्टींवरही तो दगडासारखा ठाम असतो. त्याला मिळालेल्या पालकत्वामुळे विविधतापूर्ण समाजाचं मूल्य त्याला समजत नाही. त्याच्या पालकांनी त्यांच्या मुलांना धर्माचं कर्मठ आचरण करण्याची भीती घातलेली असते, कारण तसं केलं नाही, तर मृत्यूनंतरच्या अवस्थेबद्दल त्यांना स्वत:ला भीती घातली गेली होती.

आपल्या श्रद्धास्थानांना आणि त्याद्वारे येणाऱ्या प्राक्तनाला तो भितो. त्याच्या योग्य वर्तणुकीखाली काळेकुट्ट विचार, स्त्रिया आणि मुलांबद्दलचे सर्वांत काळे विचार दडलेले असतात. बालपणी कुणा पुरुषाने त्याच्याशी मैथुन केलेलं असतं. तो म्हणतो लोकशाही, पण आचरतो ठोकशाही. त्याला सर्वोच्च नेता बनायचं असतं आणि तो बनूही शकतो, कारण त्याला अनुयायी असतात.

आणि अशा रीतीने उच्च कोटीच्या देखाव्याने 'बाहेरच्या'ना 'इतर' म्हणून त्यांची माणसातच गणना करत नाही, म्हणजे सरसकट हत्या घडू शकते. त्याच्या हातच्या बाहुल्यांना तो त्यांच्या टोळीच्या भावनिकतेच्या दोऱ्यांनी झुलवत ठेवतो. धर्माच्या नावाने भाषा, गरिबी, अभाव, आहे रे, नाही रे ज्याने कशाने पित्त सारखं खवळत राहील ते आणि ज्यामुळे हुकूमशहा म्हणून तेच गाणं पुढे चालू राहू शकेल ते.

मला वाटतं हुकूमशहाच्या हस्तपुस्तिकेतलं पहिलं पान असं काहीसं असेल.

पायरी एक : कटाचा सिद्धान्त मांडण्यासाठी सत्याचा एक लहानसा कण घ्या. जर एखाद्या विवेकी नागरिकाने सत्याचा तितकाच महत्त्वाचा, पण विरोधी कण खणून काढायचा प्रयत्न केला, तर शरण येण्यासाठी आरोळ्या ठोका, कुत्री

मोकळी सोडा.

पायरी दोन : तळ हा नेहमी न्याय्य आणि गांजलेला ठेवा. जेणेकरून काय होतं की, तळातले कुत्रे नवीन येणाऱ्यांना तसेच बनायला भाग पडतात. जे समोर येण्याची शक्यता असते अशा जागा किंवा त्याच तोलाच्या सत्याला चावून-खाऊन शरण आणतात. लक्षात ठेवा, कुत्र्यांना एकदा का कच्च्या मांसाची चव लागली की ते हिंसाच करतात.

पायरी तीन : लोकांना बळीच्या भूमिकेत जावं लागेल अशी परिस्थिती निर्माण करा. जितक्या मनापासून जनता 'बळीपणाला' आलिंगन देते, तितक्याच सहजपणे ती साऱ्या जबाबदाऱ्या अंगाबाहेर टाकते. तिला हक्काची जाणीव जेवढी प्रखर तेवढी श्रेष्ठत्वाची भावना जास्त आणि ती इतरांना बळी करू शकते.

पायरी चार : कुत्र्यांनी त्यांच्या बळीपणाचं गाऱ्हाणं, भुंकणं अजिबात थांबवू देऊ नये. जनतेमध्ये गोंधळाची भावना निर्माण करण्यासाठी हे आवश्यक आहे. म्हणजे ते सज्जन असायचे बंद होतात. एक भूमिका घेण्यासाठी, एक बाजू घेण्यासाठी कोपऱ्यात ढकलले गेल्याची भावना रंगवली जाते.

शेवटची पायरी : आता जगात एवढी अनागोंदी यशस्वीपणे पसरवल्यावर मौल्यवान नेतृत्वाची आत्ता ताबडतोबीच्या कार्यक्षमतेशी गल्लत करायला लोक तयारच असतात. सुपर महामानव, महादानव म्हणून तुमचं बस्तान पक्कं बसवा.

की असं आधीच घडून गेलंय?

आणि हे?

पुढारी त्याच्या अनुयायांच्या आक्रमणाला मान्यता दर्शवतो. तत्काळ समाधान मिळवण्याच्या त्यांच्या इच्छेला – हत्या, बलात्कार, शारीरिक आणि भावनिक इजा, चोरी – प्रोत्साहन मिळावं. दोघांच्या किंवा मोठ्या गटांमध्ये सत्तेने आणि त्यांच्या कृतींच्या परस्पर समर्थनाने पेटून ते तसं करत राहतात. संरक्षक म्हणून, आक्रमित म्हणून पुढारी त्यांचं अभिनंदन करतो.

हुकूमशहांना मानवी चेहरा देण्यासाठी स्त्रिया आणल्या जातात. त्या त्यांच्या वतीने बोलतात, कृती करतात, स्त्रियांच्या हक्कासाठी प्रचार करतात, निवडणुका लढवतात. मनुष्यजातीत स्त्रिया जात्याच अधिक सहृदय असतात आणि तरीसुद्धा आक्रमकांबरोबर एकरूप होऊन त्या हुकूमशहांना मदत करीत असतात. त्या त्यांना जन्म देतात, त्यांच्याशी लग्न करतात, त्यांना शरीरसुख देतात, त्यांच्यासाठी अन्न शिजवतात, त्यांच्या मुलांना जेवू घालतात, रोज उठून बाहेर जायला आणि शक्य तितकं दुष्टपणे वागायला त्यांना प्रोत्साहन देतात. अंतिम उपायांप्रत जाण्याच्या पुढच्या उद्दिष्टांबद्दल त्यांचे नेते बोलत असताना त्या लक्ष देऊन ऐकतात. त्यांचे

वडील नवनवीन धार्मिक-राजकीय अकांडतांडव करतात. त्यांचे नवरे बलात्कारांचे आदेश देतात आणि त्यांचे मुलगे, ज्या स्त्री-अवयवांमुळे तान्हेपणी त्यांचं भरणपोषण झालं, त्याच स्त्री अवयवांना अवमानित करतात.

याच कारणासाठी 'वाल'च्या (व्हॅलरीच्या) लपून बघण्यातली वाइनवाली बाई पुरुष-शिकारीच्या शोधात असते का? फक्त जर तिची तिच्या गोबेलपंथी नवऱ्यापासून आणि त्याच्या उतावळेपणा आणि गुन्हेगारीला संरक्षण देणाऱ्या आणि त्याच वेळी भडक राष्ट्रवादाला घातलेलं खतपाणी टाकणाऱ्या व्यवस्थापकीय कार्यक्षमेतचा मंत्र आळवणाऱ्या, गरगरवून टाकणाऱ्या भाषणांमधून सुटका झाली तर. वालच्या वाइन वालीचा नवऱ्याच्या प्रचारावर विश्वास नाही. तो जी भाषणं लिहितो त्यातून तो स्वत:च्याच काल्पनिक विश्वात जातो, जिथे तो त्याच्या नेत्याच्या बरोबर राहतो; मानसिक वर्चस्वाच्या एका कालखंडात. एक विशेष कालखंड, जो प्रत्यक्षात कधीच नव्हता, पण त्यांच्या मनात मात्र तो नक्कीच परत येणार होता.

हा माणूस बरोबर नाही, हे वालच्या वाइनवालीला माहीत असतं. त्याने तिला घर दिलंय, मुलं, अन्नपाणी, प्रतिष्ठा, नवा सेलफोन सारं दिलंय. तो तिला मारझोड करीत नाही. उत्कृष्ट वाइनखेरीज काही दुसरं पीत नाही, पण तरीही तिला दुसरं कुणीतरी सापडायला हवं आहे. जर ही नवी आवृत्ती सुधारलेली असेल तर?

फक्त जर, या जर-तरने एक समतल स-संदर्भ नैतिकता बनवली तर? उत्तरदायित्वातली संपूर्ण नैतिकता तर सोडूनच द्या.

पण उत्तरदायी कुणाला? हुकूमशहा जे करतात, ते त्यांचे अनुयायी करतात. प्रत्यक्ष किंवा अप्रत्यक्ष – त्यांच्या आजच्या श्रद्धास्थानाचे संरक्षक म्हणून. त्यांचा नेता त्यांना वचन दिलेली भूमी देण्याची प्रतिज्ञा करतो. 'इतरां'च्या तोकड्या, सीमेपलीकडच्या बलात्काऱ्यांपासून सुरक्षित स्त्रिया, बाहेरच्यांपासून मुक्त असलेलं त्यांचं शहर, गद्दारांशिवायचं त्यांचं राज्य, दहशतवादापासून मुक्त झालेला त्यांचा देश; ईश्वराला त्यांचे हे बेत मान्यच असणार. नाहीतर त्यांच्याकडे चांगली घरं, बँकेत पैसा, सत्ता हे काहीच नसतं. याचा अर्थ ते काही चुकीचं करत नाहीयेत. त्यांची पापं त्यांच्या मुलांना लागणार नाहीत. त्यांची कुटुंबं नरकात जाणार नाहीत.

तर मग उत्तरदायी कुणाला?

त्यांना स्वत:लाच.

कारण फिरून डोकं वर काढणं या पशूच्या स्वभावातच असतं. आक्रमक, आक्रमित.

जेव्हा हा पशू स्वत:वरच उलटतो तेव्हा तो काही वेगळं वागत नाही; आणखी एक वेडाचा झटका. तो जरा काठावरच राहतो आणि सगळं बळ गोळा करून होईपर्यंत त्याच्याकडे दुर्लक्ष केलं जाणंच पसंत करतो. मग शेवटी तो आपली

मर्यादा सोडतो आणि झेपावतो. तो त्याचा हेतूच स्पष्ट सांगतो. असं करताना त्याला ताकद मिळते. नवा राजा बोले, त्याचे दुष्ट दळ हाले.

नवीन राजाला वेगळ्या रीतीनं काही करण्याची आवश्यकता नसते, कारण देशाची घटना नैतिकदृष्ट्या कधीच निकाली काढून झालेली असते. – श्रीमंतांकडून आणि त्यांना संरक्षण हवं आहे. त्यांच्याकडून त्याला आर्थिक पाठिंबा मिळतो. त्यांनी लाच देणं हेच इतक्या काळापासून त्यांच्याकडून अपेक्षित आहे. ते फक्त त्यांचं बजेट वाढवतील. त्यांची लाच म्हणजे नव्या संरक्षकाला स्वीकारल्याची पावतीच! या लाभांमुळे तो व्यवस्था आणखी खालच्या स्तराला नेतो. प्रेमभावनेच्या प्रयोगशाळा उघडतो. काही यशस्वी प्रयोग करतो. सारं उपकरण हे बारीकशा बदलालाही जुळवून घेईल याची खात्री करतो. सगळी बहुसांस्कृतिकता आधीच लुटून नेलेल्या शहरातल्या जनतेचं तो जातिनिहाय गटीकरण करतो; भौगोलिक आणि मानसिक; म्हणजे त्यांनी कधी गडबड केली तर त्यांना सहज शोधता येते. आकाराप्रमाणे जातींचे गट पडतात. वेगवेगळ्या जातींना एकमेकींचा दुःस्वास करायला आणि त्या तिरस्कारावर कार्यवाही करायला उद्युक्त केलं जातं. या सगळ्या आउटसोर्स व्यवस्थेत जर काही शिल्लक राहिलंच, तर नंतर ते अवमानपूर्वक दूर केलं जातं.

हिंसेचे प्रसंग इतके विस्कळीत, दूरदूर असतात की, काही विशिष्ट गटांना इतरांपासून वेगळं काढण्याचा हा पद्धतशीर प्रकार आहे असं वाटतही नाही. उदारमतवादी माध्यमं, निधर्मी लोक, लेखक, कलाकार, चित्रपट निर्माते वगैरे सर्जनशील मंडळी यामुळे उरलेले नकळत सुतात येतात.

वाढत्या पायमल्लीकडे लक्ष वेधणाऱ्या सामाजिक कार्यकर्त्यांना 'असंबद्ध' म्हणून वाट दाखवली जाते. फक्त राजकीय मालकांनाच उत्तरं देणाऱ्या पोलीस ठाण्यांमध्ये नोंदी ठेवल्या जातात, पण यात गुन्ह्याची नोंद करण्याच्या प्रयत्नांची नोंद होते का? उदाहरणार्थ, एकाच जिल्ह्यात स्वयंपाकाच्या स्टोव्हचा भडका उडून अनेक तरुण नवविवाहिता जिवंत जाळल्या जातात? स्त्रियांच्या संरक्षणासाठी कायदे आहेत, पण त्यातल्या पळवाटांमुळे कितीतरी जीव जातात.

स्त्री दहन

एखादी विधवा जर तिच्या पतीच्या चितेवर जिवंत जाळली गेली, तर ती पहिली किंवा शेवटचीही नसेल. १९८२ साली अठरा वर्षांच्या मुलीला जाळल्यानंतर सतीबंदीचा कायदा अधिक कडक झाला. त्यानंतर त्यातून सुटण्याची खात्रीच झाली. २००१ नंतर केवळ एका प्रदेशात चार सती आणि दहा सती-प्रयत्न झाले आहेत.

शरणतेच्या काळ्या जादूची मुलग्यांना लहानपणी ओळख करून दिली जाते. मोठ्या पुरुषांकडून जणू एखाद्या गणवेषासारखं सर्व प्रकारच्या अधिकाराला शरण जाण्यात आनंद मानणं हेच घटवून घेतलं जातं. व्यक्तिवाद किंवा स्वत:च्या जबाबदारीला अजिबात प्रोत्साहन न देणाऱ्या वातावरणात, आत्मशरणतेमध्ये मजा घेणं मुलांना सोपं वाटतं.

व्यावसायिक अडचणीही असतात. अशा अनेक सुधारणा कायद्यात केल्या जातात. जसं अशान्त क्षेत्राचा कायदा – ज्या अन्वये स्थावर मालमत्तेच्या विक्रीला जिल्हा न्यायाधीशांनी मान्यता द्यावी लागते. निरनिराळ्या कारणांसाठी विक्रीला आक्षेप घेतले जातात. जेव्हा परवानगी मागणारी स्त्री किंवा अल्पसंख्य किंवा जातीची किंवा उप-जातीची किंवा अ-राष्ट्रीय व्यक्ती सत्तेतला म्हणजे राष्ट्रीय आणि शुद्ध समाजातला भागीदार घेते तेव्हा हे आक्षेप कमी होतात किंवा नाहीसे होतात. या व्यवस्थेकडे जखमांची मलमपट्टी, क्षमा करा आणि विसरा असं सुहास्यवदनाने पाहिलं जातं. क्षमा करायची कुणाला? कारण आक्रमक आणि आक्रमित यांच्यातल्या सीमारेषा कधीच्याच पुसट झाल्या आहेत. विसरा, पुढच्या शुद्धीकरणापर्यंत?

सकृतदर्शनी निरुपद्रवी सुरुवात – 'मला काय त्याचे' म्हणून बहुतेकांनी दुर्लक्षून – विषारी बनते. प्रथमत: मुलांसाठी शाळा म्हणजे तिरस्काराचे कारखाने होतात. पुनर्लिखित पाठ्यपुस्तकांखाली शिक्षणाच्या चिरफळ्या उडतात. मुख्य हुकूमशहाचं परिपत्रक पाठवलं जातं की, प्रत्येक शाळेत एकएक टी. व्ही. संच बसवलाच पाहिजे. अचानक पाहणी करून याची पूर्तता तपासली जाईल आणि प्रत्येक मुलाने त्याला ठरावीक दिवशी पाहिलंच पाहिजे.

त्यानंतर फार काळ जात नाही. एक मुलगी आत्महत्या करते. शहरामध्ये आलेल्या राजकीय स्थित्यंतरानंतर तिथले सांस्कृतिक नियम नव्याने लिहिणाऱ्या पुरुषांकडून छळल्या गेलेल्या अनेकांपैकी ती एक होती. ती प्रवास करत होती त्या बसच्या चालकाशी ती बोलली. तो 'इतर' समाजातला होता आणि यासाठी टेंपोचे मालक आणि चालक यांच्या गटाकडून तिला त्रास दिला गेला. यानंतर तिच्या वडलांनी तिला जाहीररीत्या झोडपून काढलं. त्या 'इतर' माणसाविरुद्ध बलात्कार आणि आत्महत्येला प्रवृत्त करणे यासाठी तक्रार नोंदवण्यात आली.

'भारतीय तरुणांमध्ये मूल्ये रुजविण्यासाठी' लष्करी महाविद्यालये स्थापन केली जातात. शाळेच्या प्रशिक्षण शिबिरासाठी आमंत्रितांपैकी एक जण उदारमतवादी महाविद्यालयातले रसायनशास्त्राचे प्राध्यापक असतात, जे त्या शहरातल्या भारतीबान आघाडीत सक्रिय असताना ते तरुणांना सुतळी बॉंब बनवण्याची कला शिकवतात. शाळेच्या नावातच 'लष्करी' असल्याने दोन माजी सेनाधिकाऱ्यांनी आणि गुप्तचर विभागाच्या एका निवृत्त अधिकाऱ्याने शिबिरांना उपस्थित राहण्यात काहीच वावगं नसतं.

हुकूमशहांच्या पुढल्या फळीसाठी ‘इतर’ महाविद्यालयं म्हणजे कारखानेच ठरतात की हे विद्यार्थी-नेते म्हणजे निव्वळ आतंकवादीच असतात? झटकन हिंसाचार करण्याच्या आणि तितक्याच झटकन पोलिसांकडून संरक्षण देणाऱ्या संस्थात्मक छत्रीच्या आत अदृश्य होणाऱ्या त्यांच्या क्षमतेने असं वाटतं. चुकीच्या भावनेप्रति निगरगट्ट बनण्याचा हा सराव असतो.

शैक्षणिक संस्थांच्या प्रवेशाच्या याद्यांमधून ‘नकोशा विद्यार्थ्यां’ची नावं टिपून बाहेर काढली जातात आणि त्या गाळलेल्या जागी बळी गेलेल्या योग्य व्यक्तींच्या अगदी मोजक्या नावांची भर होते. एका प्राध्यापकाला अक्षरश: जिवानिशी जावं लागतं. त्याला हृदयविकाराचा झटका येईपर्यंत त्याचा शारीरिक छळवाद केला जातो, कारण विद्यार्थ्यांच्या निवडणुका नि:पक्षपाती असाव्यात अशी मागणी तो करतो. विद्यापीठ परिसर म्हणजे कत्तलखाने! महाविद्यालयातल्या मुलींनी जीन्स घालू नयेत, दुपट्टा घ्यावा जो कालांतराने घुंगट बनणार आहे. याची खात्री करायला कितीसा वेळ लागतो? पण हां, हा घुंगट पूर्ण किंवा अर्धवट बुरखा होणार नाही, कारण भारतीबान इतर असंस्कृत लोकांच्या थराला जाणार नाही!

पूरक आघाडीच्या कार्यकर्त्यांमध्ये त्यांच्या राजाच्या डोळ्यात भरण्यासाठी एकमेकांत चुरस लागते. यासाठी अभिनव आणि रंजक मार्ग शोधले जातात. बाकीचा जमाव शत्रूची तोडफोड करून नंतर आगी लावण्यात मग्न असतो. एक कार्यकर्ता एका शेडमध्ये निवाऱ्याला आलेल्या मजुरांना आणि त्यांच्या बायकापोरांना लक्ष्य करतो. कामाचा हा भाग तो दूरध्वनीवर पार पाडतो. त्याच्या उपकार्यकर्त्यांना तिथे विजेची जिवंत तार सोडायला सांगतो. हा सोहळा बघण्यासाठी दोन हजार लोक जमल्यानंतर राजापर्यंत बातमी पोहोचते. तो घटनास्थळी अवतरतो आणि आतल्यांवर विद्युत्प्रक्रिया करण्यासाठी त्यांच्यावर पाणी फवारायची व्यवस्था करतो.

डॉक्टर रेड क्रॉस काढून टाकतात. ती एका वेगळ्या धर्माची खूण आहे. आणि त्या जागी आपल्या कामाचं चिन्ह म्हणून लाल स्वस्तिक काढतात. अधिकृत संकेतस्थळावर घोषणा होते की, आता त्यांच्या शहरात रुग्णविषयक संशोधनाच्या डझनभर प्रयोगशाळा होणार आहेत, कारण आंतरराष्ट्रीय औषधकंपन्या देशाकडे ‘शुद्ध वंशा’साठी बघतात. ‘कारण इथे फारच कमी आंतरजातीय विवाह होतात.’

की आधी घडून गेलंय असं?

हे घडलेलं नाही.

हा हुकूमशहांच्या हस्तपुस्तिकेतला एक भाग नंतरच्या प्रकरणात आहे. एवढं सोडलं तर मला असं सांगताना आनंद होत आहे.

तरुण स्त्रियांना अभ्यासासाठी आग्रह केला जातो, म्हणजे त्या त्यांच्या अनेक पुत्रांच्या उत्तम आणि पूर्ण वेळ माता बनू शकतील. जिथे इतर स्त्रियांना त्यांची गरज

लागत नाही त्या क्षेत्रांत स्त्रियांनी काम करणं अपेक्षित नाही. म्हणजे त्या चांगल्या स्त्रीरोगतज्ज्ञ बनू शकतात.

जोरूवर मात करण्यासाठी जोरचा हा उपयोग! हा प्रथम नाझींनी त्यांच्या उच्च वंशाच्या वृद्धीच्या नावाखाली केला. त्याला वेलस्प्रिंग किंवा जीवनाचं कारंजं असं नाव होतं. हे फारसं कुणाला माहीत नाही. कल्पनारम्यतेत रमलेल्या मुलींना – त्यातल्या काहींनी तर यौवनाचा उंबरठा जेमतेम ओलांडला होता – 'शुद्ध' पुरुषांची मुलं जन्माला घालून नवं आणि अधिक सुधारित उच्चवंशीय नागरिक पुरवण्यातलं त्यांचं योगदान देण्यासाठी प्रोत्साहन दिलं जात होतं आणि वांशिकदृष्ट्या महत्त्वाच्या अशा ज्यांना निवडलेलं होतं, त्यांच्याकडून याची अपेक्षा केली जात होती. या कार्यक्रमाची व्याप्ती विस्तारून जित आणि शेजारच्या राष्ट्रांमधल्या साजेशा आर्य कन्यांपर्यंत पोहोचली. त्यांची कूस सतत फळती राहिली. त्यांची मुलं त्यांच्यापासून हिरावून नाझी घरांमध्ये आणि संस्थांमध्ये वाढवण्यासाठी नेली गेली. आयांना त्यांच्या बाळांचा ठावठिकाणा कधीही कळू शकला नाही. नोंदी ठेवल्याच नाहीत किंवा मुद्दाम नष्ट केल्या गेल्या. जी बालके 'चुकलेली' जन्मली किंवा ज्या मुली जन्मल्या त्यांची उच्च वंश निर्माण करण्यासाठी गरज नसल्याकारणाने त्यांना मारून टाकण्यात आलं किंवा तसंच सोडून देण्यात आलं.

'भारतीबान'पासून 'भारतीबाळ'पर्यंत हा काही फार दूरचा पल्ला नाही.

भारताचा प्रवास मात्र खूपच मोठा आहे. १९४७पासूनची लोकशाही आणि इतक्या घटना! आपल्या देशात इतिहासाचा सतत पदन्यास चालू होता असं म्हणणं फारसं धाडसाचं ठरणार नाही.

यातली चांगली बाजू : लोकशाहीत सोपी उत्तरं नसतात; अवघड प्रश्न असतात आणि बहुजनसुखाय असे दीर्घ मुदतीचे उपाय असतात.

वाईट बाजू : दीर्घ मुदतीच्या राजकारणाच्या कलंकीकरणाला धन्यवाद! जनता कंटाळून जाऊन झटपट मलमपट्टीची मागणी करू शकते.

समस्या : निर्वाणीचे झटपट उपाय फक्त हुकूमशाहीतच सापडू शकतात. किंवा – काही जण असंही म्हणतील – हुकूमशाही हा निर्वाणीचा उपाय आहे.

ते ज्यांची एवढी निर्भर्त्सना करतात आणि ज्यांच्या नावाखाली स्वत:च्या इतिहासाच्या पुनर्लेखनाचा अट्टाहासी प्रचार करतात त्या मुघल आणि ब्रिटिशांमध्ये हे हुकूमशहा सगळा जोर लावून भारताला दास बनवतील? स्वत:ला क्रांतिकारी म्हणवणारे अतिरेकी आणि त्यांच्यातला एक नेता आणि तो हितकारी एकमेव पक्ष असल्याचा झालेला साक्षात्कार.

हां, पण आपण हा जोर लावणाऱ्यांची संख्या प्रमाणाबाहेर गेल्याचं कधी

अनुभवलं नाही. आपण टिकून राहिलो, पण अजून खूप काही करायचं बाकी आहे. उदाहरणार्थ, ईशान्येकडच्या राज्यांमध्ये असलेली भयकारी अशांतता किंवा सर्वसामान्य काश्मिरी, जम्मूवासी किंवा लडाखी माणसाच्या आयुष्यातलं रोजचं २६/११, अतिरेक्यांचा गोळीबार आणि त्यांच्या स्वत:च्या सैन्याकडून लादलेले अपमान या कात्रीत सापडलेले ते. तिथे रक्षकच भक्षक झालेले असतात.

शिवाय आणखी एक, जो सामाजिक प्रश्न म्हणून निर्माण झाला आणि वाढत वाढत त्याचा 'कायदा आणि सुव्यवस्थे'चा मुद्दा झाला. अलीकडचा अतिरेकीवाद जो आजही स्फोटकं आणि हिंसा यांच्या जोरावर निवडणुकीची आणि मतदानाची प्रक्रिया थांबवण्याचा प्रयत्न करतो, तो साधा दहशतवादच आहे; पण तो स्वत:ला नक्षलवाद म्हणवतो. तुम्ही जर भारताचा नकाशा बघितला – कोणताही : राजकीय किंवा भौगोलिक – तर तुम्ही त्यावर बोटाने दु:खी हृदयाचा आकार काढू शकाल. भारताच्या ६०० वगैरे जिल्ह्यांपैकी निदान १६० जिल्ह्यांमध्ये – त्यांची लोकसंख्या आपल्या उपखंडातील शेजारी देशांपेक्षा जास्त आहे – लुटालूट, हत्या, अपहरण, 'कर' बसवणं चालू आहे आणि अलीकडेच आंध्र प्रदेश, ओरिसाच्या सीमेवरच्या भागांत 'कार्या'साठी एक मूल जबरदस्तीने घेण्याचे अस्वस्थ करणारे अहवाल आले आहेत. ते ओरिसा, छत्तीसगड आणि झारखंडमधल्या बाल-सैनिकांना जाऊन मिळतील. नक्षलवाद्यांचा एवढा प्रभाव असलेले महाराष्ट्रातले काही जिल्हे यात आहेत का ते अजून कळायचं आहे.

याचा सरळ अर्थ असा की, देशातला पावपेक्षा जास्त भागात शासन अस्तित्वातच नाही. याचा वाढीव परिणाम म्हणून दहशतवाद बोकाळतो. दहशतवाद जन्म घेतो, याचं कारण म्हणजे ज्या लोकांनी राजकारण्यांना निवडून दिलं त्यांच्यासाठी व्यावहारिक आणि तात्त्विक कार्यानेही राजकारण्यांना मूलभूत कर्तव्यांची पूर्ती करण्यात आलेलं सपशेल अपयश.

दरम्यान ही सांख्यिकी मला काळजीत टाकते : आत्तापर्यंत कधीच नव्हती तेवढी भारतीय लोकसंख्येतली तरुणांची लक्षणीय वाढ. जर त्यांना समानतेने वागवलं नाही, तर ते त्यांच्यातला प्रत्येक जण ॲसेट-संपत्ती कशी काय बनू शकेल? राजकीय व्यवस्था एका गटाकडे दुर्लक्ष करते, आर्थिक व्यवस्था दुसऱ्या एका गटाला मोजत नाही. शैक्षणिक व्यवस्था गुणवंताविरुद्ध पक्षपात करते, त्यामुळे प्रत्येक गट आकांक्षा आणि अतिवाद यांच्या मधल्या झाकोळलेल्या जगात ढकलला जातोय. सध्याची शैक्षणिक व्यवस्था किंवा तिचा अभाव; अमुक इतकी मुलं प्राथमिक किंवा माध्यमिक शाळांमधून वंचित, अमुक इतक्या शाळा शिक्षकांशिवाय किंवा पुस्तकांशिवाय, फळ्यांशिवाय, छपराशिवाय, ही फक्त आणखी काही बेरोजगार निर्माण करणं आणि त्याहून भयावह म्हणजे रोजगार- अक्षम तरुण

निर्माण करते. धर्म, जात, भाषा, निरक्षरता आणि साक्षर अज्ञान यांच्या घातक भिंतींमध्ये कोंडलेल्या तरुणाईचा उपयोग तरी काय?

मग ते वाट बघतात. ही सगळी तरुण माणसं की, कुणीतरी येईल आणि दुरुस्ती करेल. कुणीतरी येईल आणि आपल्याला सोडवेल म्हणून दहशतग्रस्त मंडळी वाट बघतात. दरम्यान आपली भूमिका अव्याहतपणे सोडून दिलेल्या शासनाची पोकळी धार्मिक आणि राजकीय दहशतवाद भरून काढतो. राजकीय संस्थांनी, प्रत्येक सभ्य, सुसंस्कृत देशाला असते ती, अनवरोह जबाबदाऱ्या सोडूनच दिलेल्या आहेत, त्याऐवजी ते एका वर्गाची भडवेगिरी करतात. दुसऱ्या वर्गाची अति सूक्ष्म भडवेगिरी करतात. सत्य हे आहे की, या व्यवस्थेत जर काही घडत असेल, तर ते एकतर खाजगी प्रयत्न किंवा साहसाचा परिणाम म्हणून घडतं. भारत नावाच्या संकल्पनेवरचं आभाळ सावरलंय ते व्यक्तिगत भारतीयांनी. राजकारणी आणि त्यांच्या समाजकारणाचा अभाव हेच फक्त अडथळे आहेत.

सरस्वतीची सांख्यिकी

- *जनगणना आयोग दर दहा वर्षांनी प्रत्यक्ष पाहणी करतो.*
- *२०१० सालचा अंदाज असा :*
- ** लोकसंख्येच्या ४९.३३% भारतीय पंचवीसहून कमी वयाचे, म्हणजे ५७३.४० मिलियन किंवा ५७.३४ कोटी लोक.*
- ** लोकसंख्येपैकी ६५.७४% भारतीय पस्तीसहून कमी वयाचे, म्हणजे ७६४ मिलियन किंवा ७६.४ कोटी लोक.*

होय, आपला देश सर्व तऱ्हेच्या – धार्मिक आणि भाषिक श्रेष्ठत्वाच्या जमावाच्या सेन्सॉरशिपला, लुटारूंना, प्रादेशिक स्वच्छतावाद्यांना, जाती आणि उपजातींमधलं युद्धं नेहमीचं (म्हणजे, तुलनेने) गुन्हेगार, चालते-बोलते टाइमबाँब असणारे राजकारणी धरून तसंच दहशतवादी आणि अनंत अमके वादी आणि तमके इझम यांना सर्वांना तोंड देऊन पुरून उरला आहे.

एकाच इझमचा प्रयोग करायचा राहिला आहे : सेंद्रीझम – केंद्रवाद. याच संकल्पनेखाली १५ ऑगस्ट, १९४७ रोजी भारताची – राज्य आणि धर्म यांची फारकत असलेल्या एका निधर्मी देशाची निर्मिती झाली होती. हुकूमशहांना देशाची ही कल्पना पसंत पडली नाही आणि त्यांची गोळी घालून - प्रत्यक्ष पुराव्याचा अभाव हा हत्येतील त्यांच्या अभावाचा पुरावा नव्हे - पंख फुटलेल्या देशाच्या पित्याची सहा महिन्यांच्या आत हत्या केली.

शत्रूच्या डोळ्यात बघूनही तिथे माणूस न दिसणं हे केवळ मेंदूच्या अत्यंत प्राथमिक अवस्थेतल्या ब्रेनवॉशिंगवर काम करणाऱ्या थंड डोक्याच्या दहशतवाद्यांचंच काम आहे. ३० जानेवारी, १९४८ रोजी फॅसिस्ट टोळीच्या एका अनुयायाने महात्मा गांधींना अभिवादन केलं आणि त्यांना गोळी घातली.

हा निशाणा साधायच्या आधीही गांधीजींच्या हत्येचे सात वेळा प्रयत्न झाले होते, त्यामुळे त्याची प्रेरणा काही वेळा फाळणीतून – मातृभूमीचा लचका देऊन टाकणे, नव्या देशाच्या उभारणीसाठी निधी देणे मंजूर करणे – आलेली नव्हती किंवा संतापाच्या झटक्यात केलेलं कृत्यही ते नव्हतं. सातपैकी एक प्रयत्न १९४८मध्ये गांधीजी पुण्याच्या आगाखान पॅलेसमधून जवळच्या थंड हवेच्या ठिकाणी, पाचगणीला जाताना झाला. मारेकरी हा गटांपैकी एक होता. त्यातल्या दोघांना हत्येनंतर पकडण्यात आलं. सुरा उगारून तो गांधीजींवर चालून गेला, पण मणिशंकर पुरोहित आणि भिकू दाजी भिलारे – सायंप्रार्थनेसाठी जमलेल्यांपैकी दोन तरुणांनी त्याला रोखलं.

त्याला दिसलं ते असं की, गांधीजींची स्वत:च्या धर्मावरची श्रद्धा इतकी शुद्ध आणि इतकी गहन होती की, तिने त्यांना निर्भय बनवलं होतं. खरंतर त्यांनीच व्यक्तींना इतरांच्या टीकेच्या आरशात स्वत:ची श्रद्धा तपासून पाहण्यास प्रोत्साहन दिलं. मला वाटतं सध्याच्या काळात जिथे युद्धाला दोन गट उभे ठाकलेले असतात, तिथे ही कल्पना अधिकच सुसंगत आहे. पॅलेस्टाईनमध्ये ज्यू आणि अरब, श्रीलंकेत बौद्ध आणि तमिळ, ल्हासामध्ये चिनी आणि तिबेटी, युरोपमधली बाल्कन राष्ट्रे, आफ्रिकेतल्या टोळ्या आणि जगातल्या दोन सर्वांत मोठ्या धर्मांचे अनुयायी, ख्रिश्चन आणि मुस्लीम. जर ते दुसऱ्यांच्या नजरेने स्वत:च्या श्रद्धेकडे पाहायचा प्रयत्न करतील तर?

अज्ञानाची टक्कर

- *व्हॅटिकनची २००८ची सांख्यिकी*
- *जगात लोकसंख्येच्या १९.२% मुस्लीम*
- *कॅथलिक १७.४%*
- *ऑर्थोडॉक्स, अँग्लिकन आणि प्रोटेस्टंट धरून सगळी चर्चेस मोजली,*
- *तर जगात ख्रिश्चनांची लोकसंख्या ३३%.*

भारतीबानला गांधीजींमध्ये किंवा त्यांच्या जागतिक शिकवणुकीत काही रस नाही. त्यांना त्यांचा अंतिम उपाय हवाय. ते त्या दिशेने काम करत आहेत,

त्यांना यश मिळेल?

उत्तर अवलंबून आहे – सर्व काळ. निश्चितपणे, स्वच्छपणे- की किती हृदये चांगल्याचा वाइटावर विजय होऊ देतात? ही अदृश्य माणसं, जी योग्य निवडी करत राहतात त्यांना मोजा. त्यांची संख्या नव्हे, तर त्यांच्या विश्वासाची ताकद मोजा की, ज्येष्ठाने कनिष्ठाची दखल घेतली पाहिजे म्हणजे कुटुंबाकडे एक न्याय्य संस्था म्हणून बघितलं जाईल. सर्वांच्या हिताचं एक सुरक्षाकवच पुरवण्याइतके जे स्वत:ला उत्तम सांभाळतात त्या कोवळ्या महाशक्तींकडे पाहा.

विश्वासघातकी पुरुषीपणा आणि अहंकारी स्त्रीपणा यांच्यात समतोल साधण्यासाठी प्रयत्न करणाऱ्या या समतोल भारतीयांचा गांधीजींना अभिमान वाटला असता. माझ्याकडे त्याच्यासाठी एक शब्द आहे – फेमेनिझम. हा आहे केंद्रशक्ती समतोल, जो मला माँ दुर्गाच्या डोळ्यात दिसतो.

हे खरे भारतीय. शेवटच्या कोंडीशी, शेवटच्या आघाताशी जुळवून घेण्याचा सतत आटापिटा करत बसण्याऐवजी ते आत्मविश्वासाने पुढची वैश्विक पायरी गाठायच्या तयारीला लागतात. समतोल भविष्यातली हक्काची जागा!

कदसिया बेगमच्या आजीला वाटलं, आपल्या पणतवाचे नाव दुसऱ्या केंद्रीय शक्तीवरून, सदसद्विवेक नावाच्या आंतरिक आवाजावरून ठेवावं – जमीर. आम्हास कळवण्यास अत्यंत दु:ख होते की, जेव्हा इतर ज जम बसवतात. जोर, जर, जोरू, जमीन तेव्हा हा ज जराही कामी येत नाही.

भोपाळची हाक अधिक मन वळवणारी ठरली. तिने आपला विचार बदलून त्याचं नाव सिकंदर ठेवलं, ते भोपाळची दुसरी विक्षिप्त बेगम सिकंदर जहान हिच्यावरून. तिने कदसियाचं नाव भोपाळच्या पहिल्या बेगमवरून कदसियावरून ठेवलं होतं. तिला गोहर जहान म्हणून ओळखलं जाई. जी पदरात एक तान्हं मूल घेऊन वयाच्या अठराव्या वर्षी विधवा झाली. पडद्यातून बाहेर पडून तिने भोपाळवरच्या तीन बेगमांच्या राज्यांची सुरुवात केली. एकशे अकरा वर्षं. या काळात जलवाहिन्या, रेल्वेचे रूळ, कायदा, सुव्यवस्था, वास्तुकला, रचनेची, संस्कृतीची एक जाणीव हे सगळं आलं.

कदसियाची आजी म्हणजे भोपाळची प्रख्यात तवायफ गायिका सूरन बाई जी तिच्या जवळजवळ शेवटच्या श्वासापर्यंत मैफलींमध्ये गात होती, पण तिने तिच्या मुलाला एकदाही कोठ्याच्या आत पाऊल टाकू दिलं नाही. त्याऐवजी तिने त्याला मोठं होण्यासाठी आणि स्थिरस्थावर होण्यासाठी मुंबईला पाठवलं, पण तिने कदसियाला तिच्या भेटींमध्ये धंद्याची कौशल्यं मात्र शिकवली. असं ती आपले सुरमाभरले डोळे हलकेच मिचकावून म्हणायची, "सही है." तिची आजी तिच्या

हनुवटीने निर्देश करायची, तेव्हा तिच्या नाकातला हिरा लाडाने चमकायचा. सुरमाभरले डोळे तिच्या नातजावयावर रोखून ती वार्षिक घोषणा करायची, 'तुला भला माणूस मिळाला आहे. अल्ला का बंदा!' आणि मग या अल्लाच्या भल्या बंद्याला वेडं कसं करायचं ते ती कदसियाला शिकवायची. स्वयंपाकघराच्या फडताळांमधून सौंदर्यप्रसाधनं कशी बनवायची आणि त्यात असे आतून सुंदर कसं राहायचं, वासनेने माणसाला खुळं कसं करायचं? कारण त्याच्या सर्व अहंनिशी त्याला त्याच्या स्त्रीच्या डोळ्यात कौतुक, खुशामत हवी असते आणि एक स्त्री कसं ते कौतुक स्वत:च्या पापण्यांआडच ठेवू शकते.

आणि इथे तिने गझल गायली; जीवनाच्या आँखोंकी बाजार, कथकच्या डौलदार हस्तमुद्रांनी आणि डोळ्यांच्या विभ्रमांची उदाहरणं देऊन. इथे या बाजारात डोळ्यांवर त्यांची गुपितं फोडायची सक्ती झाली. त्याबद्दल काहींसाठी बक्षिसं मिळाली, तर काहींसाठी त्याची किंमतसुद्धा मिळाली नाही. कहीं इनाम मिला, कहीं कीमत भी ना मिली, कुछ अबभी इन आँखोंमे छुपा रखा है देख लो, और ना देखो तो शिकायत भी नहीं. पण या बाजारात अजूनही काही गुपितं डोळ्यांत आहेत. ये, शोध घे, पाहा आणि नाही सापडली, तरी काही खंत, तक्रार नाही.

सुरन बाई इतकं भरभरून जगली होती की, ती भरल्या मैफलीतून, हलकेच तिचे सुरमाभरले डोळे मिचकावून मोठ्या डौलात निघून गेली असती; पण त्याऐवजी तिला वायूने भोपाळमध्ये गाठलं. जळून कोळसा झालेली, विषबाधा झालेली मूत्रपिंडं, क्षणार्धात विद्रूप झालेला गर्भ, अंधूक दृष्टी, वितळणारे अवयव, उघडणारी आणि रिकामी होणारी गर्भाशयं, खोकणारी माणसं यांच्या मधोमध सुरनही आसऱ्यासाठी धावली, पण मेथिल आयसोसायनेटने तेवढंही सुख भोगू दिलं नाही. ती रस्त्यात मेली. तिच्या बिघडलेल्या आतड्यातला ओला गरम द्रव तिच्या वितळणाऱ्या पायांच्यामध्ये पसरला होता. मृत झाडांची पानं गळयला लागलेली होती. तिच्याभोवतीचं पाणी मंद हिरव्या रंगाने गढूळ होत जाणारं होतं.

त्या मृत्यूनंतर कदसिया बेगमच्या अंगात भोपाळला परत जाण्याची ताकद उरली नाही, पण तिने तिच्या आजीच्या नातेवाइकांबरोबर संपर्क मात्र ठेवला. ती बंगळूरला त्या मुली-जावयाकडे राहायला आली. त्याअगोदर शक्तीचा प्रत्यय आला. पावसाळी पुरानंतर थंड, निष्पक्ष बुडीत मुंबई सोडण्याविषयी तिची मुलं तिला वारंवार सांगू लागली. "पाणी इमारतीपर्यंत आलं आहे." मुलं म्हणाली. "ते तळमजल्यापर्यंत आलं आहे आणि" तिने मुद्दा मांडला. "आपलं घर पहिल्या मजल्यावर आहे." "माध्यमांमधले पर्यावरणाचे अहवाल सांगतात की, पूर वाढणार आहे. २०१५ पर्यंत मुंबईची स्थिती कॅटरिनासारखी होईल." मुलं म्हणाली आणि 'तुमचे अब्बा असते, तर तुम्हाला पर्यावरणाचा इतका कळवळा असता का?' असा

विचार कदसियाच्या मनात येतो, पण ती बोलून दाखवत नाही.

तिचा नवरा कामावर जाताना ट्रेनमधून पडला. मुंबईच्या उपनगरी गाड्यांच्या बाबतीत रेल्वे-रुळांवरचा मृत्यू हे नित्याचं जीवन झालं आहे. कॉलेजला जाताना फलाटाच्या बाजूला लोकांची दाटी, धक्काबुक्की झाली म्हणून विरुद्ध दिशेच्या दरवाजातून अपघाताने ढकलले जाऊन एखादा अवयव गमावू शकता. आतली गर्दी केसभर जरी हलली, तरी तुमचं डोकं रुळाशेजारच्या खांबावर आपटू शकतं आणि तुमची मान मोडू शकते. खचाखच भरलेल्या गाडीत तुम्हाला कामावर नेणाऱ्या जीवनवाहिनीत चवडा टेकवण्यापुरती तरी जागा मिळावी म्हणून धडपडताना तुम्ही मरू शकता. काही जण याला सुपरडेन्स क्रशलोड (अतिदाटीचे ओझे) म्हणतात किंवा तुम्ही एखादी गाडी पकडण्यासाठी सुसाट रूळ ओलांडताना मरू शकता. पादचारी पुलावर खूप गर्दी असते. त्याच्या पायऱ्या मोडकळीला आलेल्या

अतिदाटीचे ओझे

- *२००३ पासून सुरू झालेल्या पाच वर्षांत २०,७०० जीव गेले.*
- *अवयव आणि पाठीचा कणा तुटल्यामुळे किती भविष्यं हरपली, याची*
- *गणती नाही.*

असतात. दुसरा पर्याय म्हणजे रस्त्यावरची सार्वजनिक वाहतूक; ती रहदारीत इतकी रुतून जाते की, अत्यवस्थ रुग्ण इस्पितळात पोहोचताना 'येताना मृत' घोषित करावे लागतात.

कदसियाचा मुलगा परदेशात, मध्यपूर्वेत नोकरी करतो आहे, कारण तिच्या नवऱ्याने त्याला जायचा आदेश दिला होता. "आत्तापर्यंतचा नोकरीचा तुला हा सर्वांत चांगला प्रस्ताव आहे." "त्याला दूर पाठवू नका." कदसियाने विनवलं, "आपल्या कुटुंबाचं सुख जाऊ देऊ नका." "तसं तर होणारच बेगमजान." तिचा नवरा उत्तरला, "खुदाच्या इच्छेप्रमाणे आपण वागतो. पालक म्हणून आपण निगाहबान असणं अपेक्षित आहे. आपल्या मुलाने जावं हे उत्तम!"

तिच्या मुलाने विरोध नोंदवला, "ते म्हणतात की, आम्ही शिकलेले नाही, पण आम्ही जेव्हा शिकलो तेव्हा आम्ही अधिक धोकादायक असल्याचा पुरावा म्हणून ते त्याकडे बघतात. ते म्हणतात की, आम्ही मुख्य प्रवाहाचा एक भाग नाही, पण आम्हाला जेव्हा व्यावसायिक म्हणून काम करायचं असतं तेव्हा ते आम्हाला नोकऱ्या देत नाहीत. त्यांना त्यांची भीती दूर करायची नाही म्हणून आपण किती दिवस किंमत मोजणार?"

तिचा नवरा शांत असतो. स्वयंपाकघरात तिच्या वॅक्सच्या गोळ्यांचा शेवटचा घाणा संपवताना कदसियाला त्याचं अवघडलेपण जाणवतं.

"अब्बू मला सांगा, ते साधं मला त्यांच्या शेजारची सदनिकासुद्धा विकत घेऊ देत नाहीत. तिथे मी मुख्य प्रवाहात कसा येणार? मला जरा समजावून सांगा."

तिचा नवरा गप्प असतो.

"बाबरीनंतर 'मुस्लीम नको' इमारतींच्या गृहसंस्था मुंबईत सुरू झाल्या. इतर शहरांमध्ये पाठोपाठ तेच घडलं. मग आगगाड्यांमध्ये झालेल्या स्फोटांनी त्यांना एक जातीय निमित्त मिळालं. मग २६/११. कितीतरी शहरांमध्ये जागांच्या खरेदी-विक्रीचे मध्यस्थ मुस्लिमांना विक्री न करण्यासाठी किंवा जागा भाड्याने न देण्यासाठी उघडउघड एकत्र येत आहेत."

तिचा नवरा पटकन बोलतो, जरा अधिकच वेगाने बोलतो; जणू बोलल्याने ते खरंच होणार आहे. "मी तर प्रार्थना करतो की, पुन्हा जर बाहेरून तसं काही आलं तर त्यात भारतीय मुस्लीम पोरं मुळीच नसावीत. अल्लाने आमच्यावर एवढी मेहेरबानी करावी."

"आणि आतून? त्यांचे साधू आणि साध्वी मानवी बॉंब बनवू शकतात, पण मुस्लीम युवकांनी मात्र संतच असलं पाहिजे? हैद्राबादमधल्या बॉंबस्फोटांनंतर काय केलं त्यांच्या पोलिसांनी? लगेच मुस्लिमांना उचललं. त्यांच्यातल्या पंधरा जणांना जवळजवळ नऊ महिने छळलं. त्यांना उलटं टांगलं. त्यांच्या नाजूक अवयवांना विजेचे झटके दिले. काहींच्या दाढ्या उपटल्या. त्यातल्या एकाच्या शिश्नाला दोन लीटर पाण्याची बाटली टांगून ठेवली आणि मग ते निर्दोष आहेत म्हणून त्यांना सोडून दिलं."

कदसियाला नवऱ्याच्या आवाजातला कंप जाणवला. "तू हेही बघायला हवं की, न्यायालयांचा आणि चांगल्या हिंदूंचा आधार नसता, तर हे निर्दोषसुद्धा सुटले नसते."

"अब्बाजान, पानी सरसे है। काल मी बसमध्ये संभाषण ऐकलं आणि त्यांनी त्यांचे आवाजसुद्धा हळू केले नव्हते. सगळ्यांना ऐकू जाईल एवढ्या मोठ्या आवाजात त्यांचं बोलणं चाललं होतं की, एखाद्या मुलाचं नाव जर मुस्लिमांसारखं वाटत असेल, तर त्याला चांगल्या शाळेत प्रवेश मिळणार नाही आणि त्या चित्रपट आणि टी. व्ही. अभिनेत्यांना ते मुस्लीम असल्यामुळे कुणी सदनिका विकत नव्हतं. त्या वर्तमानपत्रातल्या बातमीचं काय? आणि तो पत्रकार नफीसाने लिहिलेला लेख की कशी तिने तिच्या हिंदू नवऱ्याच्या नावाने घेतली नाही तर तिला सदनिका खरेदी करता येत नव्हती. तिचा इस्लामखोजा समाज ब्रिटिशांच्या आधीपासून मुंबईत होता. त्या लोकांना आधुनिक आणि प्रागतिक समजलं जातं, कारण त्यांच्या

जमानखान्यात स्त्रिया पुरुषांच्या बरोबरीने नमाज पढतात. तिच्यासारख्यांना जर नकार मिळतो, तर आपलं काय?''

कदसियाला कळून चुकलं की, त्याच्या स्वत:च्या सुखासाठी तिच्या मुलाने गेलंच पाहिजे. शैतान त्याच्या मेंदूत शिरून त्याच्या जमीरवर जोर करत होता. दुष्टता साधायला बघत होती की, साधा जेहादी, जो रोज अधिक चांगला माणूस होण्यासाठी धडपडत असतो. दहशतवादाला जेहादमध्ये स्थान नाही, हा देशामध्ये कुरापती फैलावण्याबद्दल कुराणाने धिक्कार केलेला, फसादी बनेल.

तिचा नवरा उत्तर देतो. त्याच्या आवाजातला तो थकवा – ''तू वाचतोस आणि तुला हवं तेवढंच लक्षात ठेवतोस; मीही ते वाचतो. आढीतले काही आंबे नासलेले असतात म्हणून सबंध समाजाला डाग लावता कामा नये हे सांगण्यासाठी त्या पत्रकाराने बरेच कष्ट घेतले आहेत. तिने हेही म्हटलं आहे की, तिचे अनेक प्रिय मित्र व्यावसायिक, डॉक्टर, सह-पत्रकार आणि चार्टर्ड अकाउंटंट्स आहेत आणि ती त्यांच्याकडे विशिष्ट समाजांचे घटक म्हणून बघायला नकार देते.''

कदसियाला तो लेख लक्षात असतो. तिच्या नवऱ्याने त्याच्या स्वत:च शिकलेल्या अडखळत्या इंग्रजीत तिला तो वाचून दाखवलेला असतो. ती पत्रकार काही समाजशास्त्रज्ञांशी बोललेली असते. त्यांनी सांगितलेलं होतं की, संमिश्र समाजामध्ये बाजाराच्या (क्रय-विक्रय) शक्ती सर्वांत चांगल्या रीतीने काम करतात आणि कितीतरी 'चांगली' खानदाने लयाला गेली होती, कारण त्यांची दृष्टी फक्त आतमध्ये होती. त्यांनी इस्लामबद्दलही सांगितलं होतं. तिथे अधिक मूलतत्त्ववादी धार्मिक पिढी जशी वयात येते होती, तसं निधर्मी ज्यूंना विशिष्ट भागांमध्ये वेगळं ठेवण्यात येत होतं.

तिच्या मुलाच्या आवाजात अपमान ठासून भरला होता. ''ती नफीसा, ती तर सतत हिंदूंनी आपल्याला मोजावं असंच बोलत असते. सतत काहीतरी सिद्ध करत, घोषणा करत, कसले कसले संदर्भ देत, नोटराइज करत. आता फक्त ती एक चांगली मुस्लीम आहे, पण सर्वतोपरि ती एक उत्कृष्ट भारतीय आहे एवढं प्रतिज्ञापत्रच बाकी आहे.''

कदसिया गॅस बंद करते. सगळ्या वस्तू व्यवस्थित मांडू लागते. तिचा नवरा मुलाला सांगतो की, दिल जलाना यामुळे फक्त जलनेवालं दिल जळून खाक होतं. त्यात काही नफा नाही, फक्त नुकसान.

पण मुलाच्या डोक्यात शैतान जोरात कामाला लागलेला असतो. ''तुम्ही दिल जलाना म्हणताय. अम्मीजानच्या भोपाळमधल्या नातेवाइकांचं काय? गॅसगळतीनंतर दशकानुदशकं ते न्याय मिळण्याची वाट बघताहेत. न्याय का नाकारला जातो आहे हे पुरेसं उघड नाही का?''

कदसिया स्वयंपाकघरातून बाहेर येते, बैठकीच्या खोलीत येते आणि सोफा कम बेडवर वाकून तिच्या मुलाचा चेहरा दोन्ही हातांच्या ओंजळीत धरते. अतीव गाढ प्रेमाने त्याच्याकडे पाहते आणि मग तिच्या पाच फुटी देहाला शक्य होईल त्या सर्व शक्तीनिशी त्याला एक जोरदार थप्पड लगावते.

तिच्या आयुष्यात तेवढ्या एकमेव वेळी त्याच्यावर हात उचलल्याबद्दल ती अजूनही देवाकडे क्षमा मागते. ती तिच्या नवऱ्याला कधीही हे समजावून सांगू शकली नाही. तिच्या मुलांना इतका प्रचंड धक्का बसला होता की, तिने हे का केलं हे ते विचारूच शकले नाहीत. तिचं तिलाच माहीत नाही. धर्म हा कुठल्याही देशात त्याच्यावर अति अवलंबून असलेल्या खूप गोष्टींना नेहमी प्रदूषित करतो. पाणी, हवा, विचार, कौटुंबिक जीवन अगदी वैयक्तिक श्रद्धाही की तिच्या मुलाने 'बळी'ची भूमिका स्वीकारल्याने आलेली ही तिची प्रतिक्रिया होती?

तो गेला म्हणून तिला बरंच वाटतं, पण प्रत्येकाला आपला मुलगा देहाने दूर पाठवता येत नाही आणि प्रत्येक जण विरोध करण्याइतका कणखरही नसतो. सैतानाने याची तजवीज करून ठेवलेली असते.

दुसऱ्याला खाली आणा म्हणजे तुम्ही त्याचा तिरस्कार करू शकाल आणि तुम्हाला तुमच्याबद्दल अधिक बरं वाटेल, हासुद्धा सैतानी जोर कसा आहे याची कदसियाला कल्पना असते. चित्रतारकांबरोबर ब्युटिशियन म्हणून प्रवासाला जाण्याची परिणती अनेकदा आंतरराष्ट्रीय विमानतळांवर अपमानास्पद अशा सामानाच्या आणि शरीराच्या तपासण्यांमध्ये तिच्या धर्मामुळे तिच्या बाबतीत झालेली असते. त्यामुळे तिने स्टेज शोसाठी पश्चिमेत जाणं बंद केलेलं असतं. त्यामुळे उत्पन्नाचा एक मोठा भाग कमी झालेला असतो. गोऱ्या जगानं तिच्यावर दहशतवादाचा शिक्का मारलेला असतो आणि तिच्या स्वतःच्या देशात ती एक 'म'पासून सुरू होणारा शब्द झालेली असते. मुस्लीम, भारतीबानचा आग्रहच आहे आणि तो सदासर्वकाळ खोलवर, अंतस्थ असा अपमान आहे.

त्यामुळे ती जेव्हा स्वतःचं नाव सांगते तेव्हा चेहऱ्यावरचे भाव चमकतात- अगदी अपरिचितांच्या चेहऱ्यावरही नाराजी उमटते. कदसियाला ती धग जाणवते. ती ती तशीच विरून जाऊ देते. काय करू शकतो आपण? काही नाही. ही एक वाईट लाट आहे, पण लाट नेहमीच असते. जेव्हा ती उसळते तेव्हा ती पाण्यातल्या सगळ्या जहाजांना वर उचलते, मग ती मोठी जहाजं असो की मासेमारीच्या होड्या! पण पाण्यात असेही काही लोक असतात की, ज्यांच्याकडे दोन्हीपैकी काहीच नसतं. लाट आणखी उंच जाते आणि जरी ती अधिकाधिक उंच गेली, तरी ती बाजारात हाव निर्माण करते. लाट राजकीय वळण घेते आणि खूप सुरक्षित वातावरण निर्माण होतं, पण जर योग्य लोकांनी योग्य ती कामं केली नाहीत,

मतदारांचा आदर केला नाही, तर ती पुन्हा फिरणार हे निश्चित! नियमितपणे ही लाट रागाने सगळं पाणी ढवळून टाकते. अनेक जण वेडाच्या भीतीच्या भोवऱ्यात खेचले जातात आणि मग ती जेव्हा पलटते तेव्हा घुसळणाऱ्या पाण्यात अजूनही हात-पाय मारणाऱ्यांना सांगितलं जातं – क्षमा करा, विसरून जा.

पण पुन्हा एकसंध होणं फार मुश्कील असतं.

दक्षिण मुंबईपर्यंत गेलेल्या आणि दूरच्या कुठल्यातरी उपनगरात गेल्यावर पैसे द्यायला नकार दिलेल्या टॅक्सीचालकाला विचारा. त्याने विरोध केल्यावर त्याला बुक्के मारण्यात आलेले असतात. मान्याच्या वडलांच्या पक्षाचं सभासदत्वाचं कार्ड दाखवण्यात आलेलं असतं. ज्या रिक्षावाल्याला भाडं नाकारलं जातं आणि शिवाय 'भैंचोद भैय्या' म्हटलं जातं त्याला विचारा; तो रडतो. आपल्या लहानशा वाहनात तो बसतो आणि रडतो; काहीतरी मरून गेलं आहे.

आणखी दुसरीकडे विचारा. आपल्या मुलीचा उरलासुरला देह पुरणाऱ्या वडलांना विचारा. तिच्यावर सामुदायिक बलात्कार झालेला असतो. तिचे कोवळे स्तन कापून टाकलेले असतात आणि तिच्या आतमध्ये काड्या घातलेल्या असतात. किंवा त्या लहानग्याला विचारा, त्याच्यादेखत त्याच्या गर्भवती आईचे पोट तलवारीने चिरून आतल्या गर्भाला तलवारीवर घेतलेलं असतं आणि नंतर भारतीबान त्याच्याबरोबर बुझ्काशी खेळलेले असतात. संभोग हा खेळ आहे. जेव्हा दूरदेशी मनोरे ढासळतात, तेव्हा असंच घडतं.

जेव्हा इमारतींवर विमानं आदळतात, जेव्हा महासत्ता एकदम सर्वसामान्य होऊन जाते. दोन प्राचीन धर्मं आपलं हिंसक रूप मिरवू लागतात. तिसऱ्या धर्माच्या नावाखाली भारतात नव्याने सापडलेल्या आंतरराष्ट्रीय दहशतवाद्यांविरुद्ध साफसफाई सुरू होते आणि ती संपूर्ण झाली पाहिजे, हे तर सरळच असतं, कारण भारतातल्या मुस्लिमांकडे संख्याबळ आहे. ते देशातल्या अल्पसंख्याकांचे आघाडीचे सैनिक आहेत, दलित आहेत, ख्रिश्चन आहेत. अविवाचे लोक आहेत. इतर जीवित धर्म आहेत. मुस्लीम आणि दलितांचं शिरकाण करा. लहानसहान समाज ही सोपी लक्ष्यं आहेत.

भारतीबानने हे अशा पद्धतीने करायचं ठरवलेलं आहे. मुगलांनंतर शतकं उलटली, फाळणीला एक शतक झालं, तरीपण मुस्लीम अजूनही दुसऱ्या कुणाचं तरी कर्ज फेडत आहेत. ते आणि इतर अल्पसंख्याक, ज्यांनी इतर कुठल्या देशात जाण्याऐवजी निधर्मी लोकशाही भारताशी एकनिष्ठ राहण्याची निवड केली आहे, त्यांनी अजूनही मान खाली घालून राहणंच अपेक्षित आहे. दुसऱ्यांदा अपरिचित, पण भारतीय आणि तरीही उभाच.

फॅसिस्टांना असं अगदी हट्टाने अगदी निरर्थकपणे वाटत असतं आणि त्यामुळे ते धर्माला अक्षरशः चकमकीच्या पेटीसारखं वापरतात. १९९२ साली एक वादग्रस्त बांधकाम पिकाक्साच्या मदतीने खाली आलं. आता जमीनदोस्त बाबरी मस्जिद ही जागा नाही, तर ओलीस ठेवलेला एक कालखंड आहे. ज्या नेत्याला त्यापासून काही शिकायचं आहे, त्याला शिकवण म्हणून भविष्यकाळ गोठून बसला आहे. बांधकाम पाडल्यानंतर मुंबईत 'म' शब्दाविरुद्ध जनमत पिसाट झालं होतं. आपल्या राजकीय मालकांशी संधान असलेले ज्येष्ठ सैनिक सक्रियतेने भाग घेत होते. कळीच्या एकाही माणसाला शिक्षा होत नाही. त्याला प्रतिक्रिया म्हणून बाँबस्फोट होतात.

ही भारताची दुसरी फाळणी. पहिली भौगोलिक होती, दुसरी त्याहूनही भयानक आहे. यातून प्रत्येक रंगाच्या राष्ट्रीय आणि आंतरराष्ट्रीय दहशतवाद्याची प्रत्येक शहरात जाणारी एक वाट पडते आहे. एका पाडापाडीमुळे सार्वजनिक धार्मिक ठिकाणी निष्पाप नागरिकांचं रक्त साऱ्या भारतभर छिडकलं आहे. जोरमुळे बदल्याला उत्तेजन मिळतं. सुशिक्षित आणि संपन्न तरुणाई अगदी अनपेक्षित ठिकाणी दहशतवादाला आश्रय द्यायला मान्यता देते. बाबरी नंतरच्या दंगलींमध्ये कुणालाच शिक्षा झाली नाही, पण त्यामुळे झालेल्या बाँबस्फोटाचे खटले मात्र व्यवस्थित चालले. बाँब उत्तर भारतात जातात. गुजराथेतल्या दंगलीनंतर दहशत दक्षिण भारतात आश्रय घेते.

निष्पाप मरतात.

आणखी मरतात.

अनाथांना मागे सोडून मरतात. ते मोठे होतात, फॅसिस्टांच्या आगीची चकमक म्हणून.

मनोरे पडल्यानंतर वादग्रस्त ठिकाणाहून परतणाऱ्या यात्रेकरूंनी भरलेल्या आगगाडीच्या डब्याला आग लागते. त्याचा बदला अतिशय सफाईदार, तीव्र, सुनियोजित आणि पद्धतशीरपणे पार पाडला जातो. विरोधकांच्या हातात नाव-पत्त्यांच्या याद्या दिल्या जातात. परवानग्या दिल्या जातात. तीन दिवस काय हवं ते करा. कापा-जाळा, तोडा-फोडा, बलात्कार करा! याला दंगल असं म्हटलं गेलं. प्रादेशिक अस्मिता आणि राष्ट्रवादाचा हा एक आविष्कार होता! आगगाडीच्या डब्यात जे घडतं तो दहशतवाद होता.

दहशतवादी याला उत्तर देतात. मुंबईतली एक उपनगरी गाडी. सुपरडेन्स क्रशलोडच्या वेळात, बदल्याच्या प्रदेशात मूळ असलेले लोक हे बाँब्सचं लक्ष्य असतं. आपल्या भाड्याच्या सदनिकेच्या एकान्तात हे टी.व्हीवर पाहताना नफीसा अनावर रडते. त्या उपनगरी गाडीत जे निष्पाप लोक मेले, त्यांच्यासाठी वाजलेलं शेवटचं बिगुल.

अधिक वयस्कर नफीसाकडे फास्ट फॉर्वर्ड. २६/११ पाहताना तिला आजारपण येतं. हे छैचं पंचतारांकित हॉटेल नाही, याची खात्री झाल्यावर तिला बाबरी मशिदीच्या वर्धापनादिवशी सगळीकडे फिरलेल्या एसेमेसचा विपर्यास लक्षात येतो. 'बाबरीनंतर ताज महाल' दर वर्षी एका विशिष्ट तारखेला भारतीबान आगऱ्याला जाऊन त्यांच्या पद्धतीने प्रार्थना करण्याचा हट्ट करतात, कारण थडग्याखाली मंदिर असल्याचा त्यांचा दावा आहे.

तिच्या मनात विचार येतो. 'अमली द्रव्य ज्या नेहमीच्या मार्गाने येतात त्याच सागरी मार्गाने दहशतवादी आले या विधानानंतर एका तरी पार्टी-प्रेम्याने आपलं सामाजिक/जाहीर व्यसन थांबवलं असेल का?'

२६/११चं काम संपवल्यानंतर नफीसा ज्या पोलीस अधिकाऱ्याला चांगलं ओळखत होती, त्याच्या विधवेला भेटून श्रद्धांजली वाहते. ती रेल्वे टर्मिनसवर जाते, तिथे उभी राहते. कत्तलीच्या जागी तिच्याभोवती मानवता गरगरत असते. आगगाड्या धडधडत येत असतात, उपनगरी गाड्या जात असतात.

तिला वाटतं, 'तो गांडू चित्रपट दिग्दर्शक! हा जर त्याचा प्रेक्षकांबद्दलचा कळवळा असेल, तर त्याचा अपमान काय असेल? तो म्हणतो २६/११ नंतर त्याला समजलं आणि जाणवलं की, उपनगरी गाड्यांच्या बॉंबस्फोटांच्या वेळी 'सुरक्षिततेला धोका निर्माण झाल्यामुळे निम्न मध्यमवर्गाला कसं वाटत असेल.'

तिला वाटतं, 'कंदाहार विमान अपहरणानंतर त्या सगळ्यांनी भारतीय ओलिसांच्या सुटकेसाठी दहशतवाद्यांना सोडायची भीक मागितली होती. आपण मुंबईत आपल्या देशाची प्रतिष्ठा कायम ठेवली. आम्ही कुणाच्याही पाया पडायला गेलो नाही.'

आपली आई हे सगळं बघायला जिवंत नाही याचं तिला बरं वाटतं.

तिला तिच्या लहानपणी डोंगरी चाळीत तिच्या शेजारी राहणारे ज्यू शेजारी आठवतात. तिच्या आईने एक छोटीशी गोष्ट सांगितल्याशिवाय त्यांचा बाळ झोपात नसे. 'त्यांनी कॅनडाला स्थलांतर केलं ते बरंच झालं.' तिला वाटतं.

ज्या ठिकाणी दहशतवाद्यांच्या गोळ्या लागल्या होत्या त्या जागी नफीसा जाते. एका खळग्यावर बोट टेकवते. मग जणू तो ओरखडा झाकण्यासाठी, सारे सारे ओरखडे झाकण्यासाठी ती आपला हात त्यावर ठेवते. 'आम्हाला क्षमा करा.' स्टेशनवर धारातीर्थी पडलेल्यांचं स्मरण करत ती पुटपुटते. 'तुमच्या मरणाबद्दल पुरेशी काळजी न घेतल्याबद्दल आम्हाला माफ करा.'

डोळ्याच्या बदल्यात डोळा अशाने, गांधीजी म्हणाले की, सारं जगच आंधळं होईल.

आंधळ्या जगात भेदाभेद अधिकच धूसर बनतो.

एक मद्यधुंद पोलीस त्याच्या मरीन ड्राइव्हवरच्या पहारा चौकीत एका मुलीवर बलात्कार करतो आणि वर शेखी मिरवतो की, तो 'मुंबई पोलीस आहे, आपल्याला कोणी हात लावू शकत नाही.' यात अशा काळाचं पुरेसं प्रतिबिंब पडतं का, जेव्हा निष्पाप व्यक्तींवर गोळीबार केल्याबद्दल आणि बलात्कार नुसता बघत बसल्याबद्दल त्याच्या टोळीतल्या कुणालाही पुरेशी शिक्षा झाली नव्हती!

यानंतर तीन वर्षांच्या आतली गोष्ट. बारा वर्षांची एक मुलगी देवळाबाहेर तिच्या आई-वडलांची वाट पाहत थांबली होती. एक पोलीस तिला उचलतो आणि त्याच्या मित्रासह काळ्या काचा लावलेल्या चालत्या गाडीत तिच्यावर बलात्कार करतो. एक गाडी चालवतो. दुसरा बलात्कार करतो. ते हे बघतात कारण हे चालून जाईल असं ते गृहीत धरतात. मुंबई पोलिसांसारखं?

बलात्कारासंबंधी अहवाल

- *बलात्कार हा भारतात सर्वाधिक घडणारा गुन्हा आहे.*
- *२००६मध्ये तासाला १६ स्त्रिया बळी*
- *मुलं आणि स्त्रिया यांच्याविरुद्धचे अर्धे गुन्हे. विशेषत: लैंगिक गुन्हे नोंदवलेच जात नाहीत.*
- *आंतरराष्ट्रीय स्तरावर बलात्काराच्या खटल्यांमध्ये भारताचा तिसरा क्रमांक लागतो.*

काही संगती? त्या बघ्या पोलिसात आणि तलवारीच्या टोकावरच्या त्या गर्भात? मानवी रक्ताची चव चाखलेली माणसं आणि कार्यकर्ते! ते आता पोलीस स्टेशनांमध्ये, कार्यालयांमध्ये आणि घरांमध्ये आपली दिवसाची नेहमीची कामं करायला परत पोहोचला आहे त्यांच्यात? ज्यांनी लहान मुलींच्या भावादेखत त्यांच्यावर बलात्कार केले, काँक्रीटवर तान्हुल्यांची डोकी आपटली, मानवी शरीरांचे तुकडे केले आणि पुरावा नष्ट करण्यासाठी ते जाळले, दयेसाठी भीक मागणाऱ्या माणसांना जिवंत पेटवून दिलं....

वृद्ध, आजारी माणसांवर गॅस सिलिंडर सोडून दिले. ते वरिष्ठ ठिकाणी काम करतात, कार्यालयीन व्यवस्थापकांमध्ये त्यांच्या बायका दुसऱ्या ठिकाणी काम करतात. त्यांची मुलं घरांमध्ये अन् शाळांमध्ये असतात. त्रिशूल वापरणारे, विषबाधा करणारे, बलात्कार करणारे, सगळा वेळ देवाचे नाव घेणारे खुनी समाजात पूर्ण वेळासाठी परतलेले, वाईट म्हणजे त्यांच्या स्वत:च्या समाजात!

सामाजिक कुंपणं जेव्हा मोडून पडतात, कायदेशीर कुंपणं बाजूला सरतात.

स्त्रियांच्या शरीराशी वाईट चाळे करणाऱ्यांना थोपवणारी कुठलीच सामाजिक किंवा नैतिक भिंत असत नाही. तेव्हा भविष्यातल्या हल्लेखोरांमधला सैतान या सगळ्याची नोंद घेत असतो की, एक गट राष्ट्रवादाच्या नावाखाली निष्कलंक सुटला. आणखी एक गट धर्माच्या नावाखाली सुटला. कुणी तिसरा, अपरिहार्यतेच्या सबबीखाली सुटला.

सारीच दुष्टता – केवळ बंदुकीची गोळी किंवा बॉंब नाही – काळ आणि प्रकाश यांच्यातून गरगरत जात असते.

फुलं, समया, हत्याऱ्याचे आणि त्याच्या मातृभूमीचे हार घातलेले फोटो यांच्या साथीने साजऱ्या झालेल्या एका वार्षिक कार्यक्रमाच्या वृत्तान्तातला एक भाग : –

एका मोकळ्या जागेत बराच मोठा समूह जमतो. महात्म्याची हत्या करणाऱ्या व्यक्तीचं स्मरण करण्याची ही त्यांची पद्धत. त्याच्या खापर-भाचेपणत्या तिघी जणी त्यातल्या दोघी वय वर्षं अकरा आणि पाच यांना मोठ्यांकडून त्याचं न्यायालयातलं भाषण वाचण्यासाठी दिलेलं उत्तेजन. की 'त्याने स्वार्थी हेतूने हत्या केली नसून, 'स्वप्न अजून जिवंत आहे' हे प्रत्येकाला समजावं म्हणून.'

जगभर आपली मुलं आपल्या देशांचे, आपल्या विश्वाचे भावी नागरिक

ते, आपल्याला जे जमलं नाही, ज्याला आपण नकार दिला, ज्याच्याकडे आपण दुर्लक्ष केलं, जे आपण केलं नाही ते काहीतरी करून जमवतीलच असं आपण आपोआप गृहीत धरतो ती मुलं.

आपली मुलं– दहशतवादाचे बळी! जोर केवळ बाहेरचा नाही.

आणि 'इतरां'ची मुलं दहशतीचे तसेच बळी. केवळ आतूनच नाही.

ही 'मुलं' आहेत.

मग त्यांच्या डोळ्यात तिरस्कार, द्वेषभावना आणि मोडतेपण का असावं? का त्यांची स्वप्नं खुनांमध्ये डुबकी मारूनच यावी लागतात?

सोमवार

आमच्या आईला सुखाचं मरण आलं. काही दुःख नाही.

तिचे अखेरचे शब्द होते, "आमार एकटुओ अनुशोचोना नेई". शांत समर्थपणे जगलेल्या आयुष्याप्रति इतक्या अथांग समाधानाची कल्पना मलाही आवडते! मी जर इतकी अनपेक्षितपणे मेले नसते, तर माझ्याही मनात तिच्यासारखी भावना असती का? की मला असं वाटतं की, माझ्या फाटक्या ओठामुळे मला निवडी अशा करताच आल्या नाहीत?

जेव्हा ती प्रत्यक्ष शिकवण्यातून निवृत्त झाली तेव्हा घाईने एक बालवाडी शिशुशाळा काढून ती आईने चालवावी असं दमयंतीने सुचवलं. "त्यातही बरे पैसे मिळतात." ती म्हणाली. "दोन प्रशिक्षित शिक्षक नेम, ज्यांना बाळं खरंच आवडतात. मस्त ठरलेले नेम, तास कमी असतात. भरपूर सुट्ट्या असतात आणि त्याचं मोल किती वाटतं! आपली छकुली दिवसातून निदान काही तास तरी आपल्या आयुष्यातून जरा लांब जावी यासाठी पालक भरपूर पैसे मोजायला तयार असतात. पालकपणातलं नैराश्य आणि हे दिवसेंदिवस बिघडत जाणार आहे याची उदास जाणीव हीच बालसंगोपन उद्योगामागची प्रेरणा आहे.

शिष्ट आहे, पण तिच्या बोलण्यात तथ्य आहे. म्हणनूच बहुतेक बालवाड्या इतक्या वेड्यासारख्या भडक रंगात रंगवलेल्या असतात आणि त्यांची नावंसुद्धा अगदी उत्फुल्ल, उत्साही वगैरे असतात, म्हणजे पेटल्स, पेरेंट्स प्राइड, लिटल स्टेप्स, लिटल एंजल्स, लिटल बड्स (नाहीतर कशा असतात कळ्या?), लिटल लिजंड्स, व्हेअर लीडर्स स्टार्ट (गंमत नाही करत, अशा नावाची बालवाडी आहे). त्यांच्या फारशा लिटल नसणाऱ्या फिया, अतिपालकत्व किंवा पालकत्वाचा संपूर्ण अभाव याने होतं एवढंच की, ते मोठे होऊन लिटल गू बनतात आणि मुलगे जन्मभर लिटल प्रिन्ससारखं वागतात.

मॉंने नकार दिला. म्हणाली, तिने मोठ्या विद्यार्थ्यांना शिकवलं आहे. आता स्वर आणि रचना दोन्ही बदलायला फारच उशीर झालाय, शिवाय शब्दप्रयोगही.

ती म्हणाली की, तिने घरीच बॅचेसमध्ये शिकवण्या घ्यायचं ठरवलं होतं. त्यात पुरेसा पैसा होता, शिक्षकाच्या महिन्याच्या पगारापेक्षा नक्कीच जास्त. दमयंतीने काहीतरी बोलण्यासाठी तोंड उघडलं, पण तसंच मिटलं. ती आईला माझ्याइतकं चांगलं ओळखत नव्हती, पण ते तसंच राहू देण्याइतपत ओळखत होती. यापूर्वी तिने आईला खूप आग्रह केला होता. जवळजवळ भीकच मागितली होती, कारण दमयंतीला तिच्या अस्तित्वाच्या पार अणुरेणूसकट असं ठामपणे वाटत होतं की, हा एक अतिशय प्रागतिक निर्णय ठरला असता की, आईने कोलकात्याच्या एका वयस्क विधुराचा विवाहाचा प्रस्ताव स्वीकारावा. तिने त्यातल्या बऱ्या-वाईट बाजू मांडल्या, फायदे अधोरेखित केले. पुष्कळ वेळ बोलत राहिली की, ते किती छान होईल. ते अगदी बालिशपणे रुसण्यापर्यंत...!

"तू त्या प्रस्तावाबद्दल इतकी पक्की का आहेस? तो तर आमच्या वडलांच्या कुटुंबाकडून आलाय!"

माँने शांतपणे उत्तर दिलं. इतक्या हळू आवाजात की, तिचे शब्द ऐकण्यासाठी मला खाली वाकावं लागलं. एकदम झटक्याने मला जाणीव झाली की, माझ्या फाटक्या ओठामुळे दर वेळी मी तिच्याशी बोलत असताना तिला असंच करावं लागतं. आणि माझ्या काळजात कळ आली. "म्हणजे मी कृतज्ञतेत न्हाऊन निघणं? कारण मी विधवा आहे. त्याहून वाईट म्हणजे मला मुलगा नाही. म्हणून मी अपूर्ण आहे? मी स्वत: पैसे मिळवते, माझ्या मुलांची काळजी घेते. कधीही मदतीसाठी हात पसरत नाही, तरीही शेजारी पुरुष नसेल, तर मी पूर्ण स्त्री होऊ शकत नाही का?"

स्त्री शक्ती, नारी शक्ती, स्त्रीची आंतरिक शक्ती. बोलायला या गोष्टी सोप्या आहेत. त्यांना चिकटून राहणं ही वेगळी गोष्ट आहे. काही प्रमाणात धर्माला आपल्या आयुष्यावर स्वार होऊ न देता माँने ते जमवलं देता. डोळ्यांची एक जोडी पुरेशी होती- दुर्गा माँच्या. तिची प्रतिमा आमच्या बैठकीच्या खोलीत टांगलेली होती. नववधू म्हणून आमची आई कुमारतुलीला, कोलकात्यातील कुंभारवाड्यात गेली होती आणि मातीमध्ये तिने डोळ्यांची मूर्ती घडवून घेतली होती. ती शुद्ध वनस्पतींच्या रंगांनी रंगवलेली होती. आम्ही शहर सोडलं तेव्हा दुर्गा माँचे डोळे आमच्याबरोबर आले. आम्ही राहिलेल्या प्रत्येक घरात त्यांची नजर होती.

"जेव्हा तुम्हाला शक्तीची गरज पडेल," आम्हाला सांगितलं होतं, "तेव्हा तुमचे डोळे मिटा आणि हे तुमच्या मन:चक्षुंसमोर आणा. प्रत्येक स्त्रीमध्ये प्रत्येक गोष्टीतलं काहीतरी असतंच. एका आयुष्यात किती भूमिका वठवायच्या असतात! पुष्कळदा आपण जमवतो, पण कधीतरी आपल्याला मदतीची गरज वाटते. आपल्याला वेळोवेळी लढाव्या लागणाऱ्या लहानसहान लढाया आपल्याला दमवून

टाकतात. मग त्या आपल्याच नजरेत उत्कृष्ट ठरण्यासाठी असतात. त्या शक्तीची गरज पडते. आपल्या आतली विझू लागलेली आग दुर्गा माँचे डोळे चेतवतात.''

जिने कधी पूजोत्सवात भागसुद्धा घेतला नाही, तिच्याकडून, हे! तिच्या विवेकाने त्याला परवानगी दिली नाही, कारण त्या मोठ्या मूर्तींमधला रासायनिक भाग, विसर्जनानंतर पाण्याचं प्रदूषण करतो, माशांना आणि वनस्पतींना मारून टाकतो. 'भक्तीच्या नावाखाली नको.' असं तिचं म्हणणं असायचं, पूजेच्या वेळची उत्कटता मला प्रचंड आवडायची. विशेषत: धुराच्या पडद्यामागचा तो धुनुची नाच. त्यात ढाकच्या ठोक्यावर पुरुष तोंडात आणि हातात कोळशाचे पेटते दिवे घेऊन तालात झुलायचे. ''मी का नाही करू शकत?'' घरी येऊन मी भोकाड पसरायचे. दमयंती म्हणते, मी मुलगी आहे म्हणून करू शकत नाही. आमची आई म्हणाली, ''एक बाई पुरुषांपेक्षा धुनुची खूपच जास्त छान करते.''

ती आमच्याबरोबर यायची नाही, पण आम्हाला या वार्षिक उत्सवात हौस करायला मिळेल हे बघायची. सुरुवातीला शास्ती देवीला शास्त्रोक्त आवाहन करतात. त्यानंतर बोधोन आणि ओढिबाश आणि चोखखुदान; पण सर्वांत आवडीचा म्हणजे आनंदमेला. या जत्रेत बंगाली एकत्र येऊन एकमेकांना भेटतात. थोडी प्रार्थना करतात अन् भरपूर खातात. मला शक्य तो कधीही मी आनंदमेला चुकवला नाही. पारंपरिक बंगाली जेवणाच्या मोहावर विजय मिळवणं महाकठीण! माछार पातुरी, केळीच्या पानात धुरवलेला मोहरीच्या स्वादाचा मासा, मटण काशा, केळफुलाचे काप, लुची आलूर दम आणि मिठाया. खोवलेलं खोबरं, खवा घालून हलकेच तळून पाकात सोडलेला गोकूळ पीठा, खीर किंवा खोबऱ्याने भरलेला पतिशप्ता आणि संदेश. संदेश आणि आणखी संदेश, तोंडात स्वर्गच!

होय, होय. मला माहीत आहे, मी मेले त्याचं कारण रात्री गोड खाणं सोडून दिलं नाही म्हणून, पण मी खुशीत मरते आहे. सारं श्रेय माझ्या माँसारख्या आणि दुर्गा माँसारख्या चांगल्या शिक्षकांना. त्यांच्या पाठामुळे माझ्या संपूर्ण होण्याच्या मार्गात फारसे अडथळे येऊ शकले नाहीत. माझं लिंग नाही की माझा फाटका ओठ नाही आणि त्यांच्या गोतावळ्यात मी एकटीच अविवाहित राहिले म्हणून सहानुभूतीने हसत, लक्ष ठेवून येणारा नातेवाइकांच्या पोटातला कनवाळूपणाही नाही. मी कृतज्ञता व्यक्त करावी अशा अपेक्षेत ते होते. त्यांच्या दयाबुद्धीमुळे माझी छाती आनंदाने कधी फुटते त्याची वाट पाहत होते.

हा एक घरचा धडा मला मिळाला. दयेमुळे आनंदाचं मूकनाट्य घडायलाच पाहिजे असं नाही. वातानुकूलित मोटारीच्या अर्धवट खाली केलेल्या खिडकीतून उरलेलं सँडविच भिकाऱ्याच्या पोराला देणं हा दयाळूपणा नव्हे. अशा दयेच्या भिकेने आनंद होण्याचंदेखील दुःख होतं. घेणाऱ्याने या कनवाळूपणाने अगदी

भारावून जावं अशी अपेक्षा करणं हा क्षुद्रपणा आहे.

आणखी स्पष्ट केलं असतं, पण मला शाळेचा मुख्य दरवाजा उघडल्याचा आवाज येतोय. हळूहळू ते ग्रंथालयापर्यंत येतील. त्यांना मी सापडेन. मरून-बिरून पडलेली आणि तुम्हाला सांगू का? आज ग्रहण आहे. रेडिओवर मी ऐकलेल्या एका गोड गाण्यासारखं सांगायचं, तर आज माझ्या हृदयाचं खग्रास ग्रहण आहे.

छैचा नफिसाला एसेमेस.

R u watchng it on tv. If no arrest, plz dnt b ups8.

(तू टीव्हीवर पाहिलंस का? अटक झाली नाही, तरी निराश होऊ नकोस.)

भाग्याने सकाळच्या कॉफीचं संपूर्ण समाधानदायी आन्हिक आवरलं आहे.

वर्तमानपत्रांच्या रंगीत पुरवण्या वाचल्या जात नाहीत, म्हणून बाद केल्या आहेत. आपण लोकांच्या नजरेत भरावं म्हणून आटापिटा करणाऱ्या लोकांना कुणी बघेच नाहीत.

डिकॉक्टिंग कॉफीच्या सुवासानं स्वयंपाकघर दरवळलं, तसं भाग्याचं मनही आशेनं दरवळलं – शेवटच्या आशेनं.

तिच्या सासऱ्यांच्या मृत्यूनंतर तिच्या सासूने दुःखाच्या बेटावर पडल्याचं सोंग आणलं होतं. म्हणजेच तिच्याकडे पाहण्यासाठी भाग्याच्या नवऱ्याला दिल्लीत राहावं लागणार होतं. भाग्या जेव्हा फक्त पहिल्या मजल्यावरच राहीन म्हणाली, तेव्हा पोरसवदा लबाड हसू हसत त्याने तत्काळ मान्यता दिली. याने तिच्या नावासमोर काळा डाग लागला. खालच्या मजल्यावरचीने ठेंगणीला फोन केला. विधवेचं सोंग काठोकाठ वठवत फोनवर भरपूर सुस्कारे सोडले. तिच्या हातात काय राहिलं होतं? किस्मतनेही साथ नहीं दिया.

भाग्याच्या बँकेच्या दिल्ली शाखेत जागा नव्हती, पण तिच्या बॉसने तिला नोकरी न सोडण्याचा सल्ला दिला. बिनपगारी वाढीव रजेवर जा. तिने सुचवलं, संपर्कात राहा. पार्ककलाम, बघूया काय होतं. भाग्याने तिची स्कूटी नेण्याचा विचार केला, पण शेवटी नाराजीने ती विकूनच टाकली, कारण तिची बॉस म्हणाली की, दिल्लीत बायकांनी मोटार चालवणं म्हणजे रस्त्यातल्या गोंधळाने मरायची अवस्था! तिथे बाईने स्कूटी चालवणं म्हणजे बसून राहिलेलं बदकच की. भाग्याला शोध लागला की, तिच्या बॉसचं अगदीच काही चूक नव्हतं.

तिला आता रहदारीच्या सुरक्षिततेच्या अभावाची आठवण येणार नव्हती, भांडखोर रिक्षावाल्यांशी त्यांच्या सदा बिघडलेल्या मीटरवरून घातलेल्या हुज्जतींची आठवण येणार नव्हती. तशीच तिला टोकाच्या ऋतूंची आठवण येणार नव्हती. हाडं गोठवणारा हिवाळा आणि मगरींच्या कातडीसारखा रूक्ष उन्हाळा!

भाग्या बिझिनेसची पानं वाचून संपवते. तिने काही शेअर्स पाठ केले आहेत. ती राष्ट्रीय दैनिकांकडे वळते. त्यातलं एक तिला माहिती देतं – जहाल हिंदुत्ववादी दहशतवादी गट अभिनव भारतने त्यांच्या सभासदांना प्रशिक्षण देण्यासाठी अल कायदाचं पुस्तक वापरलं. निदान वीस जण सहभागी झालेल्या आणि लष्करातल्या व्यक्तींनी उपस्थिती लावलेल्या प्रशिक्षण शिबिरासाठी 'अभा'ने 'अका'च्या (Aq) सूचनांचा उपयोग केला. अल्पसंख्य बहुल जागी बॉंबस्फोट घडवण्याअगोदर हे शिबिर घेतलं गेलं होतं. अटक झाली, तर 'स्वत:ला इजा करून घ्या', 'छळ होत असल्याची तक्रार करा', 'कोर्टात पोलिसांविरुद्ध वैयक्तिक खोडसाळ आरोप करा' असं सभासदांना शिकवण्यात आलं होतं. सोबतच्या चौकटीत विशीतल्या एका साध्वीचा फोटो. ती आधी एका राजकीय पक्षाच्या विद्यापीठीय आघाडीमध्ये मोटरसायकलवाली सभासद होती. एका स्वघोषित 'शंकराचार्यां'च्या साथीने बॉंबस्फोट घडवल्याबद्दल तिची चौकशी चालू होती. शंकराचार्यांच्या लॅपटॉपमध्ये एक हजारहून जास्त आक्षेपार्ह आणि असभ्य चित्रं मिळाली होती.

'पाद्दुम पावी!' भाग्या फिस्कारते अन् इतर वर्तमानपत्रांकडे वळते.

एका ड्रायव्हरने आपल्या मालकिणीवर तिच्या स्वत:च्याच गाडीत बलात्कार करण्याचा प्रयत्न केलेला असतो. दिल्लीच्या विविध भागांमध्ये ईशान्य भारतातल्या बऱ्याच स्त्रियांना त्रास दिला गेलेला असतो, छेड काढली गेलेली असते, इशारे केले गेलेले असतात. पूर्व दिल्लीमध्ये मुलाला शाळेत सोडणाऱ्या एका आईला मुलांनी ने-आण करणाऱ्या मिनिबसच्या ड्रायव्हरकडून थप्पड बसलेली असते. मग तो बावीस वर्षांचा ड्रायव्हर एक सळई काढतो आणि तिच्या डोक्यात हाणतो. भाग्याला अशा बातम्यांची आठवण येणार नाही, तसंच तिला आठवणार नाहीत बापांच्या झकपक गाड्या पादचारी मार्गावरून आणि कोपऱ्यांवरून बेफाट चालवणारी मुजोर पोरं– ही तिच्या नजरेतून सुटत नाहीत. त्या गाड्यांच्या आकाराच्या प्रमाणात जणू त्यांचा हक्क मोठा असतो.

या तरुणांपैकी एकाला रहदारीचे नियम समजावून सांगण्याचा तिने प्रयत्न केलेला असतो. तो स्वत:वर संयम ठेवत केवळ तिच्याकडे बघत राहिलेला असतो. या आणखी एक गोष्टीची तिला मुळीच आठवण होणार नसते. हे सरसकटमध्ये धरून ठेवणं, हे आदिमानव स्वत:ला फुगवत राहणारे, आम्ही राजे अशा विश्वासासाठी एक बारीकसा कातडीचा तुकडा चाचपत, चेपत राहणारे. श्रेष्ठत्व सिद्ध करण्यासाठी एक शिश्न जर पुरेसं असतं, तर बायका कामाच्या वेळी एक कमरेला बांधूनच फिरल्या असत्या.

तिला असल्या उत्सवांचीसुद्धा कधी आठवण येणार नाही, ज्यात जास्त करून डीएनए आधारित बायकांबद्दलच्या तिरस्काराचं प्रदर्शन असतं. तिने कॉलनीबरोबर

'खेळायला' नकार दिला तेव्हा खालच्या मजल्यावर केवढा तनाना! बायका फालतू दर्जाच्या पावडरींमध्ये काला करत होत्या, तेव्हा पुरुषी हात त्यांच्या खाजगी अवयवांवर नेम धरून रंगीत पाण्याचे फुगे मारत होते. ते ती तिच्या पहिल्या मजल्यावरून पाहत होती. तिची सासू गेटपाशी उभी होती. विधवेच्या पारंपरिक वेषात खिन्न आणि अशक्य दुःखी की, तिच्या अनुपस्थितीत या कोठीत आता ही परंपरा पुढे चालवायला कोणी बाईमाणूस नाही.

भाग्या शहराबाहेरच्या पानांकडे वळते. मुंबईत एका तांत्रिकाने धंद्यात भरभराट व्हावी म्हणून एका व्यावसायिकाला स्वत:च्याच मुलीवर बलात्कार करण्याचा सल्ला दिलेला असतो. रोहतकमध्ये मोठा मुलगा धाकट्याइतकाच हुशार व्हावा म्हणून आणखी एका तांत्रिकाने एका डॉक्टर दांपत्याला धाकट्याच्या शरीरातलं रक्त मोठ्याच्या अंगात भरायचा सल्ला दिला असतो. नवीन आलेल्या उच्चवर्णीय मुख्याध्यापकांच्या सल्ल्यावरून भंडाऱ्याजवळच्या एका शाळेत तितक्याच उच्च वर्णाच्या शिक्षिकेने पूर्वीच्या दलित मुख्याध्यापिकेची बदली झाल्यानंतर तिची उपस्थिती 'अभद्र' होती म्हणून गोमूत्र शिंपडून शाळा शुद्ध करून घेतली. तिने ते गोमूत्र विद्यार्थ्यांच्याही अंगावर शिंपडले. परीक्षा देत असलेल्या एका मागासवर्गीय विद्यार्थ्यांच्या गटाला खास उभे करून हा अभिषेक करण्यात आला. रायपूरमध्ये भारतीबानच्या सभासदांनी मिशनऱ्यांनी चालवलेल्या दोन शाळा उद्ध्वस्त करून टाकल्या, कारण त्यांनी त्यांचा सल्ला घेतला नव्हता. त्यांनी सांगितलेल्या दिवशी सुट्टी दिली नव्हती. लाठ्याकाठ्यांनी सज्ज होऊन त्यांनी शाळेच्या बसेसचंही नुकसान केलं. दक्षिण गुजराथमध्ये सल्ला मानून इथे जवळजवळ दोन हजार 'पश्चिमी बाटग्या' आदिवासींनी 'परत यायला' मान्यता दिली आहे.

भाग्या संन्यासिनी श्वेतांबराचं नाव शोधते, पण आत्मिक शेतकऱ्यांनी या वेळी एका आश्रमाच्या गुरूला पेरणी करायला पाठवलेलं असतं. आणखी कुठेतरी भारतीबानने एका ख्रिश्चन धर्मगुरूची बोटं छाटलेली असतात. दुसऱ्या धर्मगुरूचा लॅपटॉप हिसकावून घेतलेला असतो. एका ननची चांदीची साखळी ओढलेली असते आणि तिची साडी फेडलेली असते. तिच्या चार मुलींना जीपमधून खेचून बाहेर काढलं जातं. आदिवासी त्यांच्या सुटकेसाठी येईपर्यंत त्यांना शेतात लपून बसावं लागलं. दरम्यान ओरिसातला एक भाग पुन्हा ढवळू लागलेला असतो. हत्या झालेल्या स्वामींचे अनुयायी आपल्या म्हणण्यावर ठाम असतात की, त्यांच्या मागण्या पूर्ण केल्याशिवाय ते ख्रिसमसच्या दिवशी चर्च उघडू देणार नसतात. स्वामींच्या हत्येने देशात सर्वांत वाईट ख्रिश्चनविरोधी दंगली उसळलेल्या असतात. त्यांनी 'बाटग्या आदिवासीं'मध्ये आणि 'स्वगृही परतलेल्या आदिवासीं'मध्ये फूट पाडलेली असते.

भाग्या घृणेने मान हलवते. तिची आई एकदा त्यांच्या 'कापणे-शिजवणे-बोलणे' सत्रात जे म्हणालेली असते, ते आठवून भाग्या मान डोलवते. 'आपल्या सगळ्यांना कुणीतरी किंवा काहीतरी आवडत नसतं. त्या व्यक्तीकडून काही कृती न करण्यात आपली किंमत असते.'

'आपण जर त्या नावडीवर काही कृती केली नाही तर ती आपली स्वतंत्र इच्छा आहे, पण तुम्ही जर तुमच्या तिरस्कारासंदर्भात कृती केली तर ते तुमचं नशीब असतं.'

आईच्या बाजूने एक थकलेला मोठा श्वास.

'मी फक्त विचारते आहे, तुम्ही एक सुसंस्कृत माणूस असलात, तर तिरस्काराबद्दल कृती न करण्याचा पर्याय तुमच्याकडे असतो हे तुम्हाला माहीत असतं; पण तुम्ही तरीपण पुढे जाऊन तिरस्काराबद्दल कृती केलीच तर काय ठरते?'

'याचा अर्थ तुम्ही निरर्थक वाइटाला शरण गेलात. वाईट हे वाईट असण्याव्यतिरिक्त काही करत नाही आणि आता भाग्याम्मा, तू चुपचाप स्वयंपाकघरात काम करणार आहेस.'

कॉफीचा अर्क तयार असतो. भाग्या तिचा दावरा तयार करते आणि मग्गा घेऊन टेबलाशी येते. ती घोट घेते; अगदी ठीक. एक वर्तमानपत्र वाचायचं राहिलेलं असतं. पहिल्या पानावरच्या एका स्तंभात तिला माहिती कळते की, त्या दिवशी माध्यान्हीनंतर थोड्या वेळाने सूर्यग्रहण असतं. आतल्या पानांवर निर्देश करून म्हटलेलं असतं की, आत ग्रहणावरचा सगळा तपशील आहे. शास्त्रीय आणि अंधश्रद्धेचा. भाग्या ते रंगून जाऊन वाचते. ती वाचकांच्या पत्रव्यवहाराकडे वळते. तिला दिसतं की, आदल्या आठवड्यातल्या एबीसीडीवरच्या विधानात म्हटलेलं असतं की, ते अमेरिकन नॉर्म कन्फ्यूज्ड देसी नाहीत, तर कूल आहेत. त्यावर विविध प्रतिक्रिया आलेल्या असतात.

'याचा अर्थ असा की, आता ते अ-निवासी ठिकाणी घडणाऱ्या मध्यांतरानंतर सरसों भूमीवर घडणारे हिंदी चित्रपट बनवणं बंद करणार आहेत.'

'नुकतंच एका टेलिव्हिजन वाहिनीवर एका विनोदी ॲक्सेंटच्या परदेशातल्या भारतीय बाईने घेतलेली आपल्या इथल्या एका स्टारची मुलाखत दाखवली. तो तिकडे गेलेला असताना त्याने स्वत: तो ॲक्सेंट चटकन उचलला होता. मग तिने 'यंग इंडियन्स' म्हणून कुणाकुणाची मुलाखत घेतली. त्यांना आपला स्वातंत्र्यदिन ठाऊक नव्हता. आणखी कुणालातरी काळा पक्षी कावळा आमचा राष्ट्रीय पक्षी वाटत होता. नंतर तीच बाई आणखी एका माणसाबरोबर अवतीर्ण झाली. ते अमेरिकन पार्किंग लॉटमध्ये धावत जे काही 'इंडियन'सदृश दिसेल त्याला थांबवून 'डिवॉली म्हणजे तुम्हाला काय वाटतं?' विचारत होते. प्लीज असला फालतूपणा

आमच्यावर थोपणं बंद करा.'

'अमेरिकन भारतीयांना वेगळं होणं सोपं नसतं, कारण त्यांना बांधून ठेवणारं क्रिकेट नाही. गोंधळ कुठे होतो, तर आपली मुलं इंग्लंड, ऑस्ट्रेलियात खेळतात आणि तिथे स्थायिक झालेले भारतीय आपले झेंडे फडकावतात.'

'आपण श्रीमंत अनिवासी भारतीयांबद्दल एवढं रान का उठवतो आहोत? खरे उपेक्षित नायक-नायिका म्हणजे हजारोंच्या संख्येने असलेला कामकरी वर्ग आहे. मग ते डॉक्टर असोत की मजूर. ते बाहेर जातात आणि कष्ट करून पैसे पाठवतात. आपल्या अर्थव्यवस्थेला हातभार लावतात. मग ते घरी परतही येतात.'

'तरुण भारतीय त्यांना जिथे बरं वाटेल तिथे स्थायिक होतात हे वाचून बरं वाटलं. यामुळे हल्ली बोकाळलेलं दुटप्पी नाटकी बडबडीचं साहित्य जरा कमी व्हायला मदत होईल. विशेषत: 'नाटक' प्रकारच्या मंडळींचं, तरुण लेखक जे बाहेरून तपकिरी आहेत, पण गोऱ्यांचा दृष्टिकोन ते आत्मसात करतात. ही घराबद्दलची संशयास्पद ओढ जरी केवळ कागदावरच असली, तरी ती त्यांच्या कुळामुळेच आलेली असते. जिथे त्यांची मुलं 'खरं' वागतील अशी खात्री असते.'

'फार उशीर झाला आहे! पहिल्या आणि दुसऱ्या पिढीच्या अनिवासी भारतीयांनी आठवणींचे कढ काढणं आणि गतस्मृतींना वेड्यासारखं कवटाळून बसणं यामुळे ते नाही, पण आम्ही ज्या देशात राहतो तिथे दहशत, हुकूमशाही आणि फुटीरतेला खतपाणी मिळतं. आमच्या एक नाही, तर दोन पंतप्रधानांच्या हत्येने हे सिद्ध झालेलं आहे.'

दारावरची घंटी वाजते. भाग्याने तो पोपटांचा कर्कश्श आवाज बदलेला असतो म्हणून खालच्या मजल्यावरून तो आवाज आणि मालकांच्या हक्काचा मान न ठेवल्याबद्दल अमेरिकेहून ते रागीट पत्र आलेलं असतं. तो तिचा हरवलेला नवरा नसावा अशी आशा करत ती दार उघडते, तो त्या बारक्याची प्रतिकृती! तो केबलच्या बिलाचं गुलाबी कार्ड समोर धरतो. R u satisfy.

टेलिव्हिजनच्या पडद्यावर सतत दिसणाऱ्या मुंग्यांचा विचार भाग्याच्या मनात येतो. केबल सेवेशिवायच्या अंतहीन दुपारी! दर वेळी तिने फोन केला की, दुरुस्तीबद्दलचं नेहमीचं खोटं : 'माणूस रस्त्यात आहे. पहुँचता ही होगा' रिकाम्या संध्याकाळी, रात्रीच्या जेवणात आवाज काय तो तिची प्लेट चमच्याने खरडल्याचा. तिच्या समाधानाची नेहमी नेहमी चौकशी करणाऱ्या कार्डाच्या त्या खात्यात हे सगळं भरावं का, असं तिला वाटून जातं. त्याऐवजी ती खुजा क्र. २ला खालच्या मजल्यावरून पैसे घ्यायला सांगते आणि बालिश हसत दार लावते. ते तिच्याबद्दल काही नाही याची खात्री पटल्यामुळे तिला नक्कीच समाधान वाटत आहे.

पहिल्यांदा जेव्हा हे तिच्यामुळे नाही हे हळूहळू गिरवलं तेव्हा तिला अगदी

खुजं, लहान झाल्यासारखं वाटलं, मग हळूहळू उमजलं. हे फक्त त्याच्या आईबद्दल आणि त्याच्याबद्दल होतं. त्याने तिला भुलवून त्याच्या चित्रात त्याच्या मनाप्रमाणे काम करायला लावलं होतं. जेव्हा गरज पडेल तेव्हा त्याच्यासाठी भांडायचं, त्याच्यावरून भांडायचं.

तिने, भाग्यलक्ष्मीने मत्सरी पत्नीची भूमिका केली नाही. खरंच, तिच्या संसाराला ग्रहण तिच्यामुळे लागलं नव्हतं, यामुळे समाधान मानण्याचा तिला संपूर्ण हक्क होता.

तो संपला, कारण आश्वस्त स्त्रीबरोबर अनंत काळापर्यंत सुखी होण्यासाठी आश्वस्त पुरुष लागतो.

इंटरकॉमच्या सतत खणखणण्याने दमयंतीला जाग येते. ड्रायव्हर असतो. त्याला गाडीच्या चाव्या हव्या असतात. ती स्वतःला ओढत जिन्यावरून खाली येते. मुख्य दरवाजा उघडते. तिच्या अस्ताव्यस्त अवताराकडे न बघण्याचा ड्रायव्हर प्रयत्न करतोय, याची तिला जाणीव होते.

तो म्हणतो, "व्हेरी सॉरी मेमसाब. मुख्य गेटजवळचा रक्षक म्हणतो त्याच्याकडे कुठल्याच गाडीच्या चाव्या नाहीत."

"बाकीचे ड्रायव्हर, घरातला स्टाफ कुठे आहे?"

"मेमसाबनी परवानगी दिली होती. आज ते सगळे, आपली मोठी व्हॅन घेऊन ग्रहण बघायला गेले आहेत. त्यांनी सुरक्षा-रक्षकांना सांगितलं की, मेमसाबने उठवायचं नाही म्हणून सांगितलंय काल रात्री, म्हणून त्यांना पुन्हा सांगता नाही आलं."

दमयंती आत जाऊन चाव्या घेऊन येते आणि ड्रायव्हरला देते. "मेमसाब, मी साबना आणायला विमानतळावर जातो आहे. त्यांना घरी सोडल्यावर मी कार घेऊन त्या सगळ्यांकडे जाऊ का? साबचं विमान वेळेत आहे, त्यामुळे मी जाऊ शकेन."

ती सावकाश मान हलवते. तिच्या आत काहीतरी जागं होत होतं. ती म्हणते, "साब ना सांग, घरच्या स्टाफपैकी कुणी नाहीये. पुढचं दार उघडंच असेल. त्यांनी सरळ स्वयंपाकघरात जावं. त्यांचं सामान गाडीतच राहूदे. ते तू मागाहून आण."

दमयंती सावकाश स्वयंपाकघरात जाते, पाण्याचा पेला घेते आणि घरभर फिरते. तळमजल्यापासून सुरुवात करून ती सगळे फोन डिस्कनेक्ट करते. सगळी दारं-खिडक्या बंद करते. ती पहिल्या मजल्यावर जाते. तिथेही तसंच करते. तिचा सेलफोन उचलते. सरस्वतीचा नंबर शोधते. बराच वेळ त्याच्याकडे पाहत राहते. नंबर लागत नाही. फोन बंद करून टाकते.

आता तिच्या हालचाली आपोआप होत असतात. ठरवलेल्या संकेतानुसार, कॉम्प्युटराइज्ड खळबळीने.

ती ड्रेसिंग रूमशेजारच्या कपाटापाशी जाते आणि आतले सगळे जाड मोठे टॉवेल्स बाहेर ओढून काढते. तिच्या नवऱ्याला आणि मुलाला तिने हॉलिवूडमधून एका खास बेड अँड बाथ लिननच्या दुकानातून खरेदी करून त्यांना ते पाठवलेले असतात. ते त्यांना फार आवडलेलेही असतात. ती ते स्नानगृहात नेते. टबात चांगले पूर्ण भिजवते. मग ती दारं खिडक्यांच्या साऱ्या फटींमध्ये ते लावून टाकते. पहिल्या मजल्यापासून ते तळमजल्यापर्यंत. दोन ओले टॉवेल ती बाजूला ठेवते.

पुढे...

स्वयंपाकघराला लागून असलेल्या खोलीत ती जाते. तिथे सगळे न वापरलेले गॅस सिलिंडर्स साठवून ठेवलेले असतात. ती ते एक एक करून गडगडवत स्वयंपाकघरात आणते. ते ओट्याच्या मागे, दोन कुकिंग रेंजच्या मध्ये, नजरेआड ओळीने मांडून ठेवते. ती कोठीचं दार बंद करते. त्याला एक ओला टॉवेल लावते. शेवटचा टॉवेल ती स्वयंपाकघराच्या अर्धवट उघड्या दाराला लावते. एका माणसाला आत जायला पुरेशी जागा ठेवते.

पुढे...

ती बारजवळ जाऊन स्वत:साठी तीन खसहॉपर्स बनवते.

पुढे...

ती परत स्वयंपाकघरात जाते आणि तिचं आवडतं पेय ग्रॅनाइट ओट्यावर ठेवते. किचन स्टूल ओट्याजवळ ओढते.

पुढे...

काडीपेटी शोधते आणि ती तीन खसहॉपर्सशेजारी खाली ठेवते.

पुढे...

ती पहिला गॅस सिलिंडर उघडते. थोडा वेळ लागतो, कारण ते पांढरं झाकण ओढून काढणं तितकंसं सोपं नसतं. पण ती जमवते. मग ती बाकीच्यांचीपण टोपणं काढून टाकते. तिला माहीत आहे, तिच्या पहिल्या खसहॉपरच्या शेवटी ती गॅसवर चालणाऱ्या सगळ्या कुकिंग रेंजेस चालू करेल. ग्रिल आणि रेलिंगची दारं उघडून ठेवेल; दुसऱ्याच्या नंतर ती चमच्यांची मागची टोकं त्या बिनाटोपणांच्या सिलिंडर्सच्या सेफ्टी व्हॉल्व्हमध्ये घालेल, गॅसचा प्रवाह त्यामुळे मोकळा होईल.

पुढे...

ती स्टुलावर चढून बसते. तिचं पहिलं खासहॉपर उचलते. ती फेसाळ दारू तिला इतकी चांगली कधीच लागलेली नसते.

ती चवीने घुटके घेते.

नवरा तिच्याकडे येण्याची वाट पाहू लागते.

काजोलीचं काम आता पूर्ण संपलंय. एक शेवटची ठरलेली भेट झाली की, ती झोपायला मोकळी होणार असते. ती तिच्या भल्या मोठ्ठ्या डिझायनर ग्लेअर्सकडे हात नेते. थबकते. 'नाही. तू विक्षिप्त आहेस. तुझ्या स्वत:च्या मिणमिणत्या प्रकाशातल्या कार्यालयात तू काळा चष्मा घालून बसतेस. असं लिहून आलेलं नको आहे तुला.' काजोली तिच्या खान्यातलं कात्रण काढते. एक चांगला चाबूक म्हणून ती ते हाताशी ठेवते आणि त्याच्याकडे बघते.

तिच्या केबिनच्या दाराचा पुढच्या बाजूचा फोटो, त्यावर सगळे रुद्राक्ष आणि दृष्ट काढण्याच्या तुर्की वस्तू, धागे अन् गंडे-दोरे त्यातच एका चौकटीत तिचा काळा चष्मा लावलेला फोटो, कुठल्यातरी पार्टीत काढलेला. त्यासोबतच्या लेखात म्हटलेलं असतं की, मुलाखत छापता येत नाही, कारण जे संभाषण झालेलं असतं, ते काजोलीबरोबरचं झालं असं वार्ताहराला खात्रीने सांगता येत नसतं. तिला मुलाखतीसाठी बोलवण्यात आलेलं असतं. प्रसिद्धीवाल्या लोकांनी तिला सगळी पार्श्वभूमीची माहिती देणारं साहित्य दिलेलं असतं, थांबायला लावलेलं असतं आणि मग फोनवरून मुलाखत दिली गेलेली असते. दाराच्या एका बाजूला ती असते आणि दुसऱ्या बाजूला अर्थातच काजोली, तिच्याशी बोलत असते.

काजोली दुसऱ्या बाजूला होतीच; भीतीने पूर्ण ग्रासलेली! कुणाही अपरिचिताला आपल्या समलिंगीपणाचा वास लागेल, ते त्याबद्दल लिहितील आणि तिचा जोरात चाललेला टेलिव्हिजनचा व्यवसाय धोक्यात आणतील या भीतीने तिला ग्रासलं होतं. त्या लेखाच्या झटक्याने ती शुद्धीवर आली. दृष्ट न लागण्याच्या सगळ्या वस्तू काढून टाकण्यात आल्या होत्या. अंगठ्या-बिंगठ्या, गळ्यातल्या माळा, हातातली कडी वगैरे. कधीकधी आतूनही ती भीतीने घेरते, पण त्या वेळी त्यातून बाहेर यायचा प्रयत्न करते. ती प्रार्थना करते, ती थेरपिस्टला भेटते.

तिच्या प्रसिद्धीवाल्या लोकांनी मात्र त्या वार्ताहराबरोबर ती गोष्ट काढली. तिने त्यांना 'चालतं व्हायला' सांगितलेलं असतं. त्यांनी सांगितलेलं असतं की, त्यांच्या मालिकांची माहिती ते तिच्या वर्तमानपत्राला पुरवणं बंद करतील, तेव्हा तिने इतक्या भयानक संतापाने त्यांच्याकडे इतका वेळ पाहिलेलं असतं आणि त्यांच्या मते अतिच क्रूरपणे की, त्यांना जन्माची जरब बसते. प्रसिद्धीच्या लोकांनी मग त्या वार्ताहराच्या बॉसशी बोलायचा प्रयत्न केलेला असतो. ज्यांनी त्यांना, त्यांच्या बॉसला तिला फोन करायला सांगायला सांगितलं.

आणि म्हणून काजोली नफीसाशी बोलते. काजोली मग तिला त्यानंतर पुष्कळ वेळा येता-जाता फोन करत राहते. प्रत्येक फोन अतिशय गुळगुळीत, थेट आणि व्यावसायिक असतो; पण ती तिला अजून भेटलेली नसते. आज पहिलीच वेळ असते. काजोलीचा हात पुन्हा काळा चष्मा काढायला जातो; मागे येतो. 'काही गरज

नाही.’ ती स्वत:ला आठवण करून देते. तिच्या सूत्रांनुसार, ही बाई स्वत:च समलिंगी असते. नवऱ्याचं कधी दर्शन नाही. लोकांना बनवायला एक कथा रचलेली. काजोलीने असंही ऐकलेलं असतं की, ती पक्की बनेल आहे. खरीखुरी पर्दाफार्श करणारी. म्हणून बऱ्याच जणांना आवडत नाही, पण काम फत्ते करते आणि स्वत: परिणाम साधते. तिच्याबरोबर काम करायला काजोलीला आवडणार असतं.

नफीसा आत येते तेव्हा डोळे बारीक करते, “थोडा उजेड करता येईल का?” ती विचारते, “मला अंधूक प्रकाशात नीट दिसत नाही.”

काजोली उपरोधाची, कुत्सितपणाची छटा शोधते. तिला दिसते सुंदर ओठांची एक जोडी, मधमाश्यांनी डंख मारला असावा अशी धूम्रपानामुळे कडेला किंचित काळपट! तिला त्यांचा अधिक शोध घ्यावासा वाटतो. त्यांच्या कडेवरून चुंबन घ्यावं, खालच्या ओठाला आपल्या ओठाने स्पर्श करावा वाटतो.

“मला इथे थोडा उजेड हवाय. मला रातांधळेपणा आहे.”

इतकं खाजगी काहीतरी ती चक्क सांगून टाकते. काजोलीच्या टेबलावर असलेल्या अनेक रिमोट्सपैकी एकाने ती डिमर वाढवते. वयाने मोठी एक स्त्री तिला प्रकाशात येताना दिसते. डोळ्यांभोवती बारीक रेषा, जिवणीजवळ लाफ लाइन्स, भरदार चविष्ट ओठ! ‘यांनी इतकं रोखठोक का बोलायला हवं? तिच्या टाइपचं नाही. तिचा टाइप तरी कुठला? तिला कसं कळेल, कधी कळेल? अखेर शेवटी तिला मिळेल का प्रेम?’

“धन्यवाद! आता मला सांगा, मी स्वत: तुमच्या कार्यालयात यावं, तेही इतक्या दुरून असा तुमचा एवढा आग्रह का होता? तुमचं समलिंगी असणं नाकारण्याच्या संदर्भात आहे का हे?”

सरळ असंच. काजोलीचा हात काळ्या चष्म्यापाशी जातो, रेंगाळतो; नफीसा तिच्याकडे टक लावून पाहत असते; उपहास नाही. तिचे ओठ किंचित विलग होतात. काजोली श्वास सोडते आणि थेट मुद्यावर येते, कारण या बाईला सडेतोड वागणं पसंत असल्याचं तिच्या लक्षात येतं. “तुम्ही माझ्यासाठी लिहिलं तर मला फार आवडेल. आपण एकत्र काम करणं मला आवडेल.” ती आणखी एक खाना उघडते आणि नफीसाचा श्वेतांबरावरचा लेख काढते. ती लवकरच स्वतंत्र चित्रपटनिर्मितीकडे जाणार असते. मला वाटतं यात चित्रपटाचं मटेरिअल आहे.

हलकेच घेतलेला श्वास! नफीसा ओठ चावते. अचानक तिचा चेहरा आकसतो.

काजोली हलकेच टेबलाच्या दुसऱ्या बाजूला जाते. “तुम्ही ठीक आहात ना? काही चुकलं का?” ती पाणी आणि चहा आणण्यासाठी घंटी वाजवते. गरम द्रवाने त्या स्त्रीला पुन्हा तरतरी येईपर्यंत थांबते.

नफीसाला पुन्हा स्वर सापडतो, "सॉरी, पण हे खोटं वाटण्याजोगं होतं."

"खोटं वाटण्याजोगं?"

"ही वेळ अगदी विचित्र आहे."

"विचित्र?"

"आज सकाळी तिला गोळ्या घातल्या."

"गोळ्या? कुणी घातल्या? का? ती ठीक आहे ना?"

"आता तिला नक्कीच शांती मिळाली आहे, कारण आता ती मृत आहे."

"पण कुणी? कशासाठी?"

"आज सकाळी मला फोन आला की, तिच्या झोपायच्या खोलीत तिच्यावर गोळ्या झाडल्या होत्या. अगदी जवळून. थेट तिच्या डोक्यात!"

"पण का? तिनं कुणाचं वाकडं केलं होतं? हां ती धर्माबद्दल जरा अति वाटते आणि खेड्यापाड्यात जाऊन लोकांचं धर्मांतर करते, पण हे काही कुणाला ठार मारण्याचं कारण होऊ शकत नाही!"

"पण तिचे लोक याच कारणासाठी मिशनऱ्यांना आणि भारतीय ख्रिश्चनांना अगदी हेच करत आहेत आणि आता... शी, तिच्यायला, फक्त अर्धी सिगरेट ओढता आली असती तर..."

"माझं कार्यालय 'नो स्मोकिंग' आहे, पण तुम्ही वरती गच्चीत जाऊ शकता."

"नाही, नाही. मी एका मैत्रिणीला वचन दिलंय सिगरेट ओढणार नाही म्हणून. ती मला माफ करणार नाही."

ती मैत्रीण.. कदाचित तिच्या टाईपची नाही, पण आहे का ही?

"मला थोडं अगदी गार पाणी मिळेल का प्लीज? त्याने तल्लफ थोडी कमी होते."

काजोली थंडगार पाणी आणि ताजा चहा आणायला पाठवते. तोपर्यंत नफीसा संन्यासिनीवरचा तिचा लेख पहिल्यांदाच पाहत असल्यासारखा पाहते.

"आपण मारले जाऊ असं तिला कधी वाटलं असेल का?"

"ती म्हणाली होती, असं होऊ शकतं."

"तुम्ही ते का लिहिलं नाही?"

"ते 'ऑफ द रेकॉर्ड' होतं. तिने सांगितलेल्या आणखीही बऱ्याच गोष्टी तशा होत्या. काही असो, खऱ्याची आणि पुराणकथांची सरमिसळ केली जाते. अशा वातावरणात ती लहानाची मोठी झाली, त्यामुळे तिच्या बोलण्यातून गहू आणि फोलपटं वेगळं करावंच लागायचं."

"तिला गोळी घातली, कारण तिला बाइक-बॉंबर साध्वीबद्दल काहीतरी माहीत होतं! की ती राजकारणाच्या मुख्य प्रवाहात येणार आहे असं तिने जाहीर केलं म्हणून?"

नफीसा खांदे उडवते.

"का पण? तुमचा तिच्यावरचा लेख वाचा. या वयातदेखील तिच्या बिछान्यावर बाहुल्या होत्या-आहेत. तिने दोनदा जवळजवळ लग्न केलं. तिची आई तिला जन्म दिल्यावर मरून गेली, वडीलही गेले. तिच्या लहानपणात तेच काय ते सभ्य गृहस्थ तिच्याजवळ असावेत. तिला वाढवणारा तिचा मोठा भाऊ होता म्हणा...."

"तिचा भाऊ." मान हलवत नफीसा पुटपुटते.

"तिच्या भावाने तिला मारलं असं वाटतं तुम्हाला? तिच्या संन्यासिनी असण्याचा त्याचा बराच फायदा झाला. ती राजकारणात गेली असती तर त्याला आणखी लाभ झाला असता. तो कशाला सोन्याची अंडी देणारी कोंबडी मारेल?"

नफीसा पुन्हा खांदे उडवते, पुटपुटते, "या लोकांचं सगळं नियंत्रणासाठी असतं. संपत्ती आणि बायकांवर नियंत्रण."

"मला सांगा, हीच कथा आहे? भावाला ती त्याच्या नियंत्रणात राहायला हवी आहे. ते साध्य करण्यासाठी धर्म हा सर्वांत चांगला मार्ग. तो तिला लहानपणापासून प्रवचनं द्यायला गावोगाव पाठवतो. ती मोठी होते. तिला लग्न करावंसच वाटतं. राजकारणाच्या माध्यमातून पंख पसरावेसे वाटतात. भावाला ते नको आहे का? अरे देवा, मला वाटतं, मला समजतंय, तो तिचं शोषण करत होता. तो हरामी तिचं आर्थिक आणि लैंगिक शोषण करत होता."

पुन्हा खांदे उडवणं. काही मिनिटांपूर्वी तिला प्रचंड अस्वस्थ करणाऱ्या विषयापासून स्वत:ला अलग करण्यात ती यशस्वी होते आहे, असं तिला वाटतं. "किंवा कुणीतरी तिच्या भावाला अडकवलं असेल. काहीही स्पष्टीकरण शक्य आहे. आत्तापर्यंत प्रत्येक धागा पुसून टाकला गेला असेल. ती कधी अस्तित्वातच नव्हती असं होऊन जाईल."

"ती राहील माझ्या चित्रपटातून. मला तिच्यावरचा हा चित्रपट नक्कीच करायचा आहे."

"कसं, ते मला कळत नाही. खरंतर कशासाठी हेही समजत नाहीये."

"माझी निर्मिती संस्था दर वर्षी दोन अगदी वेगळे चित्रपट करणार आहे. एक तद्दन मसाला, एक स्मॉल बजेट."

नफीसाच्या चेहऱ्यावर प्रश्नचिन्ह. याचा तिच्याशी काय संबंध?

"तुम्ही अशी स्त्री असाव्या, ज्यांना थेटपणा आवडतो, पण हे ऑफ द रेकॉर्ड आहे. संन्याशिनीची कथा मला भावली. तिची गोळी घालून हत्या झाल्याने चित्रपटाला जास्त प्रतिसाद मिळेल. एखादी इंटलेक्चुअल आर्ट हाउस फिल्म असावी त्या पद्धतीने मी ती सादर करेन आणि त्याचं मार्केटिंग करेन, पण मल्टिप्लेक्समध्ये

थोडा पैसा मिळवण्याच्या दृष्टीने आपण त्याला स्मॉल बजेट ठेवू या. हिंदी आणि इंग्रजी मिश्र असा हा चित्रपट बनवू या. ऑस्करपासून जगातल्या मार्केटचं लक्ष बॉलिवूडची फोडणी दिलेल्या भारतीय विषयांकडे गेलं आहे.''

"तू फार ठरावीक वातावरणात काम करतेस. या अशा विषयावरून जी काय टीका होईल, ती तुला पेलेल का?''

"माझ्या तथाकथित मागास मालिका कितीही लोकप्रिय असल्या, तरी त्यांच्यावरून किती टीका होते ते तुला नक्कीच माहीत असेल.''

"मला एवढंच माहिती आहे की, टेलिव्हिजनने बायकांना अश्मयुगात घालवल्यानंतर आता तो मुलांना, विशेषत: मुलींना मागास करण्याकडे वळला आहे. नाही, नाही तू आदर्श भारतीय एकत्रित कुटुंब दाखवल्यामुळे जे लोक तुझी प्रशंसा करत होते त्यांच्याकडून होणाऱ्या प्रहाराबद्दल मी बोलत नाहीये. तू श्वेतांबरावर चित्रपट केलास आणि तू तो कितीही तपशीलवार, सुंदर केलास किंवा अत्यंत वाईट बनवलास, तरी तिची भगवी मंडळी या सर्जनाच्या प्रक्रियेत ढवळाढवळ करणारच. हीच गोची आहे. कळलं का, एकदा वाऱ्यावर स्वार झालं की, खाली उतरणं अवघड असतं.''

"मी हा धोका पत्करायला तयार आहे. शिवाय कशीही प्रसिद्धी ही चांगलीच प्रसिद्धी असते.''

"तुझ्याविरुद्ध तिरस्काराची मोहीमच उघडण्यात येईल. विश्वास ठेव माझ्यावर, अगदी अपरिचित माणसांनी आणि अगदी विनाकारण तिरस्कार करणं म्हणजे काय असतं ते माहीत आहे मला. तू हिंदू आहेस आणि तू त्यांच्या धर्माच्या, त्यांच्या कल्पनेशी सुसंगत नाहीस या कारणासाठी ते तुझी भगवी सुपारी देतील.''

"काहीतरी काय! शिवाय आमची फिल्म इंडस्ट्री आहे ना! संकटाच्या वेळी आम्ही एकमेकाच्या पाठीशी उभे राहतो.''

"खरं? मग निर्माती मान्याच्या वडलांनी जेव्हा स्थलांतरितांच्या विरुद्ध कार्यक्रम सुरू केला तेव्हा कोण बरं खात्रीने उभं राहिलं? मुंबईत जो काही चित्रपट उद्योग आहे, तो देशभरातून आलेल्या माणसांमुळे आहे आणि त्याने हेही सिद्ध होतं की, स्थलांतर काही फक्त गरीब लोकच करत नाहीत, पण तुमच्या उद्योगातल्या ज्या लोकांचं मान्याशी भाषेचं नातं होतं ती चूप बसली. अगदी विविध गायक जे स्वत: स्थलांतरित आहेत, ज्यांची सबंध कारकीर्द ही स्थलांतरित गीतकार-संगीतकारांनी घडवली आहे तेही. जर ते देशाचा आदरणीय आवाज म्हणून बोलले असते, तर प्रत्येक भारतीयाने त्यांची प्रशंसा केली असती आणि ही हिंसा काबूत आणायला मदत झाली असती. कदाचित ही दुष्ट मोहीम कायमची निकालात निघाली असती.''

“मिडियावाले नेहमी फक्त चित्रपट उद्योगालाच का एकटं पाडतात? एक क्रिकेटर तरी बोलला का?”

“जर तुम्ही कुणासाठी बोलला नाहीत, तर तुमच्यावर वेळ आल्यावर कोण बोलणार?”

मुंबईच्या स्थलांतरितांचं सत्य

स्रोत : टाटा समाजविज्ञान संस्था

१९९६ पासून २०००पर्यंत ८.६ लाख भारतीय मुंबईत आले.

** उत्तर प्रदेश, मध्य प्रदेश, बिहार, हरियाणा, पंजाब, जम्मू आणि काश्मीर- ३.२ लाख*

** चार दक्षिण भारतीय राज्यांमधून - १.२ लाख*

महाराष्ट्रातून - २.४ लाख

“तुझ्या बोलण्यावरून वाटायला लागलंय की, तालिबान भारताच्या सीमेवर नसून मुंबईमध्ये आहे.”

“तालिबान, हुकूमशहा काय फरक? मान्याच्या वडलांनी काय केलं, तुला नक्कीच माहीत असेल. २६/११च्या अगोदर एक दहशतवाद-विरोधी अधिकारी ‘हिंदुत्व बाँब’ बनवणाऱ्यांचा तपास करत होता. मान्याच्या वडलांनी जाहीर केलं की, त्या अधिकाऱ्याची पत्नी आणि मुलगी कुठे काम करतात तो पत्ता ते सांगून टाकतील म्हणजे लोक जाऊन ‘हिंदू विरोधी’ म्हणून त्या स्त्रियांच्या तोंडावर थुंकतील.”

“विश्वास बसत नाही.”

नफीसा खांदे उडवते. “तुझ्यावर आहे, पण याच पद्धतीने ते सर्वसामान्य लोकांना आंदोलनात ओढतात. याच पद्धतीने ते विष फैलावतात. आपल्यातले म्हणजे भारतीयांमधले बरेच जण सुरक्षित मध्यममार्गी असतात. पण हा जो मोठा होत जाणारा जमाव असतो ना, तो आपल्याला असं वाटायला लावतो की, जर आम्ही त्यांच्या बरोबर नसलो, तर आम्ही त्यांच्या विरोधात आहोत आणि आम्ही त्यांच्या विरोधात आहोत म्हणजेच आम्ही बहुमताच्या विरोधात आहोत. सबब, दहशतवाद्यांना धार्जिणे आहोत. काही लोकांचा अशा वेड्यावाकड्या तर्कांवर विश्वास बसतो.”

काजोली हाताने तिचं म्हणणं पटल्याचं दर्शविते, “खरं सांगायचं, तर या बाईने विधवांवरच्या चित्रपटाच्या वेळी क्रूला जे काही केलं ते तिच्यावरच्या

चित्रपटाबाबतही घडू शकतं, हे माझ्या लक्षातच आलं नाही. मला जरा यावर विचार करू दे, पण माझ्या इतर प्रकल्पांवर माझ्याबरोबर काम करण्याबद्दल प्लीज विचार करशील का?''

नफीसा 'च्यक्' करते. त्या सहज लाघवी आवाजाने काजोलीच्या मुद्रेवर स्मित उमटतं. ''तू रात्री काम करतेस. मला रातांधळेपणा आहे. ही टोकं काही जुळायची नाहीत. आता मला निघायला हवं. शहरात पोहोचेपर्यंत मोठा प्रवास आहे.'' ती उठते. थांबून विचारते, ''प्लीज तुमचा टीव्ही चालू करता का? या गोळीबाराबद्दल वृत्तवाहिन्या काय म्हणतात ते मला माहीत करून घ्यायला हवं.''

भिंतभर पसरलेल्या वाइड स्क्रीन प्लाझमा टी. व्ही.चा पडदा काजोली बटणाच्या एका कळेने उजळून टाकते. चित्रं जिवंत होतात. ती रिमोट नफीसाच्या हातात देते.

''धन्यवाद!'' नफीसा म्हणते, ''तिची चित्रं येईपर्यंत मी आवाज बंद ठेवते. तोपर्यंत आपल्याला बोलता येईल. आणखी कशावर तुझं काम चालू आहे, घरगुती ड्रामे सोडून?''

''आजच काही वृत्तपत्रांना प्रकटन दिलं आहे. जरा वेगळ्या प्रकारची, आम्ही इंडस्ट्रीत हटके म्हणतो तशी मालिका लिहिण्यासाठी मी स्मीटीला करारबद्ध केलं आहे. तरुण आयांकडून त्याला चांगली लोकप्रियता मिळायला हरकत नाही. मुलांवरच्या मालिकांसाठी मी स्मीटीच्या नव्या मित्रासोबत भागीदारी करण्याच्या विचारात आहे. तुला माहीत असेल तो आणि त्याची संस्था मुलांच्यात आहेत.''

''मुलांच्यात, होय. आणि ज्या दिवशी तो पकडला जाईल त्या दिवशी बालकांच्या अश्लील लैंगिक चित्रपटांसाठी तुलाही अटक झालेली असेल.'' नफीसा ताठ बसते. तिच्या आवाजाला धार आलेली असते. ती भराभर वृत्तवाहिन्या बदलते आहे. आवाज मोठा झालाय. कर्कश्श! वटवट!

''भयंकर आहे तू काय म्हणालीस ते?''

तिचा आवाज नफीसापर्यंत पोहोचल्यासारखा वाटत नाही. तिची नजर आत्ता एका वाहिनीवर खिळलेली असते. तिचा चेहरा पांढराफट्टक पडलेला असतो.

''धर्माच्या नावाखाली मुलांचं शोषण करण्यापेक्षा हे काही वेगळं नाही. मला निघायला हवं.'' ती झटक्याने उठून उभी राहते. नजर अजून टीव्हीच्या पडद्यावर. ती निःस्तब्ध उभी. रिमोट कंट्रोल टेबलावर ठेवण्यासाठी पुढे केलेला हात तसाच हवेत आहे. निवेदिकेचा आवाज उत्तेजित होऊन मोठा झाला आहे.

''थांब, अशी जाऊ नको. मला माहीत नव्हतं. खरंच. शप्पथ!''

नफीसाला चक्कर येते.

बाहेरचं गेट उघडल्याचा आवाज. खडीवरून कचकचत येणारे टायर्स थांबतात.

पळत मागे जाऊन दार उघडणारा ड्रायव्हर. मोटारीचं दार लावल्याचा आवाज. पुढचं दार उघडतं; बंद होतं. मोटार निघून जाते. जिन्यावरून वर जाणारा त्याच्या पावलांचा आवाज. तिसऱ्या खसहॉपरपर्यंत पोहोचलेली दमयंती होकारार्थी मान हलवते. तिने त्याला स्वयंपाकघरात यायला सांगितलेलं असतं, म्हणजे त्याने आधी काहीतरी दुसरं केलंच पाहिजे.

"हा काय प्रकार आहे... दमयंती..."

आह्, त्याला त्यांच्या झोपायच्या खोलीभर पसरलेल्या त्याच्या पँट्स दिसलेल्या असतात. तो चिडून धावत जिन्यावरून खाली येतो. सरळ स्वयंपाकघरात. "हे आले, बा अदब, बा मुलाहिजा. होश्यार, पधार रहे हैं किंग ग्रेनलिन इन-हिज-ग्रोइन कमीने जुगार... आणि आता हे बोलले टाऽऽऽऽऽ डाऽऽऽऽऽ."

"तुझं डोकं फिरलंय का? काय चाललंय माझ्या घरात?"

"त्या मुलीला विरोध करायला तू मला पुढे का केलंस?"

"तुला वेड लागलंय का? स्वयंपाकघरात हा वास कसला येतोय?"

"तुझं तिच्याबरोबर आधीच झोपून झालंय की तुझा तसा इरादा आहे? म्हणून ती तुला या घरात सून म्हणून नको आहे?"

'त्याला भानावर यायला क्षणार्थ पुरला. तेवढं ठीक आहे. कसलेला अभिनेता आहे तो. आता काय डायलॉग मारतो पाहू या.'

"तोंड आवर तुझं. मेगास्टार! अजून तुझा विंडो पिरीयड चालू आहे."

तो मान मागे टाकून हसतो. तो असा हसतो तेव्हा प्रेक्षक काय वेडे होतात!

"माझ्या घरात मला आणखी एक बंगालन नको आहे. एकच फार झाली. बाकीच्यांपेक्षा स्वत:ला फार शहाणी समजणारी. ज्यांना खोटं खोटं इंटलेक्चुअल मूठ मारण्यासारखं वागणं-बोलणं नको आहे त्यांना शूद्र समजणारी."

दमयंतीच्या डोळ्याच्या कोपऱ्यात एक छाया उमटते की ग्रहण होतं ते?

ती काडी ओढते.

भाग्या विमान कंपनीच्या काउंटरवरून सामान चेक इन करते आहे. फारसं काही नाहीच. इथे असताना तिने स्वत:साठी फार काही खरेदी केलीच नव्हती. तिचं सामान अवघ्या काही किलोंनी जास्त भरलं होतं आणि तिच्या शेजारी ब्रीफकेस घेऊन उभ्या असलेल्या एका माणसाला आम्ही बरोबर प्रवास करतो आहोत असं सांगण्याची विनंती केल्यामुळे तिला जादा आकार भरावा लागला नव्हता. तेवढ्याने तिला आनंद होतो. विमान कंपनीच्या मुलीला ती दर किलोचे पैसे विचारते आणि तिने किती पैसे भरले नाहीत याचा मनात चटकन हिशोब करते. खर्च न केलेले पैसे म्हणजे बचत. तिच्या भविष्य निवृत्ती योजनेत एक एक वीट रचण्यासाठी

प्रत्येक पैसा महत्त्वाचा होता.

दुपारच्या ग्रहणाची खूप उत्सुकता असली आणि काही विमानांना त्यामुळे उशीर झाला असला, तरी तिचं विमान वेळेवर होतं. भाग्याला हा शुभशकुन वाटतो. तिच्या हँडबॅगमधल्या वस्तू ती चाचपते.

वस्तू पुढीलप्रमाणे, सकाळच्या कॉफीनंतर केलेली किरकोळ कामं.

बँकेत रोख भरणा केल्याची पे इन स्लिप, पहिल्या मजल्यावरच्या वास्तव्यात त्याने घरखर्चासाठी कुरकुरत दिलेल्या पैशातून तिने कष्टाने वाचवलेले पैसे. तो स्वत: कधीच काही बचत करत नसे. पुढचा विचार करणं त्याला कठीण जात असे. त्याने सुरू केलेल्या गोष्टी चालू ठेवण्याचीही पर्वा तो करत नसे. तो तिच्यापासूनही गोष्टी लपवत असे. लहानसहान गोष्टीत तो खोटं बोलत असे. कधीही त्याने शब्द दिला नव्हता की पाळला नव्हता. उत्तरासाठी मागे लागलं, तर शब्दांमध्ये गुंगवून, भडकवून, गडबडगुंडा करून पार... त्यामुळे तिने हे बचत-कार्य आरंभलं होतं. तिचं बाळ मोठं होऊन सर्वोत्तम विद्यापीठात पदव्युत्तर शिक्षणासाठी जाईल म्हणून विद्यापीठाचा निधी आता तिचा निवृत्ती-निधी बनला आहे. ज्या क्षणी ती कामाला सुरुवात करणार होती, त्या क्षणी जास्तीच्या सामानाचे वाचलेले पैसे ती त्यात टाकणार होती.

तिच्या स्टॉक मार्केट ब्रोकरला तिने पाठवलेल्या मनिऑर्डरची पोस्टातून मिळालेली पावती. रोकड- टेबलाखालून दिलेल्या सेवेच्या झोल-झाल मधला तिच्या नवऱ्याचा वाटा- प्लॅस्टिकच्या पिशवीतून घेतलेला. ती तिच्यापासून लपवून ठेवली आहे असं त्याला वाटायचं. ती नोटांची बंडलं सापडल्यावर तिला वाटलेला आशेचा किरण. शेवटी तो त्याच्या आईपासूनसुद्धा काहीतरी लपवत होता तर! फक्त तेवढाच विचार, निसटता... त्यानंतर अंग चोरून घेणं... सतत स्वत:ला कमी लेखणं, दात घासताना चुकून आरशात नजर गेली तर तारवटलेल्या डोळ्यांनी कुणी तिऱ्हाईत व्यक्ती दिसायची.

त्याच प्लॅस्टिक पिशवीतून खरेदी केलेली विमानाची तीन तिकिटं. एक इथून घरी जाण्याचं. दुसरी जायची आणि यायची ओपन तिकिटं, म्हणून जरा महाग. चैन्नई-हैद्राबाद-चैन्नई, चेन्नई-पुणे-चेन्नई. ती या शहरांमध्ये जाईल, जिथे बायका स्कूटी चालवतात, तिच्या बँकेत तिथे जागा होती. तिच्या बॉसने तिला त्याबद्दल सांगितलेलं असतं. तिची आधीची बॉस आता बँकेच्या कॉर्पोरेट रचनेत चांगली बडी आसामी झालेली असते.

हैद्राबाद आणि पुण्यात हॉटेलमध्ये राहण्यासाठी प्लॅस्टिक पिशवीतून हातातल्या पिशवीत आलेली आणखी थोडी रोकड.

आणि त्याहून बरीच जास्त रोकड लोधी रोडवरच्या मंदिरातल्या दानपेटीत

सरकवलेली. जिथे भयानक त्रासाच्या वेळी तिला मदत मिळाली होती. तिथल्या उपाध्यायांकडून झालेलं शांत स्वागत आणि खरोखरचं सहभोजन. एका जागी, एका छताखाली असलेल्या तिच्या बहुतेकशा देवांबरोबर – गणेश, महालक्ष्मी, वेंकटेश्वर बालाजी, कोपऱ्यात एका पाटावरची छोटीशी दुर्गा. प्रदक्षिणा पूर्ण झाली की, ती थंड, उंच खांबाला टेकून दगडी फरशीवर बसायची, द्रोणातून प्रसाद खायची आणि इतर लोकांना तिथल्या देवांची प्रार्थना करताना पाहायची. गर्भातल्या स्त्रीबीजाला किंवा बरोबरच्या माणसांना फार वेळा संधी मिळत नाही, पण देवाला किती वेळा मिळते! तीही काम न झाल्याबद्दल.

बरेच लोक सर्वश्रेष्ठ पुरुषतत्वाची आराधना करायचे. साडेसातीने सुख पांगळं करून टाकणारा देव! काही वेळा अशा असतात की, ती वाईट परिस्थिती सुधारण्यासाठी तुम्ही काहीही करा, कितीही जोरात प्रयत्न करा, गोष्टी धड होतच नाहीत. अशा वेळी तोंडाकडे बघायला कुणी दुर्दैवाचा देव असलेला बरा. सगळं देवाच्या खांद्यावर टाकता येत नाही. भाग्याच्या मनात विचार येतो, 'माणसाने केलेल्या चुकांच्या पर्वताकडे तुम्हाला दुर्लक्ष नाही करता येत. लोकांनी केलेल्या चुकीच्या निवडींच्या गठ्ठ्याला नशीब म्हणायला आवडतं लोकांना.'

तिचं लग्न ही चूक होती, कारण कुठलाही मर्जर-ॲक्विझिशनसारखं लग्नालासुद्धा काळजीपूर्वक तपासणी, थांबून वाट पाहण्याचा काळ लागतो. तिने केली तशी घाई करून चालत नाही. सगळी काळजी घेतल्यानंतरही काही चुकलं, तर ते खरंच वाईट नशीब! अनुभवाच्या खात्यावर त्याला टाका.

तुम्हाला जे हवं ते जेव्हा मिळत नाही तेव्हा तुम्हाला तेच मिळतं – अनुभव. देवळाच्या या भेटींची आठवण येईल, तशीच त्यानंतरच्या, रस्त्यापलीकडच्या लोधी गार्डनमध्ये, संधिप्रकाशातल्या स्मारकांवर इकडून तिकडे फिरणाऱ्या पक्ष्यांच्या साथीने मारलेले फेरफटकेही आठवत राहतील.

तिथे थोडी रोकड त्याच्यासाठी प्लॅस्टिक पिशवीत तिने ठेवली होती. पैसे चोरीला गेले असं वाटू नये म्हणून तिने एक चिठ्ठीही त्यात ठेवली होती. चिठ्ठीतला मजकूर पुढीलप्रमाणे – दे दान छुटे गिराण.

भाग्या तिच्या सुटकेसेस टॅक्सीत चढवत असताना पडद्यामागून तिची सासू तिला पाहते आहे असं तिला वाटतं. तळमजल्यावर एक खास नि:स्तब्धता होती. जॉयस ब्युटी पार्लरमध्ये पळून गेलेल्या सूनबाईबद्दल विचारलं की, डोळ्यांपुढे अंधेरी येणार आहे. तिला थांबवलं नाही याचं तिला बरं वाटतं. 'आणखी नाटक नको आता. पुढची बायको इतकी नशीबवान ठरणार नाही.'

भाग्यलक्ष्मी जाते.

सुखी होण्याच्या तिच्या इच्छेचा काही दृश्य ठसा ती मागे सोडते का?

या वाटेवरून इतरही बायका याआधी गेल्या आहेत. पहिल्या स्त्रीची दुर्मीळ वाट दुसरीने पाडलेल्या वाटेने दुरावली गेली, यामुळेच कितीतरी पुरुष कितीतरी लग्नं करू शकतात, पुढल्या स्त्रीच्या इच्छेच्या साखर-मसाल्याच्या मार्गाने.

स्मीटी कॅमेऱ्यासमोर पोझ देत आहे. ती वाढदिवसाचा केक कापते आहे, ज्यावर फक्त एकच छोटीशी मेणबत्ती आहे. तिच्या मागे त्याच्या दिवंगत पत्नीचे भव्य तैलचित्र रंगवलेले आहे. त्याच्या समोरच्या कपाटावर क्रिस्टलच्या लांब मानेच्या फुलदाणीत लांब देठाचा एक शुभ्र गुलाब आहे आणि जास्तच स्थिर ज्योतीचं चांदीचं निरांजन आहे.

क्लिक, क्लिक. स्मीटी केक कापते. त्याला एक ठोकळा भरवते. स्नॅप, स्नॅप! तो तिला भरवतो. आणखी क्लिकक्लिकाट. सर्वांसाठी केकचे स्लाइस आणि शँपेन.

"देवानं केवढं चकित केलं मला." ती निमंत्रितांना म्हणते, "काल रात्री दिल्लीत मला मुळीच कल्पना नव्हती. अगदी पुसट गंधवार्ता नव्हती. आज मी माझ्या वाढदिवसाला बेंगळुरूमध्ये आहे आणि त्याने मला लग्नाचं विचारलं! नाही नाऽऽऽ, अजून अंगठी नाही. मला वाटतं, त्या खास जुन्या पद्धतीच्या अगदी मोजक्या, खास अंगठ्या बनवणाऱ्या त्या छान बाईकडून तो घेणार असावा. अजून आम्ही लग्नाची तारीख ठरवली नाही. होय, माझी पुस्तकं आणि स्तंभलेखन चालू ठेवणार आहे. शेवटी माझा एक ब्रँड आहे आणि तुमच्यासाठी खास खबर, मी काजोलीच्या निर्मितिसंस्थेसाठी कथालेखन करते आहे. नाही, माझ्या अभिजात लेखनात तिला रस आहे, असं मला वाटत नाही, कारण तिला आणखी घरगुती भांडणांच्या मालिका करायच्या आहेत. माझं लिखाण जास्त करून स्त्री-मुक्तीविषयी आहे. तुम्हीही मान्य कराल. ते तरुणांशीही संवाद साधतं. मी जे लिहिते त्याला ते प्रतिसाद देतात. मला वाटतं, काजोलीला माझ्या या अर्थपूर्ण कामात रस असणार."

सगळे जण गेल्यावर आणि तिच्या वर्णनात बसेल अशी अंगठी आणण्यासाठी त्याची रवानगी केल्यावर स्मीटी तिचं पुढचं सदर लिहायला बसते. तिने बाकी आता बंद करायचं ठरवलंय, अशी बातमी द्यायचं तिनं ठरवलंय. सर्वोत्तम ते शेवटी येणार आहे. ती आणि तिचा भावी नवरा तिच्या नावाने एक निर्मितिसंस्था सुरू करत आहेत. तिथे ते मुलांबरोबर चित्रपट करतील. त्यांची इतकी कमतरता आहे! ही इतकी खास कल्पना आहे! खासकरून तिच्या भावी पतीची सेवाभावी संस्था बालकसेवेचं काम करत असताना. छोट्या ताऱ्यांसाठी राष्ट्रीय पातळीवर निवड चाचणी केली जाईल. अधिक माहितीसाठी याच जागेकडे लक्ष ठेवा गोटुल्यांनो.

ती शब्द मोजून बघते. तिच्या स्तंभलेखनासाठी पुरेसे नसतात. 'अजून थोडं

फुलवायला हवं. कदाचित कमतरतेच्या त्या भागाबद्दल थोडं अधिक? पण सपाट, कोरडं न वाटेलसं अभावाबद्दल कसं लिहिणार? उत्साही दिसणं हे इतकंऽऽऽऽ महत्त्वाचं आहे. वाचताना वाचकाला सकारात्मक वाटायला हवं." स्मीटी सिगरेट काढते. फोटोखालच्या दिव्यापाशी जाते. खाली वाकून त्यावर ती पेटवते.

दोन टेलिफोन संभाषणं. एक चकित करणारं आणि एक मजेदार एसेमेस.

Phoned 4 u whn it was over. Sum kajoli pikd up & sed u wr resting on dr orders, blud presure v. low. U fainted when u saw tv. O my, 4 me she faints!

(ते झाल्यावर तुला फोन केला. कुणी काजोलीनं घेतला. म्हणाली, डॉक्टरांच्या सांगण्यावरून तू विश्रांती घेते आहेस. रक्तदाब कमी झाला. टी. व्ही. बघून तुला चक्कर आली. बाई, बाई! माझ्यासाठी हिला चक्कर येते!)

Czae u cud hv killd yrslf. Phnd & told u r in urly labor. Am at airport, wil find way to hospital by 2n8. Royaly stupid cow!

(छै, तू मेली असतीस. फोन केला तर तू लवकर बाळंतपणासाठी गेलेली. मी विमानतळावर आहे. रात्रीपर्यंत तुला हॉस्पिटलात भेटते. राजघराण्यातली मूर्ख गाय!)

"हां, हॅलो, मी अविवा. आपल्या कालच्या संभाषणावर मी विचार केला. गृहसंस्थेच्या अध्यक्षांकडून आत्ताच पक्की माहिती कळाली आहे की, ही सदनिका तुमच्या नावावर आहे. तो सांगतो तशी तुमच्या नवऱ्याच्या नावावर नाही. तुम्हाला किती भाड्याची अपेक्षा आहे सांगाल का मला? मला बेंगळुरूमध्ये राहण्याची इच्छा आहे. पुढे-मागे मी स्वतःची जागा घेईन. मी जर तुम्हाला भाड्याचे चेक पाठवायचे असतील, तर तुमच्या नावाचं बरोबर स्पेलिंग मला कळवा. आपल्या दोघींचा महिन्याचं भाडं काय असावं, यावर गृहपाठ झाला की, पुढच्या पावसाळ्यात आपण याबद्दल बोलू शकू. थँक यू."

"हॅलो, हां, मी अविवा. मी त्याला कालच्या फोनबद्दल सांगायचं आहे का? मी काल त्याच्याशी बोलले आहे. सॉरी, नेमकी वेळ माझ्या लक्षात नाही. बहुतेक करून ग्रहणानंतर थोड्या वेळाने. मी त्याला भाडमध्ये जायला सांगितलं. तेवढंच. बाय."

आजनंतर दिवसात प्रत्येक जण टी. व्ही. बघेल. सारा देश अवाक होईल. सारखा, सतत शोक. तोही दुसऱ्या कुणाचातरी, दाखवून काही साध्य होत नसलं, तरी लोकप्रियता वाढवायला हा माल बरा असतो. के निवासात झालेल्या गूढ स्फोटांबद्दल ताजी माहिती मिळवण्यासाठी प्रत्येक वाहिनी आटापिटा करेल. या

बातमीचं ग्रहण ग्रहणाच्या बातमीला लागेल आणि प्रेक्षकांसाठी तर हा हिंदी पिक्चरच! फुल्ल मसाला मारके! डबल बोनान्झा! एकात दुसऱ्याला होणाऱ्या सगळ्या वाईट-साइट गोष्टी आणि दुसऱ्यात दुष्टांचा नि:पात करणारी घोड्यावर बसलेली, देवीसारखी कौतुकाची राणी. ऐसी राणी की जय हो!

सिंहगडच्या छैरंध्रीची सती जाणाऱ्या स्त्रीला वाचवतानाची छबी प्रत्येक वृत्तवाहिनी त्यांच्या बातम्यांच्या शेवटी 'आजची ठळक' म्हणून वापरेल; बातम्यांचा शेवट सकारात्मक होण्यासाठी. हर हायनेसने कोणतीही मुलाखत द्यायला नकार दिला आहे. त्यांनी एक निवेदन दिलं आहे की, जेव्हा त्यांच्या प्रजेला त्यांची गरज होती तेव्हा त्या त्यांच्याकडे गेल्या. मध्ययुगीन प्रथांना थोर मानत मुलांनी मोठं होता कामा नये हे आवश्यक आहे आणि असं म्हणून त्या त्यांच्या राजवाडा-हॉटेलच्या आत अदृश्य झाल्या. त्यांचे यजमान परदेशात आहेत. त्यांनीही कॅमेऱ्यासमोर यायला नकार दिला आहे. एक साधं, एका ओळीचं निवेदन दिलं आहे, ज्यामुळे कुठल्याही बाईला ऊऽऽऽह होईल. महाराणी छैरंध्रींबद्दल सिंहगडच्या राजघराण्याला अभिमान आहे.

आणखी काही वक्तव्यं नाहीत. दृश्यं नाहीत. फक्त झाशीच्या राणीसारखी घोड्यावर बसलेली छै! कारण 'जांच' चालू आहे असं पुटपुटत सगळे अधिकारी भूमिगत झाले आहेत. मुख्यमंत्री राज्याच्या बाहेर आहेत. निवेदिका लक्ष वेधते की, वार्षिकोत्सव जवळ आला असतानाही या बाई काही खास कारणाशिवाय अनुपस्थित आहेत, जेव्हा जिल्हा प्रशासनाच्या डोळ्यांदेखत हजारेक लोक बालविवाह साजरा करायला एकत्र जमले आहेत. एक प्रशिक्षणार्थी वार्ताहर होता. सिंहगड चेन ऑफ हेरिटेज हॉटेल्सवर एका प्रवासी भागाचं चित्रीकरण करण्यासाठी आलेल्या विदेशी क्रूबरोबर तो होता. ते त्या 'स्टोरी'वर चुकून आपटले. तो सीमाभागात फिरत असताना योगायोगाने त्याला सतीची चिता दिसली. त्याने दुरून लपून त्याचं चित्रीकरण करायला सुरुवात केली. फिल्मवर मुंग्या दिसत होत्या, कारण तो त्याच्या व्हिडिओफोनवर ते करत होता; त्याच्या कॅमेरामनच्या व्यावसायिक उपकरणांनी नव्हे. पण त्याने ते त्याच्या लंडनमधल्या वार्ताहर-मित्राच्या टेलिव्हिजन नेटवर्कवर अपलोड केलं आणि त्यांनी ते दाखवायला सुरुवात केली. एका भारतीय वृत्तवाहिनीनं चटकन ते फूटेज उचललं. पाठोपाठ इतरांनीही उचललं.

सर्व वाहिन्या ठासून सांगतात की, त्या काही दुष्ट आणि बघ्या नाहीत. पतीच्या चितेवर सतीला जाळणं त्यांनी फोन करून थांबवण्याचा प्रयत्न केला होता, पण कायदा व सुव्यवस्थेच्या हद्दीच्या चिखलात ते फोन्स फसले.

हा भाग सीमावर्ती प्रदेशात असल्याने तो या राज्यात आहे की दुसऱ्या असा तो वाद. वार्ताहराने हॉटेलवर त्याच्या क्रूला फोन केला आणि त्यांनी छैला ही

माहिती दिली. तेव्हा ती चित्रीकरणासाठी राजवस्त्रांचा साज परिधान करत होती. तिने अनेक फोन केले, एसेमेस केले आणि तिला या हद्दीच्या फटीबद्दल समजलं. सगळा वेळ ती टीव्ही. पाहत, काहीतरी हस्तक्षेप होईल म्हणून वाट बघत होती. शेवटी तिने कृती केली.

आणि तिने काय दृश्य बनवलं! अगदी टेकलेली, गर्भवती महाराणी घोड्यावर एका बाजूच्या रिकिबीत पाय टाकून बसलेली. मूर्तिमंत नारी शक्ती! तिचे जुने साहाय्यक राजशस्त्रं घेऊन तिच्यापाठी गाडीत पूर्ण गणवेषात आणि त्यांच्याबरोबर स्थानिक पोलीस-ठाण्यातून उचललेले दोन पोलीस आणि त्यांच्या लाठ्या. महाराणी पारंपरिक पद्धतीने माथा झाकलेली. ती थेट चितेशेजारी जाऊन थांबते आणि आज्ञार्थी हात उचलते. विधवेचा मुलगा हातातली चूड खाली टाकतो आणि जमलेल्या गावकऱ्यांबरोबर आणि बऱ्याचशा साधूंसहित पळ काढतो. महाराणी पुन्हा खूण करते. अटक करायला पोलीस पुढे धावतात आणि त्या बाईला पतीच्या चितेवरून खाली उतरवतात. महाराणी सगळं दृश्य एकदा नीट पाहते. घोडा वळवते आणि परत जाते. तिचे सेवक जुन्या गाड्यांमधून तिच्या पाठोपाठ. राज करे रानी!

दिवसभर वाहिन्या एका दीर्घ परीकथेचा शेवट पुन्हा पुन्हा दाखवत राहतील. अग्निशमन खातं म्हणतं की, तो गॅस सिलिंडर्सचा स्फोट होता, पण बाँबमुळे गॅस सिलिंडरचा स्फोट झाला असेल अशी शक्यताही ते नाकारत नाहीत. पोलीस म्हणतील की, यात कुठे अतिरेक्यांचा किंवा नक्षलवाद्यांचा हात होता का याचा तपास चालू आहे. इथे बरीचशी आद्याक्षरं एबीसीडी, लघुरूपं म्हणून धडधडा पाठ म्हणून दाखवली जातील. हे सिलिंडर स्फोटांना जबाबदार असू शकतात. किंवा या तारका कुटुंबाला प्रोटेक्शन मनी मागणारा एखादा अंडरवर्ल्ड डॉनही असू शकतो. तसं असेल, तर तो सध्या बँकॉकमध्ये असलेला हिंदू डॉन 'आर्' असेल. जो पूर्वी मुस्लीम डॉन 'डी'च्या हाताखाली उमेदवारी करत होता, पण बाबरीनंतर तात्त्विक मतभेद झाल्यामुळे ते वेगळे झाले किंवा सध्या पाकिस्तानमध्ये असलेला त्याचा पूर्वीचा बॉसही असू शकतो.

प्रचंड धक्का बसलेला त्यांचा मुलगा चित्रीकरणातून घाईघाईने आपल्या आई-वडलांच्या देहाची ओळख पटवण्यासाठी येईल. ड्रायव्हर कॅमेऱ्यासमोर बडबडेल की, बाँबस्फोटांच्या आधी तो निघून गेला, पण मेमसाबनी त्याला दार उघडलं तेव्हा त्या वेगळ्याच दिसत होत्या. कदाचित तेव्हाच अतिरेकी आत असतील.

हिंदी चित्रपटसृष्टी एक दिवसाचा बंद ठेवेल. ते सगळे पांढरे कपडे घालून दूर गेलेल्या प्रिय व्यक्तींना श्रद्धांजली वाहण्यासाठी येतील. ते शांतता पाळतील, पण त्यांची डोकी वेगाने चालत असतील. या स्वर्गीय संधीचा लाभ घेऊन त्यांचे जुने,

या स्टार जोडीला घेऊन काढलेले चित्रपट कसे पुढे सरकवायचे, आता सोन्याची खाण असलेल्या त्यांच्या मुलाला कोणत्या प्रकल्पात कसं सहभागी करून घ्यायचं. वा! आकाशातला श्रेष्ठ नाटककार मान्यताच देईल. शो मस्ट गो ऑन.

पुढच्या ग्रहणापर्यंत नवीन ताऱ्यांचा उदय झालेला असेल आणि सर्वश्रेष्ठत्वासाठी त्यांची धडपड चाललेली असेल.

ते बेगडी स्वर्गात चमकत असताना त्यांच्या बायका-मुलांना नरकयातना देणार नाहीत अशी आशा!

उपसंहार

स्वर्ग.

असतो का?

मी खरंच तिकडे चालले आहे का? आणि जर हा शोध असेल, तर तो मला सापडेल का?

स्वर्ग हा दुधामधाचा प्रदेश मानावा, अशी आम्हा बायकांची घडण असते; मद्याचा, मदिराक्षींचा नव्हे. स्वर्गात शरीरसुख असतं का, असेल का, असू शकेल का यांनी आमच्या मनात गाठी पडतात. पुरुषांसाठी मात्र स्वर्ग म्हणजे दाढी-बिढी न करता, रेशमी गाद्यागिरद्यांवर हूर आणि त्यांचे कमनीय देह, हाताशी मद्याचे प्याले, मानसिक रिमोट कंट्रोलच्या अंतरावर मोठ्या ढणढण आवाजात क्रीडावाहिन्या. दुसऱ्या शब्दांत, त्यांना इथे खाली जे हवं असतं, तेच स्वर्गसुख.

स्वर्गावर विश्वास ठेवायचा, तर मृत्यूनंतरच्या जीवनावर विश्वास ठेवावा लागतो. मृत्यूनंतरच्या जीवनावर विश्वास ठेवायचा, तर धर्मावर विश्वास ठेवावा लागतो.

असं वाटतं, निदान धर्मावर विश्वास ठेवणाऱ्यांना नाही. या आपल्या वैश्विक खेड्यात धर्म जरा जास्तच झाला आहे असं वाटतं, पण माणूस म्हणून जो धार्मिक निर्धार दिसायला हवा तसा दिसत नाही. एक उपाय असा की, धर्मातून धर्म थोडा कमी करायचा. विशेषत: वाईट गोष्टी. जशा अविश्वास, पोकळ रूढी, धुपाच्या-धुराच्या पडद्याआड दुसऱ्याला गोंधळवून टाकणं.

मी (अत्यंत कर्तव्यभावनेने) माझ्या ग्रंथालयातली पुस्तकं पाहिली, इंटरनेटवर शोधलं, पण एकही विश्वासार्ह संख्या मला मिळाली नाही. कारण प्रत्येक बाबतीत धर्म हा एक अतिशयोक्ती वाटतो, त्यामुळे जगात एकूण धर्म किती याचा आकडा मी तुम्हाला खात्रीपूर्वक सांगू शकत नाही. फक्त प्रमुख धर्म सांगू शकते : ख्रिश्चन, इस्लाम, हिंदू, शीख आणि बौद्ध आणि जगात बहात्तरहून अधिक धर्म आहेत, यावर मी पैजसुद्धा लावणार नाही.

आधीच देव जरा जास्त झालाय किंवा नास्तिकांसाठी त्याचा अभाव. शिवाय काही लोकांचा आरपीएम (रिलिजसली प्रोग्राम्ड मोड) तसाच असला, तर कितीतरी लोक दिवसाची सुरुवात तिरस्काराने करणारे आहेत. अगदी नेमाने, काळ्याकुट्ट मनाने झोपी जायचं. पुढची सकाळ म्हणजे पुन्हा दाट, सश्रद्ध तिरस्काराचं प्रतिबिंब.

देवाच्या नावाखाली मरतानादेखील अप्रीती. पुष्कळशा धर्मांची एकत्रित कल्पना आहे की, देवाचं नाव घेत मरणं चांगलं. त्यांच्या धर्मानुसार हे थोर असतं कारण तसं करणं कठीण असतं. इतका प्रचार करतात– या सगळ्या हागूला असणारा सभ्य राजकीय शब्द- विशेषत: ते, जे खरोखरच धर्माच्या नावाने मेले. ते येऊन, त्यांच्यासारखं करू नका असं आपल्याला सांगू शकत नाहीत म्हणून.

कुणालाही त्रास न देणाऱ्या श्रद्धेच्या बळावर जगणं आणि जगू देणं हे जास्त कठीण आहे.

बहुतेकशा धर्मांतद्ध मला तरी असं वाटतं की, तुम्हाला भुलवलेलं असतं की, मृत्यूनंतर जे काय असतं ते अधिक चांगलं असतं. ठीक आहे. आम्हाला कसं खात्रीने ते कळलं? काय गॅरंटी? तो दुष्ट, वाईट नरक असला, तर आमचे पैसे परत मिळणार का?

चांगल्या भाकडकथा. धर्म, हे चतुर असतात. पाहिलं का? एक गोष्ट त्यांच्यात समान आहे. तुम्हाला मुक्ती हवी आहे? मग त्यासाठी खुशाल मरावं लागेल. नीच नरक हवा आहे? तरी तसंच.

मुक्ती म्हणजे तुम्ही अशा परफेक्ट ठिकाणी पोहोचता जिथे मऊमऊ ढगांवर विसावलेले देवदूत सोन्याच्या तारा छेडत एखादं गीत आळवत असतात. तुम्ही खाली इथे काही चांगलं काम केलं की, तुम्हाला तिथे वर जाण्यासाठी गुण मिळतो. अर्थात पृथ्वीवरच्या तुमच्या वागण्यावर तुमच्या पुढच्या जीवनाचा दर्जा अवलंबून असतो. एक संकल्पना म्हणून इथपर्यंत ठीक आहे.

पण थांबा, एवढा लांबलचक शनिवार, रविवार मी याच एका गोष्टीचा विचार करते आहे. स्वर्ग ही अधिक चांगली जागा आहे का?

देव जर स्त्री असेल, तर स्वर्ग ही सर्व पुरुषांपासून, वेदनांपासून अखेरचं स्वातंत्र्य मिळणारी गोष्ट आहे का?

हे एका गृहिणीच्या सर्वोच्च स्वर्गासारखं आहे का? कायमस्वरूपी? आम्हाला हवं तिकडे आम्ही वळू शकत नाही का? म्हणजे बोटोक्स बाहुल्यांना एक जिवंत प्रोत्साहन सुचवण्यासारखं!

मला तिथे माझी आई भेटेल? माझ्या फाटक्या ओठाशिवाय मी तिच्याशी बोलू शकेन?

माझ्या आयुष्यात प्रथमच मला नीट समजून घेतलं जाईल तेव्हा मला सुपरस्त्री

इंदिरा गांधींची ओळख करून घ्यायची आहे. आपल्या स्वत:च्या समाजाला आणि त्याद्वारे सबंध देशाला ओलीस धरणाऱ्या अतिरेक्यांना मंदिरातून हुसकून बाहेर काढण्यासाठी सैन्य धाडण्याबद्दल आमच्या पंतप्रधानांचा त्यांच्या शरीररक्षकांनी गोळ्या झाडून खून केला, यामुळे त्यांची स्वर्गातली जागा निश्चित झाली का?

कोण जातं स्वर्गात? काय पात्रता लागते त्यासाठी?

आणि नंतर जेव्हा आम्हाला देवाला भेटायचं असतं तेव्हाही नमस्कारावाचून सुटका नाहीच का?

तेव्हाचं दृश्य. त्या सर्वोत्तम पेंट हाउसमध्ये, स्वर्गात आम्ही गुडघे टेकून प्रभूसमोर, आमच्या स्वर्गस्थ मालकासमोर नतमस्तक.

देव, जो पृथ्वीवर बायका-मुलांना एवढं क्रूरपणे वागवू देतो, तो स्वर्गात राहतो?

ईश, सहज एक वाईट विचार मनात आला. देव जर 'ती' असेल, तर तिच्या गृहव्यवस्थापनामुळे पृथ्वी अधिक बरी झालेली नाही, त्यामुळे स्वर्ग ही कल्पना अधिकच कशीतरी वाटते.

त्याच्या उलट,

आणि तरीही –

जेव्हा तुम्ही धर्माला एक हटवादी, कडक रूप देता तेव्हा देव तुम्हाला नक्की शिक्षा करतो. देव तुम्हाला धर्मवेडा करून टाकतो. हां, हे एक न्यायपीडित स्त्रीच्या संतापासारखं, शापासारखं वाटतं.

स्वर्ग हेच निर्वाण आहे, याचा काही पुरावा नाही. मोक्षही नाही. कारण तुमचं अस्तित्व जर असेल, अगदी जरी आत्म्याच्या रूपात असेल, तरी तुम्हाला जन्म-मरणाच्या फेऱ्यातून सुटका प्राप्त झालेली नाही.

आता मला वाटू लागलंय : 'स्वर्ग ही आनंदी जागा तरी आहे का?'

किंवा ते एवढं महत्त्वाचं नसेल. मृत्यूनंतर काय होतं याच्या काळजीपेक्षा त्याच्या आधीच्या मूलभूत गोष्टी महत्त्वाच्या. सुख, आनंद हा जीवनाचा हेतू. एक चांगला मनुष्य असणं हा सुखाचा मार्ग. चांगल्या माणसाची व्याख्या म्हणजे ज्याच्याकडे दोन्ही असतं – बाह्य चांगली वर्तणूक, म्हणजे सहानुभूती आणि एक निरोगी नीतिमान अंतरंग म्हणजे आत्म्याचा मोठेपणा. टोकाचे प्रसंग सोडले, तर चांगला माणूस अंतरीची ऊब दाखवतो आणि त्याप्रमाणे वागतो आणि माणूस जेवढा शक्तिमान तेवढा त्याचा आणि तिचा चांगुलपणा अधिक कणखर असावा लागतो.

या जगात फक्त दोनच प्रकारची माणसं असतात, याबद्दल माझी खात्री पटलेली आहे.

कणखर आणि दुर्बल!

जे निव्वळ क्रूरकर्मा म्हणून जगतात त्यांच्याबद्दल मी बोलतच नाही. न-उत्क्रांत पुरुष. दुष्ट स्त्री. सत्ता आणि संपत्तीलोलुप राजकारणी. धर्माच्या किंवा भाषेच्या जोरावर लोकांच्या मनात सतत दहशत निर्माण करणारे क्रूर गट किंवा सैन्य आणि संपत्तीच्या बळावर इतर देशांना वेठीस धरणारा एक देश.

मला एवढंच म्हणायचं आहे.

चांगलं वागणारे बलवान हे इतरांना कमी दुःख होईल असं पाहतात. अंती त्यांच्याभोवती सुख जगतं. जे दुर्बल असतात ते बलवानांचा चांगुलपणा सन्मानाने आणि डौलाने स्वीकारतात म्हणजे जेव्हा ते बलवान होतील तेव्हा ते तो पुढे देऊ शकतील. फक्त अहंने आदर्श ऊर्मींना बुडवणाऱ्या स्व-श्रेष्ठत्वाच्या उद्दाम भावनेने बलवान किंवा दुर्बल कुणाच्याच मनात प्रवेश करू नये.

मग ते कुणाही एकाच्या दैनंदिन आयुष्यातला स्वर्ग असेल, पण ते एक 'काम आनंदात चालू' असतं.

असं असेल, तर स्वर्गाच्या अस्तित्वाची आवश्यकता तरी काय?

आपण एकदा जर हे मान्य केलं की, इथे जे घडतंय ते चांगलं. ही एकच काय ती संधी आपल्याला मिळालेली आहे, तर आपण आपलं पृथ्वीवरचं आयुष्य अधिक सफल-संपूर्ण करू शकू.

आणि मग आपण आपलं सर्वोत्तम जीवन जगताना स्वर्गाचं साम्राज्य तर हाताशीच आलेलं असेल.

आईने सख्ख्या मुलीवर केलेल्या अनन्वीत अत्याचारांची सत्य कथा
मुलीच्याच शब्दात....

अग्ली

लेखक

कॉन्स्टन्स ब्रिस्को

अनुवाद

उल्का राऊत

मी माझा शाळेचा फोटो आईला दिला.
तिने माझ्या फोटोकडे नीट निरखून पाहिले.
नंतर माझ्याकडेही बारकाईने पाहिले.
"देवाऽ, ही कार्टी इतकी कुरूप कशी जन्माला आली? अरे देवा, किती कुरूप आहे ही... कुरूप. कुरूप."
क्रूर, विद्ध करणारे हे शब्द ही केवळ सुरुवात आहे. कॉन्स्टन्सच्या आईने अतिशय पद्धतशीरपणे, कायम आपल्या मुलीचा शारीरिक आणि मानसिक छळ केला. सततची मारझोड आणि उपासमार ह्यामुळे पराकोटीची निराश होऊन तिने शेवटी सामाजिक सेवाभावी संस्थेमध्ये आश्रय घेण्याचाही प्रयत्न करून पाहिला. तिला अक्षरश: वाऱ्यावर सोडून तिची आई चक्क दुसरीकडे राहायला निघून गेली. घरात गॅस नाही,
वीज नाही, खायला अन्न नाही अशा बिकट परिस्थितीशी मुकाबला करीत कॉन्स्टन्सने दिवस काढले.
सुरुवातीच्या अत्यंत यातनामय जीवनाला कॉन्स्टन्सने कमालीच्या धैर्याने तोंड दिले.
कॉन्स्टन्सच्या हृदयद्रावक – आणि
यशस्वी – जीवनसंग्रामाची ही कथा.

***